பாதுகாக்கப்பட்ட துயரம்

இஸ்லாம் சமூகம் பற்றிய கட்டுரைகள்

பாதுகாக்கப்பட்ட துயரம்

இஸ்லாம் சமூகம் பற்றிய கட்டுரைகள்

களந்தை பீர்முகம்மது (பி. 1953)

திருநெல்வேலி மாவட்டம் நாங்குநேரி வட்டம் களக்காடு சொந்த ஊர். 1983 முதல் எழுதிவருகிறார். முதல் கதை ‘தயவுசெய்து’. எழுத்துலக வாழ்வின் 25ஆம் ஆண்டின் முதல் கதை ‘யாசகம்’. இவ்விரண்டு கதைகளும் ‘இலக்கியச் சிந்தனை’யின் ஆண்டுப் பரிசுகளைப் பெற்றன. ‘இன்றைய கண்ணாடியும் நாளைய முகங்களும்’, ‘சுழல்’, ‘சிலுக்கு ஸ்மிதாவும் சுலைமான் ஹாஜியாரும்’, ‘பிறைக்கூத்து’ என நான்கு சிறுகதைத் தொகுப்புகள் வெளியாகியுள்ளன. ‘காலச்சுவடு பதிவுகளில் இஸ்லாம்’ கட்டுரை நூலின் தொகுப்பாசிரியர். ‘பா. செயப்பிரகாசம் படைப்புலகம்’, ‘சலாம் இஸ்லாம்’, இஸ்லாமிய இலக்கியக் கழகத்துக்காக ‘இஸ்லாமியச் சிறுகதைகள்’ ஆகிய நூல்களையும் தொகுத்துள்ளார். திருப்பூர் தமிழ்ச் சங்கம், கலை இலக்கியப் பெருமன்றம், தமிழ்நாடு முற்போக்கு எழுத்தாளர்கள், கலைஞர்கள் சங்கம், ஜோதிவிநாயகம் நினைவுப் பரிசு, லில்லி தேவசிகாமணி நினைவுப் பரிசு, சேலம் நாகப்பன் இராஜலெட்சுமி நினைவுப் பரிசு, இஸ்லாமிய இலக்கியக் கழகப் பரிசுகளும் கிடைத்துள்ளன. *காலச்சுவடு* இதழின் இணையாசிரியர். *தி இந்து* (தமிழ்), *சிந்தனைச் சரம்* இதழ்களிலும் பணியாற்றியுள்ளார்.

முகவரி : 31-B தைக்கா தெரு,
ஆழ்வார் திருநகரி அஞ்சல்,
திருவைகுண்டம் (வழி),
தூத்துக்குடி மாவட்டம் - 628 612.

மின்னஞ்சல் : *kalanthaipeermohamed@gmail.com*

களந்தை பீர்முகம்மது

பாதுகாக்கப்பட்ட துயரம்

இஸ்லாம் சமூகம் பற்றிய கட்டுரைகள்

காலச்சுவடு பதிப்பகம்

பாதுகாக்கப்பட்ட துயரம்: முஸ்லிம் சமூகம் பற்றிய கட்டுரைகள் ❖ ஆசிரியர்: களந்தை பீர்முகம்மது ❖ © எம்.எஸ். மரியம் பீமா ❖ முதல் பதிப்பு: டிசம்பர் 2016, இரண்டாம் பதிப்பு: பிப்பிரவரி 2019 ❖ வெளியீடு:காலச்சுவடு பப்ளிகேஷன்ஸ் (பி) லிட்., 669, கே.பி. சாலை, நாகர்கோவில் 629001

paatukaakkappaTTa tuyaram ❖ Essays on Muslims in India ❖ Author: Kalanthai Peermohamed ❖ © M.S. Mariam Beema ❖ Language: Tamil ❖ First Edition: December 2016, Second Edition: February 2019

Published by Kalachuvadu Publications Pvt. Ltd., 669 K.P. Road, Nagercoil 629001, India ❖ Phone: 91-4652-278525 ❖ e-mail: publications@kalachuvadu.com

ISBN: 978-93-5244-083-2

02/2019/S.No. 760, kcp 2320, 18.6 (2) OLLL

மனைவி மரியம் பீமாவுக்கு

பொருளடக்கம்

பெண்ணியம்

இலக்கியம்

முன்னுரை

என்னுடைய முதல் கட்டுரைத் தொகுப்பு. எதிர்பாராமல் எழுதத் தொடங்கிய கதைகளைப் போலவே இந்தக் கட்டுரைகளையும் எழுதலானேன். கதைகளின் தாக்கத்தை எவ்விதம் எதிர்பார்த்தேனோ அதேமாதிரி கட்டுரைகளின் தாக்கத்தையும் எதிர் பார்த்தேன். சொல்ல அதிகம் இருக்கின்றது என்கிற எண்ணம் கிடையாது; உணர்ந்ததை எழுதலாம் எனும் நோக்கமே. அதே சமயத்தில் நான் தெரிந்துகொள்ள வேண்டியதும் அதிகம். கேள்விகளைத் தொடுப்பதின் மூலமும் சந்தேகங்களை எழுப்புவதின் மூலமும் நாம் அறிய வேண்டிய இஸ்லாத்தை இன்னும் தெளிவாக அறிந்துகொள்ளலாம் என்ற நப்பாசையும் இருந்தது.

நாட்டில் பல்வேறு சந்தர்ப்பங்களில் எழுந்த முஸ்லிம்களின் பிரச்சினைகள் குறித்துப் பல்வேறு இதழ்களிலும் எழுதினேன். இஸ்லாத்தைக் காலம் காலமாக மதம்சார்ந்த புரிதலாக வளர்த்துவரும் போக்கு நிலவுகிறது. அதிலிருந்து நேராக இறை பக்திக்குச் செல்லும் வழியை மட்டும் சமூகம் பேணுகிறது. இஸ்லாம் ஒவ்வொருவரின் சட்டைப் பைக்குள்ளும் பெருமிதச் சரக்காக இருந்தது. அதை மாற்ற வேண்டும் என்று எண்ணு கிறவர்கள் அதைப் பேச மறுத்தனர். தமிழ்ச் சமூகத்துக்கு வெளியே எழும் குரல்கள் இங்கே எழாமல் இருந்ததன் காரணம் புரியவில்லை. நானோ இஸ்லாத்தின் கருத்தியல்களுக்குள் ஆழ்ந்துவிடவுமில்லை; விலகிவிடவுமில்லை. திசைகள்தோறும் எழுந்த குரல்கள் அல்லாஹ்வின் மாண்புகளைப் பேசிவிட்டு ஓட்டுக்குள் ஒடுங்குவது என்னவிதமான இறைநேசம்

என்று கேட்டேன் - எனக்குள்தான். ஆக, எழுதினால் தான் துலங்கும் என முடிவெடுத்தேன்.

இங்கே நான் எழுப்பிய கேள்விகள் அறிவாளியின் கேள்வி களல்ல. ஒரு பாமரனின் கேள்விகள். எந்தத் திசையிலிருந்தும் பதில்கள் வரவில்லை. கேலிகள் வந்தன; கேள்விகள் வந்தன. இதையெல்லாம் ஏன் எழுதுகிறீர்கள் என்று மனத்திற்குப் பிரியமானவர்களும் கேட்டார்கள். உறவு முறிந்துபோகாதிருக்க முகத்தில் புன்னகையைத் தவழவிட்டு நகர்ந்தேன். கேள்வியாகக் கேட்டது எதுவோ அதையே பதிலாகத் திருப்பினார்கள் சிலர். பாலைவனத்தில் தண்ணீருக்கு ஓடியலைந்ததுதான் மிச்சம். இந்த வருத்தத்தைச் சொன்னால் கானல்நீர் போதாதா என்றோரும் உளர்.

என் தேடல்கள் சரியாகவில்லையோ என்று சிலபோதுகளில் ஐயப்பட்டேன். இல்லை, அவை சரியானவைதாம் என மீண்டும் மீண்டும் நடந்த சம்பவங்கள் உறுதிப்படுத்தின. கற்றவர்கள், இறைபக்தியாளர்களிடமிருந்து ஏன் குதர்க்கங்களும் கேலிகளும் வர வேண்டும்? இறைபக்தியைக் கேள்விகள் விலக்கி விடும் என்றார்கள். ரொம்ப தாமதமாக உணர்ந்தேன் - இஸ்லாத்தை மண்டை வீங்கச் செய்யும் கருத்தியலாக மட்டும் வைத்துக் கொண்டிருந்தால் போதும் என்று ஒவ்வொருவரும் பிரியப்பட்டுக் கொண்டிருந்ததை! அதுவே போதுமான அதிகாரத்தை அவர்களின் கைகளில் கொடுத்திருந்தது. அவர்களின் சுற்றெல்லை தெரிந்ததும் 'குர்ஆன்', 'ஹதீஸ்' ஆகியவற்றுடன் பேரறிஞர்களின் எழுத்துகளையும் வாசித்தேன். பலரை விடவும் நாம் தெளிவாக இருக்கிறோம் என்று தெரிந்தது. இஸ்லாத்தைச் சரியாகப் புரிந்துகொண்டிருந்ததால் அவர்களின் கேலிக்கும் தாக்குதலுக்கும் அஞ்சவேண்டியதில்லை. ஏனெனில், பலருக்கும் இஸ்லாம் வெறும் பகட்டுச் சாதனம். எனக்கு அது சமூகப் புனருத்தாரணம். மக்களின் நலனைத் தேடி இஸ்லாத்தை வாசித்தேன்; பலர் அதிகாரம் நாடி வாசித்தார்கள்.

இதனால், நான் தெளிவுறச் சொல்வது; தெளிவாக இருக்கிறேன் என்பதைத்தான். இவ்வாறு சொல்வதால் கடினமாக இவற்றை எழுதியிருக்கிறேன் என்கிற அர்த்தத்திலல்ல. எளிமையானவை இந்த எழுத்துகள். மனத்தோடு மனம் பேசத் தேர்ந்தெடுத்த மொழி. அவ்வளவே.

இக்கட்டுரைகளை இஸ்லாமியப் பத்திரிகைகளுக்கு வெளியே மட்டும் எழுதவில்லை; இஸ்லாமிய இதழ்களிலும் எழுதியுள்ளேன். அங்கே மதவாதியாகவும் இங்கே சமூகவாதியாகவும் எழுதுகிறேன் என்றும் சிலர் அபிப்பிராயப்பட்டார்கள். அவர்களுக்கு விளக்கம்

கொடுத்தால் பொழுதுகள் வீணே கரைவதைத் தவிர வேறெந்தப் பலனும் இருக்காது.

காலப்போக்கில் என்னிடம் கட்டுரைகள் கேட்ட மதரஸாக்கள் உண்டு. அவற்றில் எழுத மனமில்லாதபோதும் தொடர்ந்து வலியுறுத்திக் கேட்டுக் கொண்டதால் அந்த மதரஸாக்களைக் கௌரவித்தேன். மதரஸாக்களுக்கு இல்லாத பிரச்சினை எனக்கென்ன வந்தது? மொழி நடையைத் தோழமையாக வைத்துக்கொண்டேன்; அது அவர்களை அண்மிக்க நல்ல வழி. இன்றும் அவை அப்படியே நீடிக்கின்றன.

முஸ்லிம் சமூகம் தன் துயரங்களைக் களைய விருப்ப மில்லாமல் இருக்கிறதோ எனும் சந்தேகம் நாளதுவரை எனக்கு. இதை ஆரம்ப நாட்களில் 'பாதுகாக்கப்பட்ட துயரம்' என்று என் மனத்துக்குள் சொல்லிக்கொள்வேன். அதனை ஈமான் வெளியிட்ட மலருக்கு அனுப்பிய கட்டுரைக்கான தலைப்பாகத் தேர்ந்தெடுத்தேன். இப்போது அந்தத் தலைப்பே இந்நூலின் முகப்பாகவும் வந்துவிட்டது.

இந்நூல் உருவாக ஆ.இரா. வேங்கடாசலபதியும் பழ. அதியமானும் ஒத்துழைத்தனர். சம்பிரதாய வார்த்தைகளாக அல்லாமல் நிஜமாலுமே சொல்கிறேன் - தங்களின் அளப்பரிய ஆய்வுப் பணிகளுக்கு மத்தியில் இக்கட்டுரைகளைத் தேர்ந்தெடுப் பதற்காகவும் நிரல்படுத்துவதற்காகவும் தம் பொன்னொத்த நிமிடங்களை எனக்காக ஒதுக்கித் தந்தார்கள். நன்றி சொன்னால் அவர்கள் சினம் கொள்ளக்கூடும். இந்நூலின் வாசகர்களுக்கு அது ஒரு தகவலாக இருக்கட்டும் என விரும்பி அதனைத் தெரிவித்துக்கொள்கிறேன். என்ன இருந்தாலும் வரலாறு முக்கியமன்றோ?

நூலை வெளியிட முன்வந்த கண்ணனுக்கும் என் அன்பைப் பகிர்கிறேன். இந்தப் புத்தகக் கண்காட்சிக்கு வெளிவந்திட வேண்டும் என்ற என் ஆர்வத்தை அவர் அவ்விதமாகவே ஏற்றுக்கொண்டார். தட்டச்சு செய்த நண்பன் வள்ளியூர் வி. பெருமாள் குட்டியைப் பக்கத்திலேயே இருந்து அதிகம் வேலை வாங்கினேன். அவருக்கும் என் அன்பு.

தீராத அதே அன்பே இந்நூலின் வாசகர்களான தங்களுக்கும்!

நாகர்கோவில் **களந்தை பீர்முகம்மது**
27.12.2016

அரசியல்

குஜராத் வன்முறை

[காலச்சுவடு கருத்தரங்கின் வழியே
ஒரு பார்வையும் பல கவலைகளும்]

ஜூன் 6, 2002 மாலை 7.15 மணிக்குத் தென்னிந்தியத் திரைப்பட வர்த்தக சபைக்குள் நான் வேகவேகமாக நுழைந்தபோது பீட்டர் அல்போன்ஸும் பிரபல நாவலாசிரியர் பிரபஞ்சனும் பேசி முடித்திருந்தார்கள். அது குஜராத் இனப் படுகொலை குறித்து *காலச்சுவடு* இலக்கிய இதழ் ஏற்பாடு செய்திருந்த கருத்தரங்கம். நான் எண்ணியிருந்ததற்கு மாறாக, ஏராளமான இருக்கைகள் காலியாக இருந்தன. ஆனால், கருத்தரங்க உரையாளர்கள் தவறாது கலந்து கொண்டு மேடையை நிரப்பியிருந்ததன் மூலம் அவர்களின் பொறுப்புணர்வு தெரிந்தது. நெல்லை மனோன்மணியம் பல்கலைக்கழகத்தின் முன்னாள் துணைவேந்தர் டாக்டர். வே. வசந்திதேவி, பீட்டர் அல்போன்ஸ், கலைஞர் சாருஹாஸன் (நடிகர் கமல்ஹாசனின் அண்ணன்) தி.மு.க. தலைவர் கருணாநிதியின் மகளும் கவிஞருமான கனிமொழி, மனித உரிமைப் போராளி பா. ரவிக்குமார், மூத்த பத்திரிகையாளர் டி.என். கோபாலன், இக்வான் அமீர் . . .

நான் சென்ற சமயத்தில் சாருஹாஸன் தன் உரையைத் தொடங்கினார். வயது முதிர்ந்த பருவம் அவருக்கு. ஆனால் குஜராத் இனப் படுகொலையை அவரால் ஓங்கிய குரலில் கண்டனம் செய்ய

முடிந்தது. மதங்களின் வன்முறைக் கூறுகளை அரசியலே உள்வாங்கிக் கொண்டபின், இங்கே எதற்கு மதங்கள் என்கின்ற கேள்வியை முன்வைத்தார். அவரின் ஆவேசம் எவரையும் உலுப்பி இருக்க வேண்டும். இவ்வளவு பெரிய அரங்கில் நாம் இவ்வளவு குறைவான பேர்களாய் இருந்து ஏதோ ஒரு தீவிரவாதக் கூட்டம்போல் இரகசியமாகப் பேசுகிறோமே என்கிற தன் ஆதங்கத்தை அவர் வெளிப்படுத்தினார். மூத்த பத்திரிகையாளர், டி.என். கோபாலன். சாருஹாஸனின் அதே ஆவேசம் இழை பின்னிக்கொண்டு வந்ததைப்போல ஒலித்தது இவரின் குரலும். மத்திய அரசின் மந்திரி அருண்ஷோரி, நரேந்திர மோடியோடு சிரித்தபடிக் கைகுலுக்கியதைக் கண்டு அவர் கொதித்தெழுந்து பேசினார். இன்றைய தமிழ்ச் சமூகம் சுரணையற்றுப் போய்க் கொண்டிருக்கிறது என்று சாடினார். குஜராத் இனப்படுகொலை பற்றிய எவ்விதக் கவலைகளும் இன்றித் தமிழ் இளைஞர்கள் பெப்ஸியையும் கொகோ கோலாவையும் உறிஞ்சியபடி மேலை நாகரிகத்திற்குள் புகுந்து ஜென்ம சாபல்யம் பெறுவதைக் கடுமையான வார்த்தைகளால் அர்ச்சித்தார். சைதை இடைத் தேர்தலில் அறுபது நிமிடங்கள் பேசிய வைகோ, 55 நிமிடங்களுக்கு வாஜ்பேயை மட்டுமே துதிபாடி, அதையே புளகாங்கிதமாய்ப் பேசிப்பேசிக் கடைசி நிமிடங்களில் (வாஜ்பேயியின் திறமைக்காகத்) தன் கட்சிக்கு வாக்களிக்கக் கேட்டுக்கொண்ட அந்த அருவருப்பைக் காறி உமிழாத குறையாகக் கொட்டித் தீர்த்தார். குஜராத்திலே நடந்த இன வன்முறையைக் கண்டுகொள்ளாமலும் வாஜ்பேயைத் தட்டிக் கேட்காமலும் நம் திராவிடக் கட்சிகளின் தலைமைகள் வாணியம்பாடிக்கு ஓடோடி வந்து சிறுபான்மையினத்தவரிடம் பசப்பி வாக்கு கேட்ட அந்தக் கட்டத்தைத் தோலுரித்தார் டி.என். கோபாலன். மேடையிலோ கருணாநிதியின் மகள் கனிமொழி இருக்கிறார். கோபாலனோ கருணாநிதியைச் சாடுகிறார். கனிமொழியின் முகப்பிரதிபலிப்பு என்ன? அந்த முகம் எவ்வித ஆசூசையையும் வெளிப்படுத்தவில்லை. பெரிய இனஒழிப்புப் போரை நடத்துவதற்கு ஆறு மாதங்கட்கு முன்பே குஜராத்தில் பெரிய அளவிலான சதித்திட்டம் இருந்ததாகவும் அதுபற்றிய யூகங்கள் வெளிப்பட்டதாகவும் தான் ஒரு பத்திரிகையாளன் என்ற முறையில் கண்டுகொண்டதை கோபாலன் கூறினார். குஜராத்தில் ஏராளமான பேர் நரேந்திர மோடியின் குரலில் பேச ஆரம்பித்துவிட்டதாகத் தெரிவித்தார்.

கனிமொழியின் குரல் அடங்கி ஒலித்தாலும் அதிலே வெளிப்பட்ட வேதனை அவரை ஓர் உச்சநிலைக் கொதிப்புக்குக் கொண்டு சென்றிருந்தது. கர்ப்பிணியின் வயிற்றைக் கிழித்து

அதனுள்ளிருந்த சிசுவை எடுத்துத் தீயில் போட்டுக் கருக்கிய அந்த மாபாதகக் கொலையைச் சொல்லியபோது, அவர் தானும் கர்ப்பிணியாக இருந்த அந்த நாளில் தனக்கேற்பட்ட ஓர் அவலத்தை உணர்ச்சி பொங்கக் கூறினார். பெண்மையின் உணர்வுகளை ஒப்பிட்டுப் பார்த்ததின் மூலம், ஒரு சமகாலக் கொடூரத்தை உணர்ந்திருப்பதை அந்த உரை எடுத்துக் காட்டியது. குஜராத் மக்களுக்கு நிதிதிரட்ட முனைந்தபோது உண்டான அனுபவத்தால் மனம் கசிந்துபோயிருந்தார் கனிமொழி.

இக்வான் அமீர் கையிலே பல குறிப்புகள். இதுவரையில் மேடையிலே பேசியவர்கள் அனைவரும் வெடித்துக் கொந்தளித்த போது, இக்வான் அமீரின் குரல் சாந்தமாக ஒலிக்க ஆரம்பித்தது. அது பாதிக்கப்பட்ட சமூகத்தின் குரலை நகலெடுத்துக் கொண்டதுபோல ஆவேசம் அற்றிருந்தது. குஜராத்தில் மதசார்ப்பின்மையை வலியுறுத்தி, சமய நல்லிணக்கத்தைப் பேசிய முஸ்லிம்கள் எல்லாம் கூட ஓட ஓட விரட்டியடிக்கப்பட்டுக் கொல்லப்பட்டதை அவர் விவரித்தார். இரண்டு கிராமங்களில் வாழ்ந்த முஸ்லிம்கள் தங்கள் கிராமங்களின் பெயரை இராமாயண, மகாபாரத எனச் சூட்டி மதநல்லிணக்கத்திற்குச் சாட்சியாக வாழ்ந்ததையும் அவ்வாறு வாழ்ந்த மக்களுமே இந்து மதவெறியர்களால் அங்கிருந்து விரட்டப்பட்டிருப்பதையும் கூறிய அமீர், தற்போது அவர்கள் அடைக்கலமாகியுள்ள முகாம் களின் பெயர்களையும் இராமாயண, மகாபாரத என்றே சூட்டி யிருப்பதாகச் சொன்னார். தன் மகள் மரியம், பத்து வயதுச் சிறுமியாக இருந்தபோது இந்தியத் தேச பக்தியைக் கேலி செய்து ஒருவர் மேடையில் பேசியபோது, "இவரையெல்லாம் யார் பேச அனுமதித்தார்கள்?" எனச் சீறிச் சினந்ததாகவும், அதே மகள் இன்றையக் கல்லூரி மாணவி என்ற ஸ்தானத்தில் இந்திய அரசியல் – மதச்சார் பின்மை குறித்த பலவிதமான கேள்விகளும் கவலைகளும் குழப்பங்களும் நிறைந்த மனநிலையைக் கொண்டிருப்பதாகவும் கூறினார் இக்வான் அமீர். இன்றைய கூட்டத்திற்குத் தன் மகளை அழைத்து வந்திருப்பதாகவும், இங்கே கூடியிருப்போரைச் சுட்டிக்காட்டி, "இவர்கள் குறைவாக இருந்தாலும் இருக்கின்ற ஒவ்வொருவரும் நூறு பேருக்குச் சமம்," என்று தன் மகளிடம் சொன்னதாகவும் அவர் தெரிவித்தபோது அந்த அரங்கினை நிறைத்தன கைத்தட்டல்கள்.

வே. வசந்திதேவி நெல்லை மனோன்மணியம் சுந்தரனார் பல்கலைக்கழகத் துணைவேந்தராய் இருந்தபோது பல்வேறு சமூகப் பணிகளில் ஆர்வம் கொண்டிருந்தவர். அந்தச் சேவைகளின் மூலமாக பல்கலைக்கழகத்தையும் மக்களையும் ஒரு

சேர இணைத்தவர். இந்த அரங்கத்திலும் அவரின் சமூகப்ரக்ஞை தொய்வுறாமல் வெளிப்பட்டது. வசந்திதேவி பல கேள்விகளை முன்வைத்தார். அதில் குறிப்பிடத்தக்கதான ஒன்று; குஜராத் இன சுத்திகரிப்புப் போரில் முஸ்லிம்களுக்கெதிராக குஜராத்தின் தலித்துகளும் ஆதிவாசிகளும் கொம்பு சீவிவிடப்பட்டிருந்ததைப் பற்றியது. காலம்காலமாக ஹிந்துத்வா என்ற வர்ணாஸ்ரமத் தத்துவத்தின்கீழ் மனித மலத்தைச் சுமந்து சென்றவர்கள், தீண்டத் தகாதவர்கள் என்று எந்த அளவில் உணர்ந்துள்ளனர்? கருணாநிதியையும் ஜெயலலிதாவையும் வைகோவையும் நம்பி இன்னும் இந்தச் சமூகம் கண்மூடியிருப்பது எதனால்? தன் பெண்டு, தன் பிள்ளை, தன் குடும்பம் எனக் கடுகு மனம்கொண்டு சுருங்கிப்போனதன் அடையாளமே இவை என எடுத்துக்கொள்ளலாமா? 'அலைகள்' சிவம் ஒரு முக்கியமான கேள்வியை என்னிடம் கேட்டார். "குஜராத்தில் இவ்வளவு பேரழிவான இனப்படுகொலைகள் நடைபெற்று வரும் சூழலில் இந்திய முஸ்லிம்கள் ஏன் குஜராத் முஸ்லிம்களுக்காகப் போராடவில்லை? இஸ்லாம் என்கிற அந்தக் கருத்தாக்கம் ஏன் செயல்படவில்லை?"

"குஜராத்தில் இன்று வெற்றிகரமாக நடத்தப்பட்ட இனப்படுகொலை, இனி இந்தியா முழுமைக்குமாக நடத்தப் போவதற்கான ஒரு பரீட்சார்த்த முறை என்பதை முஸ்லிம்கள் உணர்ந்துள்ளனரா அல்லது உணரவில்லையா? முஸ்லிம் தலைவர்கள் என்ன செய்துகொண்டிருக்கிறார்கள்?" நானும் அந்தக் கேள்விகளுக்கான பதிலைக் கொடுத்தாலும் அவை அவரைத் திருப்தி செய்யவில்லை. ('அலைகள் சிவம்' ஒரு முக்கியமான தமிழ்ப் பதிப்பாளர்). இவ்வாறான இந்தியச் சமூகத்தின் பேரழிவைப் பற்றி, அதில் முஸ்லிம் சமுதாயம் வாழ அனுமதிக்காத இந்துத்வா கொடூரம் பற்றி இந்து மதத்திலேயே உள்ள ஜனநாயகத் தன்மைகொண்ட சக்திகள்தான் இன்று இஸ்லாமியச் சமூகத்துக்குப் பாதுகாப்பு அரண்களாக இருக்கிறார்களே ஒழிய, முஸ்லிம் சமுதாயத்திலிருந்து அத்தகைய தன்மைகொண்ட சக்திகள் இன்னும் உருவாகவில்லை. செப்டம்பர் 11இல் அமெரிக்க மகாசக்தியின் இடுப்பை ஒடித்து முடித்த அந்தச் சம்பவத்தை யூத, இஸ்ரேலிய, அமெரிக்க ஏகாதிபத்தியச் சக்திகள் 'உலக அமைதியைச் சீர்குலைத்த பயங்கரவாதம்' என்று திரும்பத் திரும்பக் கூறினாலும் உலகின் பெரும்பெரும் அறிவுஜீவிகளும் மனித உரிமைப் போராளிகளும் மாபெரும் கலைஞர்களும் எழுத்தாளர்களும் ஒருங்குகூடி அதனை முறியடித்து இஸ்லாமியச் சமூகத்தைக் காவல் புரிந்தார்கள். புக்கர் பரிசுபெற்ற இந்திய எழுத்தாளர்

அருந்ததிராய், தன் ஆணித்தரமான வாதங்களின் மூலம் அனைவரின் கவனத்தையும் தன் பக்கம் ஈர்த்துக்கொண்டார். தமிழகத்திலேயே எதிரும்புதிருமாக இருந்த இலக்கியவாதிகள், இலக்கியச் சிற்றிதழ்களின் ஆசிரியர், பத்திரிகையாளர்கள் என அனைவருமே அமெரிக்க ஏகாதிபத்தியத்தைக் கதிகலங்கச் செய்தார்கள். ஒரு பக்கம் காலச்சுவடு கண்ணன், மறுபக்கம் அ. மார்க்ஸ், ஒரு பக்கம் சொல் புதிது, மறு பக்கம் கவிதாசரண், இன்னும் தாமரை, செம்மலர், தீம்தரிகிட, புதிய ஜனநாயகம், புதிய கலாச்சாரம், புதுவிசை எனப்புறப்பட்டு வந்த ஜனநாயக முழக்கங்கள் கொஞ்ச நஞ்சமல்ல. இப்போதும் குஜராத்தியப் பேரழிவு கண்டு, இயக்கமாகவே தங்களை ஆக்கிக்கொண்டு சங்கப் பரிவாரத்தின் நச்சு விருட்சத்தை வெட்டிச் சாய்க்கிறார்கள். ஒரு காலத்தில் தமிழக மண்ணின் பாதுகாவலர்களாக இருந்த திராவிட இயக்கச் செம்மல்களானவர்கள், இன்று டெல்லி அரியணையின் பசுமாட்டுத் தொழுவத்தில் வாஜ்பேய் கொடுத்த சொம்பில் பால்கறந்து குடித்துக்கொண்டிருப்பதால் அவர்கள் செய்யத் தவறிய வரலாற்றுக் கடமையை நம் தமிழக இலக்கியவாதிகளும் பத்திரிகையாளர்களும் வீறுடன் செய்து வருகிறார்கள். ஆனால் இந்த இலக்கியவுலகத்தோடு இன்றைய முஸ்லிம் சமுதாயம் கொண்டுள்ள தொடர்பை எண்ணிப்பார்த்தால் தலையில் முக்காடு போட்டு அழலாம்போல இருக்கிறது. விரல்விட்டு எண்ணத்தக்க ஒரு சிலரைத் தவிர ஒட்டுமொத்த முஸ்லிம் சமுதாயமே, படிப்பறிவுக்கு வெளியே தன்னை நிறுத்திக்கொண்டுள்ளது. ‘சீனம் சென்றேனும் சீர்கல்வி பெற்றுவா’ என்று அறைகூவல் விடுவிக்கப்பட்ட, மார்க்கத்தின் சந்ததிகள் இன்று சித்தி, அண்ணாமலை . . . என்று ஒரு ரவுண்டு போய்வருகிறார்கள். இதுபோன்ற அசம்பாவிதங்கள் முஸ்லிம் சமூகத்துக்குள் மண்டிக்கிடப்பதால்தான் அவர்களால் தங்களுக்கான நியாயக் குரல்கள் எழும் இடங்களையும் நேரங்களையும் கண்டுகொள்ள முடியாமல் ஆகிவிடுகிறார்கள்.

காலச்சுவடு அரங்கத்தில் எத்தனை முஸ்லிம்கள் என்று கணக்குப் பார்த்தால், இதோ எண்ணிக் கொள்ளுங்கள்: புதுக்கோட்டை டி. ஷரீபா பீவி, பேராசிரியர் ஹ.மு. நத்தர் ஷா, *S.I.O.* இயக்கத்தின் அப்துல்ரஹ்மான், வி.எஸ். முகம்மது அமீன், ஆணம்காச்சி ரசூல் முகைதீன்... வேறு யார் யார்? வேறு எவரும் இல்லை. இந்துத்வா வெறியை அதன் தீவிரவாதத்தை முறியடிக்க மாற்று மருந்து முஸ்லிம் மதவெறி அல்ல; தீவிரவாதமும் அல்ல. இதுபோன்ற ஜனநாயக இயக்கங்களில் பங்கு பெறுவதே முஸ்லிம் சமூகத்தின் கடமையாக இருக்க முடியும். ஆனால், அதற்கெல்லாம் நேரம் இல்லாததுபோல இந்தச் சமுதாயம்

அநியாயத்துக்கும் பாவலா செய்கிறது. எவனுக்கு வந்த வினையோ என மோட்டுவளை பார்த்துத் தூங்கிக்கொண்டிருக்கிறது. ஒருவேளை கருணாநிதியோ ஜெயலலிதாவோ வைகோவோ மனம் மாறித் தங்களை இரட்சித்துக்கொள்ள வந்துவிடலாம் எனக் காத்துக்கொண்டிருக்கிறது. ஆனால், இந்தத் தலைவர்கள் மழையில் நனைந்துவிட்டார்கள்; அவர்களின் சாயம் வெளுத்துவிட்டது. மீண்டும் ஏமாந்தால் என்ன அர்த்தம்? எனவே, தலைவர்கள் தலைமையை ஏற்று அவ்வப்போது தனிமைப்பட்டு அனாமத்துப் பிள்ளையாக அலைவதைவிட, கொள்கை சார்ந்த இயக்கங்கள் சார்ந்து தங்களின் ஜனநாயகப் பேருருவை முஸ்லிம் சமூகம் சிருஷ்டித்துக் கொள்ளட்டும்; அல்லாது போனால் ஏமாறப் போவது *காலச்சுவடும்* கவிதாசரணும் அல்ல; முஸ்லிம் சிறுபான்மையினர்தாம்.

***சிந்தனைச்சரம்*, ஜூலை 2002**

பாப்ரி மஸ்ஜித்– நிழலிலிருந்து நிஜத்திற்கு

அயோத்திப் பிரச்சினைக்குத் தீர்வு காண்பதற்கான சமரசத் திட்டங்கள் இப்போது அடுத்தடுத்து முன்வைக்கப்படுகின்றன. மசூதியை இடிக்க ரதயாத்திரை நடத்திய அத்வானியும் சங்கப் பரிவாரத்தின் தோன்றாத் துணைவரான காஞ்சி சங்கராச்சாரியாரும் சமரசத் திட்டங்களோடு அலைந்துகொண்டிருக்கிறார்கள். ஆப்பசைத்து மாட்டிக்கொண்ட சூழலிலிருந்து எவ்வகையிலேனும் மீண்டுவிட வேண்டும் என்கிற பரிதவிப்பையே இவை காட்டுகின்றன. பதவிக்கு வரும் முன்பாக ஒற்றைக் குரலோடு பிசிறில்லாமல் உறுதியுடன் பேசிய சங்கப் பரிவார அமைப்புகள், இப்போது என்ன செய்வது என்கிற வழி தெரியாமல் திகைக்கின்றன; பதவிச் சுகம் பா.ஜ.கவை ஒரு பிடி பிடித்துவிட்டது. கோவிலைக் கட்டுவது அதன் கௌரவத்திற்குப் பின்னடைவாக இருக்கும். அதே சமயத்தில், இராமர் கோவில் விவகாரத்தை நேரடியாக ஒரே உதறலில் வெளியே தள்ளிவிட முடியாத நெருக்கடியிலும் அது சிக்கித் தவிக்கிறது.

இவை அனைத்திற்கும் மேலாக இன்னொரு அசம்பாவிதமும் நேரிட்டுள்ளது. அலகாபாத் உயர்நீதி மன்ற ஆணைப்படி சர்ச்சைக்குரிய இடத்தில் நடத்தப் பட்டு வருகிற அகழ்வாராய்ச்சியின் முடிவுகள் என்ன? அகழ்வாராய்ச்சியை நடத்த நீதிமன்றம் உத்தரவிட்டபோது மிகவும் ஆர்ப்பரிப்புடன் வரவேற்ற சங்கப் பரிவாரத்தின் நிலை இப்போது

சுருதி இறங்கிப்போய்க் கிடக்கின்றது. களிகூத்தாடும் வகையில் எவ்விதச் சான்றும் இதுவரை கிடைக்கவில்லை. தாங்கள் நடத்திவரும் கல்விக்கூடங்களின் பாடப் புத்தகங்களில் ஏற்றி வைத்த கற்பனைகள், மக்கள் மத்தியில் தொடர்ந்து நடத்திவந்த பிரச்சாரம் ஆகியன பொய்யாகவே போய்விடுமோ என்று அஞ்சும் அளவில் அகழ்வாராய்ச்சியின் நிலை இருக்கிறது. இதனுடைய தீவிர வெளிப்பாடுதான், எப்பாடுபட்டாகிலும் இராமர் கோவில் கட்ட நாடாளுமன்றத்தில் ஒரு சட்டம் இயற்றியே ஆகவேண்டும் என்கிற விசுவ இந்து பரிஷத்தின் கூப்பாடு. இதுபோன்ற சம்பவக்கண்ணிகளின் மூலம் தான் நிராதரவாக ஆக்கப்பட்டுவிடும்முன் தன்னைக் கட்டிக்காத்துக் கொள்ள அது படும் பிரயாசை கொடூரமானது. இந்த அவஸ்தைகளைக் காணப் பொறுக்க முடியாமல்தான் சமரசத்திட்டங்களைத் தூக்கிக்கொண்டு நாலாபுறமும் ஓடிவருகிறார்கள்.

காஞ்சி சங்கராச்சாரியாரின் முயற்சிகளை மத்திய அரசு ஆர்வமாய் எதிர்பார்த்ததைப் போலவே தோன்றியது. மூழ்கிக்கொண்டிருக்கும் தருணத்தில் பிடித்துக்கொண்டு கரையேற சிறு துரும்பாவது கிடைத்துவிடாதா என்கிற பரிதவிப்பைப் போன்றது அது. தன்னால் கட்டுப்படுத்த முடியாத வி.இ.பவைக் காஞ்சி சங்கராச்சாரியார் மூலம் கட்டுப்படுத்திவிடலாம் என்று வாஜ்பேய் அரசு நினைத்தது. ஆனால், நினைத்திருந்ததற்கு மாறாக, காஞ்சி சங்கராச்சாரியார் தனது இரண்டாம் கடிதத்தில் வி.இ.பவின் தரப்பில் நின்றே சமரசம் பேச முயன்றதும் அது புஸ்வாணமாகிவிட்டது.

அயோத்தியின் மூலம் நாடு ஏராளமான கசப்பனுபவங்களைப் பெற்றுவிட்டது. முஸ்லிம்களும் இந்துக்களும் மனங்கசந்து விரக்தியுற்ற நிலையில் இருக்கிறார்கள். நாட்டின் பெரும்பகுதி மக்கள் இராமர் கோவில் கட்டும் திட்டத்திற்காகத் தொடர்ந்து பிளவுண்டு கிடப்பதை எந்த வகையிலும் ஏற்க இயலாது. பாபர் மசூதி தகர்க்கப்பட்ட சமயத்தில் முஸ்லிம்களை அரசியல் ரீதியாகவும் உணர்ச்சியோங்கிய நிலையிலும் வழி நடத்திச்செல்லும் எந்தவொரு அரசியல் தலைமையும் இல்லாதிருந்தது முஸ்லிம்கள் செய்த பெரும்பாக்கியம்; அது இந்தத் தேசத்திற்கு ஆதாயமும்கூட. அந்தச் சமயத்தில் உண்டான கலவரங்களுக்குக்கூடப் பாகிஸ்தானைத்தான் காரணகர்த்தாவாகச் சிலர் சொல்ல முடிந்ததே தவிர, உள்நாட்டில் எந்தச் சக்தியையும் எவரும் அடையாளப்படுத்த முடியவில்லை.

உணர்ச்சிக் கொந்தளிப்பான சூழ்நிலையில் முஸ்லிம் சமூகம் இருந்தால், அதனால் உண்டாகும் விளைவுகளும்

விரும்பத்தகாததாகவே இருக்கும். மசூதியை இடித்த பின்னும் அரசியல் ரீதியான வலிமையை இஸ்லாமியச் சமூகம் பெறவில்லை என்பதை சங்கப் பரிவாரங்கள் துல்லியமாக உணர்ந்துள்ளன; எனவே, இச்சமூகத்தின்மீது அடுத்தடுத்த தாக்குதல்களை நடத்த இதுவே தக்க தருணம் என நினைக்கின்றன. மத்திய அரசும் சங்கப் பரிவாரத்தின் நெருக்கடிகளுக்குச் செவிசாய்க்கவும் சிலவற்றைச் செயல்படுத்தவும் முனைந்துவிட்டது. இது அரசியல் – பொருளாதார ரீதியான இழப்புகளை இஸ்லாமியச் சமூகத்தின்மீது உண்டாக்குகிறது. அவர்களின் அச்சம் கனவு நிலையிலிருந்து மெய்ப்பாட்டு நிலைக்கு நகர்கிறது. அதே சமயத்தில், மசூதித் தகர்ப்பை ஒட்டி ஆங்காங்கே எழுந்த தீவிரவாத இயக்கங்கள் முஸ்லிம்களின் ஆதரவின்றிச் செயலற்ற நிலைக்கு வந்தன.

இந்நிலையில், காயம்பட்ட முஸ்லிம்களின் மனவுணர்வுகளை ஆற்றுப்படுத்துவதிலும் அவர்களுக்கான தக்க பாதுகாப்பு அரண் ஒன்று இருப்பதாக உணரச் செய்வதிலும் மதச்சார்பின்மைச் சக்திகளால் துலக்கமானப் பங்கினை ஆற்றிட முடியும். பாபர் மசூதி விவகாரத்தில் மதச்சார்பின்மைச் சக்திகள் பலவிதமான தீர்வுகளைச் சொல்லிவந்துள்ளன. இருப்பதிலேயே அமைதிக்கும் முன்னேற்றத்திற்கும் உகந்தது எதுவோ அதனைத்தான் தெரிவு செய்தாக வேண்டும். மசூதியை வைத்துக்கொண்டே பிரச்சினையைத் தீர்க்க முடியாது என்று நினைத்த சக்திகள் மசூதி இடிபடுவதை விரும்பின. ஆனால் அதன்பின் பத்தாண்டுகளைத் தாண்டிவிட்ட நிலையிலும் அந்த இயக்கங்கள் ஓரடிகூட முன்னகர்ந்து செல்ல முடியவில்லை. மதவெறிச் சக்திகளுடன் மல்லுக்கட்டுவது அல்லது இணங்கிச்செல்வது என்பதை விடுத்து மதச்சார்பின்மைச் சக்திகளைக் களத்திற்கு அழைத்துவர மத்திய அரசு முன்வர வேண்டும். முஸ்லிம்களும் நிச்சயம் இதற்கு ஒத்துழைப்பார்கள் என்பது உறுதி.

***காலச்சுவடு* இதழ் 49, செப். - அக். 2003**

முதன்மை பெறும் இறுதிக் கடமை

நாற்பத்தைந்து வயதுக்குள் தன் மனைவியுடன் இரண்டாவது முறையாக ஹஜ் யாத்திரை சென்று வந்துள்ள என்னுடைய நண்பரொருவரைச் சந்திக்கப் போயிருந்தேன். "இன்ஷா அல்லாஹ், வாய்ப்பு கிடைச்சா இன்னொரு முறை போய்வரணும்" என்றும் சொன்னார். அவர் மனைவி இன்னும் ஒருபடி மேலேறி, "ஆண்டவன் நாடினால் இன்னொரு தடவை போய்வரணும்னு சொல்லுங்க" என்று அதிகமான அழுத்தம் கொடுத்தார்.

ஹஜ் யாத்திரை பற்றி அவர் சொன்ன ஒரு தகவல் எனக்கு ஆச்சரியத்தையும் அதிர்ச்சியையும் அளித்தது. மலேசியாவிலுள்ள முஸ்லிம்கள், இளைஞன் ஒருவனுக்குப் பெண் கொடுக்கும்போது அவன் எத்தனை முறை ஹஜ் யாத்திரை சென்று வந்துள்ளான் என்பதை முதன்மையான தகுதியாகக் கொள்கிறார்களாம். அதிக முறை ஹஜ் சென்று வந்துள்ளவனுக்குப் பெண் கொடுப்பதில் மறைமுகப் போட்டியே இருக்கிறதாம்.

அந்த விஷயத்தை நண்பர் அதிகமான பக்திப் பரவசத்துடன் விவரித்ததைப் போல எனக்குப்பட்டது. இதன் பின்னர் நானும் அவரும் விவாதத்தில் ஈடுபட வேண்டியதாயிற்று. மலேசியா, தமிழகத்து முஸ்லிம்களுடன் அதிகப் பிணைப்பு கொண்ட ஒரு நாடு. முஸ்லிம்களின் வணிக உறவுகளும் தொடர்பும் பல தலைமுறைகளாக

மலேசியாவுடன் நீடிப்பதால் கவர்ச்சியான பழக்கவழக்கங்கள் ஒருவரிடமிருந்து இன்னொருவருக்குத் தொற்றிக்கொள்கின்றன. இம்முறையில் தமிழகத்திலும் மணமகனைத் தேர்வுசெய்துகொள்ள விரும்புவோரிடம் இந்த ஹஜ் யாத்திரை பற்றிய வினாக்கள் எழாமல் போகாது. இவ்வாறு ஒரு நிலை தோன்றுமேயானால் தமிழக முஸ்லிம்களிடம் அது பெரிய பிளவையும் மனக்கசப்பையும் உருவாக்கும் என்பதில் சந்தேகமில்லை.

கல்வியிலும் இதர துறைகளிலும் சாதிக்கத் துடிக்கும் இளைஞர்களை இப்படி சம்பந்தாசம்பந்தமில்லாத புதிய நடைமுறைக்குள் தள்ளுவது சமூகத்தையே பின்தள்ளிச் செல்வதற்குச் சமமாகும். தமிழகத்தில் வசதிகள் படைத்த பெரும்பாலான முஸ்லிம்கள் மூன்று, நான்கு முறையேனும் ஹஜ் சென்றுவந்துள்ளனர். இந்த விஷயத்தில் ஒரே ஊரிலுள்ள பணக்காரர்களுக்கு மத்தியில் ஒருவரையொருவர் முந்திக் கொள்ளும் வேகம் சூடு பிடித்தபடியுள்ளது. அத்தகைய பயணங்கள் ஆடம்பரமான முறையில் அதிகமதிகமான விளம்பரங்களுடன் நடைபெற்றபடி இருக்கின்றன. ஹஜ் யாத்திரையின் நோக்கத்திற்குப் புறம்பான வகையில் ஒரு தீய அம்சம் லேசாகத் தலைதூக்கினால் அது கட்டுப்படுத்தப் படுவதில்லை; நாளடைவில் அந்தத் தீய அம்சமே தூய நடைமுறைபோல பிணைந்துகொள்கிறது. யாரோ ஒருவர், எங்கோ இருந்தபடி ஹஜ் யாத்திரையைத் தன் செல்வச் செருக்கின் அடையாளமாகவும் அந்தஸ்துக்கான முத்திரையாகவும் பயன்படுத்தியதன் விளைவுதான், இன்று அது அனைத்துப் பணக்கார முஸ்லிம்களின் மார்க்க நடைமுறையாகப் பரிணமித்துள்ளது. மார்க்கக் கடமையை அதன் ஆன்மிகப் பண்புகளிலிருந்து பிரித்தெடுத்து, தத்தமது அந்தஸ்துக்கான பந்தயப்பொருளாக ஆக்கிக்கொள்வது மோசமான முன்னுதாரணமாகும். அது ஏழை முஸ்லிம்களை அவமானப்படுத்துவதற்கு ஒப்பாகும்.

இஸ்லாமியக் கடமைகளில் ஹஜ் யாத்திரை கடைசி யிடத்தில்தான் வைக்கப்பட்டுள்ளது. அதுவும்கூட வசதி படைத் தோர்க்கு மட்டுமே உரித்தான கடமைதான். ஹஜ் யாத்திரை பற்றி உண்டாக்கப்பட்டுள்ள பிரமைகளினாலும் அதீதப் பரவசங்களினாலும் தங்களின் சொத்துச் சுகங்களை அடமானம் வைத்தோ ஒரேயடியாக விற்பனை செய்தோ மக்கா சென்று வந்தவர்கள் அநேகம் பேர். கடன் தொல்லைகளிலிருந்து மீள முடியாமலும் தங்கள் 'குமர்'களைக் கரையேற்ற முடியாமலும் தவிப்போர் பலர் உண்டு. இவ்வளவு வம்படியான முறையில் ஓர் ஏழையிடமிருந்து ஹஜ் கடமையை இஸ்லாம் கோரவில்லை.

இந்தக் கடமை வாழ்வில் ஒரே முறைதான் என்பதை நபிகள் நாயகம் அழுத்தம் திருத்தமாகக் கூறியுள்ளார்கள். அன்னாரின் தோழர்களில் ஒருவரான அக்ரஉ இப்னு ஜாபிஸ் (ரலி) அவர்கள், "இது ஒவ்வொரு வருடமுமா?" என்று கேட்க, "நான் அப்படிச் சொன்னால் அது கடமையாகிவிடும். ஹஜ் என்பது ஒருமுறைதான்," என்று இறைத்தூதர் விளக்கமளித்துள்ளார்கள். இரண்டாம் முறையாகவும் ஹஜ் செய்ய வேண்டிய நிர்ப்பந்தம் சிலருக்கு உண்டு. சிறுவயதில் ஹஜ் செய்தவர்கள் தங்கள் வாலிபப் பருவத்தை அடைகிறபோதும் அடிமையாக இருந்தபோது ஹஜ் செய்தவர்கள் பின்னர் விடுதலையடைகிறபோதும் மீண்டுமொரு முறை ஹஜ் செய்தாக வேண்டும். அதுபோலவே, ஹஜ் செய்யாமல் இறந்துவிட்டோருக்காகவும் ஹஜ் செய்ய முடியாத நிலையில் இருப்போருக்காகவும் இன்னொரு முறை ஹஜ் செய்யலாம்.

ஹஜ் யாத்திரையில் தற்போது இவ்வளவு முண்டியடிப்பு நிகழும்போது ஜகாத் கொடுப்பதில் (வருமானத்தில் இரண்டரை சதவீதம் தானம் அளிப்பது) கடும் மௌனம் நிலவுவது ஏன்? ஜகாத்தில் காட்ட வேண்டிய அக்கறையை விட்டுவிட்டு ஹஜ்ஜுக்கு முக்கியத்துவம் அளிப்பது, ஏழைகளின் உணர்வுகள் மார்க்க அடையாளமிட்டுப் புறக்கணிக்கப்படுவதாகாதா?

ஹஜ் என்பது உளத்தூய்மைக்காகவும் ஒழுக்க மேம்பாட்டிற்காகவும் மேற்கொள்ளப்படுகிற இறுதியான உபாயமாகும். அது ஆன்மிகரீதியான புரட்சியாகும். கடமைகளின் பட்டியலை, வரிசைமுறை மாற்றி அனுசரிக்கும்போது அதன் நோக்கங்கள் சிதறுண்டுபோய்விடும். புண்ணியத்தலத்தை அடைகிறபோது உள்ளத்தில் ஏற்படுகிற பரவச உணர்வுகள் லௌகீக வாழ்க்கையைப் புறந்தள்ளுவதாகவோ அதனைப் பற்றிய சிந்தனைகளை ஓர்மையற்றுப் போகச் செய்வதாகவோதான் இருக்கும். பின் இதனை லௌகீக வாழ்வின் அந்தஸ்துகளோடு இணைக்க முற்படுவது எங்ஙனம் சரியாகும்?

***காலச்சுவடு* இதழ் 48, ஜூலை - ஆக. 2003**

அண்மை வெற்றிடம்

மத்தியில் தேசிய ஜனநாயகக் கூட்டணி லேபிளின் கீழ் பாரதிய ஜனதா அரசு அமைந்ததி லிருந்து, சிறுபான்மை இனத்தவருக்கு எதிரான அதன் போக்குகள் எவ்விதத் தயக்கமும் இன்றி வெளிப்பட்டவண்ணம் உள்ளன. சும்மாவேனும் 'மிதவாதி' என்று போற்றப்படுகிற வாஜ்பாயின் பேச்சுகளோ அவருடைய அரசின் போக்குகளுக்கு முற்றிலும் மாறானவை. ஆனாலும், தேசிய ஜனநாயகக் கூட்டணியின் செயல்திட்டமே நடைமுறையில் இருப்பதாக அவர் கூறுவதை ஒப்புக்கொள்பவர்கள் கூட்டணிக் கட்சியினர் மட்டும்தான்.

வாஜ்பாயின் அரசைப் பற்றிய நம்பிக்கை சிறுபான்மை இனத்தவரிடம் இல்லவேயில்லை என்பதை அறுதியிட்டுக் கூறிவிடலாம். அதிலும், குஜராத்தில் இந்துத்துவ தீவிரவாதம் கட்ட விழ்த்துவிடப்பட்டு இனப்படுகொலை கச்சிதமாக நிறைவேற்றி முடிக்கப்பட்ட பின்னர், வாஜ்பாய் இந்த நாடு முழுவதற்குமான அரசின் தலைவர் என்கிற தோற்றம் முற்றாகக் கலைந்துவிட்டது. இதைத் தொடர்ந்து இந்துத்துவாவின் இனப்படுகொலை ரீதியிலான அடிப்படைவாதம் அரசியல் களத்தில் பிரதான இடத்தினைப் பெற்றுவிடக் கூடாது என்பதில் குறியாக இருக்கும் பா.ஜ.கவின் தே.ஜ.கூ. அரசு, முஸ்லிம் தீவிரவாதம் பற்றிய செய்திகளைப் பரப்புவதில் இன்னும் அதிக அக்கறை எடுத்துக் கொள்கிறது.

முஸ்லிம் தீவிரவாதிகளின் வெறியாட்டங் களுக்குப் பிறகு, கைது செய்யப்படுகிறவர்கள்

அனைவருமே நம்பத்தகுந்த சாட்சியங்களின்பேரில் கைது செய்யப்படுவதாகத் தோன்றவில்லை. சில யூகங்களை ஊதிப் பெருக்கியதால் உண்டாகும் கற்பனை வலையில் காவல்துறையும் புலனாய்வு அமைப்புகளுமே சிக்கிவிடுவதாகத் தோன்றுகிறது. எந்தச் சம்பவத்திற்குப் பிறகும் கிளப்பப்படுகிற வதந்திகள், ஒவ்வொருவரையும் அபாயம் நெருங்கிவந்து நிற்பது போன்ற எண்ணத்தை உருவாக்குகின்றன. இவ்வகையான கைதுப்படலத்தில் நம் கவனத்தைச் செலுத்துவது அவசியம். சுவாமி நாராயண் கோவிலில் நடைபெற்ற விபரீதங்களையடுத்துப் பலரும் கைது செய்யப்பட்டபோது, அவர்கள் இந்தியா முழுவதிலுமுள்ள கோவில்களைக் குறி வைத்திருந்ததாக அரசும் காவல்துறையும் கூறின. ஏதாவதொரு கொலை முயற்சி நடந்தாலும், அதன் தொடர்ச்சியாகக் கொலை செய்யப்படவிருக்கும் தலைவர்களின் பட்டியல் வெளிவருகிறது.

ஆனால், ஒரு விஷயத்தில் மட்டும் எவ்விதப் பிறழ்வும் இல்லை; சரியான இலக்கு ஒன்று இருக்கிறது. இதுவரை கைது செய்யப்பட்ட தீவிரவாதிகளில் பலர் அத்வானியைக் கொல்ல முயற்சி செய்துள்ளனர். நல்லவேளையாக, அப்படியெதுவும் அத்வானிக்கு 'இதுவரை கைதானவர்களிடமிருந்து' நேரவில்லை. வாஜ்பாயும் அப்துல்கலாமும்கூடக் குறிவைக்கப் பட்டுள்ளனர். ஆனாலும் அத்வானியின் பெயர் மட்டும் ஏன் முன்வைக்கப்படுகிறது? உள்துறை அமைச்சகம் கைவசம் இருப்பதால் இப்படி ஒரு வசதியா? பா.ஜ.கவின் உட்பூசலின் விளைவாக இந்த வினோதநிலை உண்டானால், அதுவும்கூட இந்துத்துவ அடிப்படைவாதத்திற்கு ஆதரவான மனநிலையை உருவாக்கப் பயன்படுகிறது.

இந்நிலையில்தான், முஸ்லிம்களின் இருப்பும் பிரச்சினை ஆகிறது. இப்போது தீவிரவாதம் என்ற சொல்லைப் பயன் படுத்தினாலேயே, அது முஸ்லிம் என்ற மதத்தினருடன் தானாகவே சேர்ந்துவிடுகிறது. அந்த அளவிற்கு இதுபற்றிய பிரச்சாரங்கள் வலுப்படுத்தப்பட்டுவிட்டன. செய்தி ஊடகங்கள் தீவிரவாதி களைப் பற்றிய செய்திகளை வெளியிடும்போது அளவுக்கு மிஞ்சிய பீதியுணர்வை ஊட்டுகின்றன. அந்தச் செய்திகள் வெளியாகும் தொனி சங்கப் பரிவாரங்களின் குரல்வளைகளுக்கு உரியது. இந்தச் செய்திகள் பரப்பப்படும் நோக்கில் இந்திய முஸ்லிம்கள் அனைவரும் சந்தேகப் பார்வைகளுக்கு உள்ளாக்கப் படுகின்றனர். 'நாங்களும் தேசபக்தியாளர்கள்தாம்' என்று எங்கோ எவரிடமோ எவ்விதமாகவோ நிரூபித்தே தீரவேண்டும் என்ற சூழல்; பாகிஸ்தானின் நிழலின் கீழ் முஸ்லிம்கள் என்பதான சித்தரிப்பு; தீவிரவாதிகளுக்கு நிலம் தாண்டியும் கடல் தாண்டியும்

தொடர்புகள் இருப்பதனால் முஸ்லிம்களுக்கும் அவ்வாறேயான தொடர்புகள் என்பதான மாயத்தோற்றம்! இந்திய முஸ்லிம் சமூகம் மெல்ல மெல்லத் தனிமைப்படுத்தப்பட்டுவருகிறது.

அரசியல் களத்தில் எதிர்க் கட்சியுடனான மோதலாகவோ அவதூறாகவோ இது இல்லை. அப்படியிருந்தால் எந்தச் சமயத் திலும் இதனைக் களைந்துவிட முடியும். ஆனால், ஊடகங்களின் செய்திகள், அவை தரும் பரபரப்புகள், பதற்றங்கள் ஆகிய அனைத்தும் குறிப்பிட்ட சமூகத்தின்மீதான தாக்குதலாகவே இருக்கின்றன. இவை நாட்டிற்குள்ளேயே இருக்கக்கூடிய மாபெரும் ஜன சமுத்திரத்தை ஒரு நோயின் அடையாளம் என ஆக்கிவிடுகின்றன. பாகிஸ்தானைப் பற்றிய செய்திகள் வரும் போதெல்லாம் அதனை இந்திய முஸ்லிம்களோடு இணைத்தே பார்க்க வேண்டும் என்பதான கருத்தோட்டங்கள் ஏற்பட்டுள்ளன.

இந்திய முஸ்லிம்கள் இக்கட்டான நிலைக்கு வந்துவிட்டனர் எனில், நாடும் அதே இக்கட்டான நிலைக்கு வந்துவிட்டது என்றே அர்த்தம். சமூகத்தின் ஒரு பகுதியை நிராதரவாய் விட்டுவிட்டு இன்னொரு பகுதி காலூன்றிக்கொள்ளும் என்பதெல்லாம் கற்பனைக்கும் எட்டாத மாயை. நாகரிக யுகத்தில் எந்த இனமும் அல்லது பிரிவும் இன்னோர் இனத்தின் அடிமையாக இருக்க முடியாது. இரண்டாம் தரப் பிரஜை என்கிற நிலைக்குள்ளும் போக முடியாது! தேசநலனை விரும்பும் ஊடகங்கள் தத்தம் ஆர்வம் உண்மையானதாக இருக்கும்பட்சத்தில் தம்மை மறுபரிசீலனைக்கு உள்ளாக்கிக் கொள்ள வேண்டியது அவசியம்.

ஐம்பதாண்டுகளைக் கடந்த பிறகும் இந்தியச் சுதந்திரம் செம்மைபெறவில்லை எனில், அதற்கான தார்மீகப் பொறுப்பை நாம் ஒவ்வொருவரும் ஏற்றுக்கொள்ள வேண்டியவர்களாவோம். மனோரீதியாக நாடு பிளவுபட்டு வருவதைத் தேசிய ஜனநாயக முன்னணி அரசும் தடுக்கவில்லையென்றால் அது வரலாற்றுப் பழியைச் சுமக்க வேண்டியிருக்கும்.

***காலச்சுவடு* இதழ் 46, மார்ச் - ஏப்ரல் 2003**

ஒரு கையில் ஆலீவ் இலை மறு கையில் துப்பாக்கி

மனித நாகரிகம் மிக உயர்ந்த நிலையை எட்டியுள்ளது என்று நாம் கருதிக்கொண்டிருக்கும் இந்த நூற்றாண்டில்தான் ஒரு குரல் அண்மைக்காலம் வரை 'நாங்கள் யாசர் அராபத்தைக் கொன்றொழிப்போம்' எனச் சொல்லிக் கொண்டிருந்தது. இந்தக் குரலை ஒலித்தவர் இஸ்ரேலின் பிரதமர் ஏரியல் ஷரோன். தன் பதவியின் பொருட்டாகக் கூட நாகரிகமான குரலை உலக அரங்கின் முன் ஒலிக்கத் தெரியாத ஒரு மனிதர் தலைமை வகிக்கும் நாடு, பாலஸ்தீனப் போராட்டத்தை எவ்விதம் கையாளும் என்பதை நம்மால் அறிந்துகொள்ள முடிகிறது. இன்று யாசர் அராபத்தின் மறைவுக்கு இஸ்ரேல்தான் காரணம் என்கிற குற்றச்சாட்டும் எழுந்துவிட்டது (ஆனால் இஸ்ரேல் இதற்காக நாணப்போவதில்லை).

ஒரு தலைவனின் வரலாறும் விடுதலை இயக்கத்தின் வரலாறும் ஒன்றுபோலவே இருக்கும் என்பதற்கு யாசர் அராபத்தின் வாழ்க்கையும் இன்னொரு சான்றாகியிருக்கிறது. பாலஸ்தீன விடுதலைக்கான போராட்டம் முன்னெழுந்த காலத்திலிருந்து யாசரின் தனிப்பட்ட வாழ்க்கைக்கான சுவடுகளைக் காண முடிவதில்லை. அமைதியும் சாந்தமும் கனிவு சூடிய கண்களுமாய்த் திகழ்ந்த அந்த முகமானது ஓர் இன விடுதலைப் போராளியின்

முகம் என்பது பேராச்சரியம் தரக்கூடியதாகும். உலகெங்குமுள்ள பாலஸ்தீனர்களின் சொந்தத் தாயகத்திற்கான நம்பிக்கையைச் சகலவிதமான இன்னல்களுக்கும் ஏற்ற இறக்கங்களுக்கும் மத்தியில் தன் கடைசி நிமிடம்வரை கொண்டுசென்ற தளர்வுறாத போராளியாக அவர் வாழ்க்கை நிறைவுபெற்றுள்ளது.

நம் கண்ணெதிரே காண நேர்ந்த நிகழ்கால முஸ்லிம் உலகத்தில் இவரைப் போன்ற சரித்திர நாயகன் வேறு எவருமில்லை. வளம் கொழிக்கும் இஸ்லாமிய நாடுகள் சுற்றிச் சூழ இருந்தும், அவருடைய சொந்தத் தாயகத்திற்கான போரை அனாதரவான நிலையிலேயே நின்று நடத்த வேண்டியதாயிற்று. முஸ்லிம் மன்னர்களின் பாலஸ்தீன ஆதரவு என்பது சுயநலம் சார்ந்ததாகும். ஜோர்டானில் பாயும் நதியைத் தன் நாட்டிற்குத் திருப்பிவிட 1963இல் இஸ்ரேல் முயற்சிசெய்தபோது ஆத்திரமுற்ற அரபு நாடுகள் எகிப்தில் கூடி வடித்த தீர்மானத்தில், 'யூத வெறியர்களின் இராணுவம் மற்றும் தொழில்நுட்பம் சார்ந்த ஆபத்துகளை எதிர்கொள்ளும் விதமாக நடைமுறைக் காரியங்களைச் செய்ய வேண்டியுள்ளது. தங்களது எதிர்காலத்தைப் பாலஸ்தீனர்களே தீர்மானித்துக்கொள்ள அவர்களுக்கு உதவும் பொருட்டாக அவர்களை ஒருங்கு திரட்டியாக வேண்டும்,' எனக் கூறின.

அரபு நாடுகளின் தார்மீக ஆதரவும் உதவியும் தொடர்ந்து கிடைத்திருக்குமானால் பாலஸ்தீனம் என்பது இன்றளவிலுமான நீண்ட நெடுங்கனவாக இருந்திருக்காது. அதே சமயத்தில், பாலஸ்தீனப் போர் வென்றிருந்தால் அது முதலில் அரபு நாடுகளையே பாதித்திருக்கும் என்பதும் முழு உண்மை; அரபு மன்னர்களின் முடியாட்சிக்கு மாற்றான சுதந்திர பாலஸ்தீன நிர்வாகம் வளைகுடா மக்களின் மத்தியில் புத்துணர்வுகளை உருவாக்கியிருக்கும். அராபத் கனவு கண்ட சுதந்திரப் பாலஸ்தீனம் 'சமயச் சார்பற்ற ஜனநாயகத் தன்மை' படைத்த நாடாகும். அதாவது, பாலஸ்தீன முஸ்லிம்கள் யூதர்களுடனும் கலந்துறவாடி வாழ்வதான அபிலாஷையைக் கொண்டிருந்தார் அராபத். இது வளைகுடாவின் சரித்திரத்தில் புதிய பரிமாணத்தைக் கூட்டுவதாகும். சுதந்திர இந்தியா பற்றி மகாத்மா காந்தியும் ஜவஹர்லால் நேருவும் கொண்டிருந்த அதே விசாலமான பார்வையை யாசர் அராபத்தைத் தவிர வேறெவராலும் கொள்ள முடியாது.

ஆயுதம் தாங்கிய போராட்ட வீரராக மலர்ந்த யாசர் அராபத் எட்டு ஆண்டுகளாகக் கொரில்லா பாணி யுத்தத்தை நடத்தினார். அவர் ஓர் என்ஜினியராக சுகமாக வாழ்ந்திருக்க முடியும்.

ஆனால், பாலஸ்தீன இனத்தின் விடுதலை வேட்கையானது யாசரைத் தன்னுள்ளே ஈர்த்துக்கொண்டது. அதன்பின் அவர் அதனோடேயே இரண்டறக் கலந்துவிட்டார். யாசர் தன் போராட்டத்தின் கட்டுறுதியைப் பறைசாற்றும் விதமாக அடிக்கடி சொல்வார்: 'புயல் வீசி மலை சாயாது'. அதன் பின்னர் 1969இல் அவர் பாலஸ்தீன விடுதலை இயக்கத்தின் தலைவராக ஆனார். 1974இல் அவர் ஐ.நா.வில் ஆற்றிய உரை, அஹிம்சா ரீதியான தீர்வைக்காண யாசர் முற்படுவதைக் காட்டியது.

'ஒரு கையில் ஆலிவ் இலை; இன்னொரு கையில் துப்பாக்கி. தனக்கு எது வேண்டுமென எங்கள் எதிரியே தீர்மானித்துக் கொள்ளட்டும்.' இந்த உரை அவருக்கு உலகப் புகழை ஈட்டித் தந்தது. யாசர் அராபத் எல்லோர் கவனத்துக்கும் ஆளானார். பாலஸ்தீன விடுதலைப்போர் பல நாடுகளால் அங்கீகரிக்கப் பட்டது. 1975ஆம் ஆண்டு 'ஜூரியர் க்யூரி' என்னும் சமாதானப் பதக்கமும் அவருக்கு வழங்கப்பட்டது.

எது எப்படியிருந்தபோதிலும் இஸ்ரேலுக்கும் யூதர்களுக்கும் அவர் ஒப்புக்கொள்ளப்பட முடியாதவராகவே ஆனார் என்பதுதான் உண்மை. அமைதித் தீர்வை இஸ்ரேல் ஏதாவதொரு கட்டத்தில் விரும்பியிருந்தால் அது அராபத்தின் சாதகமான நிலைப்பாடுகளை நெருங்கிச் சென்றிருக்கும். ஆனால், அவரைக் கொன்றொழிக்கவே இஸ்ரேல் திட்டம் தீட்டியது. இஸ்ரேலின் அடாவடித்தனங்களையும் மீறி, இஸ்ரேல் கடுமையான எரிச்சல் கொள்ளும் வகையில் சோவியத் யூனியன், சீனா, இந்தியா போன்ற பெரிய நாடுகளும் யாசருக்கு நட்புக்கரம் நீட்டின. சோவியத் யூனியனின் தலைவர்களுக்கும் இந்தியப் பிரதமராய் இருந்த இந்திரா காந்திக்கும் கியூபா அதிபர் ஃபிடல் காஸ்ட்ரோவுக்கும் எப்போதுமே நெருக்கமான நண்பராக (தனிப்பட்ட முறையிலும்கூட) யாசர் அராபத் திகழ்ந்தார் என்பது அவருடைய வரலாற்றின் பெருமையான அத்தியாயம்.

1988இல் இஸ்ரேலின் இருப்பை அவர் அங்கீகரித்த விதமும் 1993இல் அவர் கையெழுத்திட்ட ஆஸ்லோ உடன்படிக்கையும் அராபத்தின் பெருமைக்கு ஏற்புடையதாக இல்லை. இந்தக் காலகட்டங்களில் சோவியத் யூனியன் வாழ்ந்தது என்பதும் அமெரிக்கா பூதாகரமான ஒற்றை வல்லரசாக உருவாகியிருந்தது என்பதும் கவனிக்கத்தக்கன. குடும்ப வாழ்வை எண்ணிப் பார்த்திராத அராபத், ஒன்பதாண்டுகளுக்கு முன்னர்தான் தன்னிடம் பணிபுரிந்த சுஹாவை விரும்பி மணம்செய்து கொண்டார். அவர்களுக்கு ஒரு மகள் உண்டு.

விடுதலைப் போரிலேயே 45 ஆண்டுக் காலம் கழித்த பின்னரும் அவர் தன் நாட்டின் விடுதலையைக் காண முடியாதவராகவே விடைபெற்றுவிட்டார். அவர் பெரும் நம்பிக்கைவைத்துச் செயல்பட்ட ஆஸ்லோ உடன்படிக்கையும் கானல்நீராகிவிட்டது. ஆயினும் நம்பிக்கை இழக்காத திடசித்தம் அவருடையது. ஒவ்வொரு விடுதலைப் போராளிக்கும் அவர் விட்டுச் சென்றிருக்கிற பெரும் பங்களிப்பு அது. அவர் மரணத்தை இஸ்ரேல் பெரிய மன உவகையுடன் கொண்டாடக்கூடும். தன் இலக்கை வேறொரு விதமாக அது நிறைவேற்றிக்கொண்டதில் தன்னைத் தானே அது பாராட்டிக்கொள்ளவும் கூடும். ஆனால், யாசர் விட்டுச் சென்ற வெற்றிடம் மகா ஆழமானது என்பதோ அது இஸ்ரேல் தனக்குத்தானே வெட்டிக்கொண்ட குழி என்பதோ இனி வரும் நாள்களில்தான் அதற்கே புரியவரும். அந்த நாள்கள் வரும் வரைக்கும் வந்தபின்னரும்கூட யாசர் அராபத்தின் பெயரும் புகழும் மென்மேலும் வளர்ந்தபடியே இருக்கும். இஸ்ரேலின் யுத்தத் தந்திரங்கள் செல்லுபடியாகாத இடமும் அதுதான்.

காலச்சுவடு இதழ் 60, டிசம்பர் 2004

பா.ஜ.கவும் தமிழக அரசியலின் ரசாயன மாற்றமும்

1967ஆம் ஆண்டில் நடந்த தேர்தலை நான் பள்ளிக்கூட மாணவனாக இருந்தபோதும் ஓரளவுக்கு உள்வாங்கியிருக்கிறேன். இன்று தமிழகத்தில் பலமான எதிர்க்கட்சிகளின் கூட்டணி ஒன்று உருவாகியிருப்பதைப் போலவே 1967இலும் ஓர் எதிர்ப்பு அணி உருவாகியிருந்தது. 1967இல் தி.மு.கழகத்தால் வீழ்த்தப்பட்டது காங்கிரஸ். காங்கிரஸின் ஆட்சி முடிந்து கழக ஆட்சி உருவான போது அந்தக் கட்சியின் சின்னத்தைப் போலவே தமிழகம் பிரகாசிக்கப் போகிறது என்கிற அதீதமான நம்பிக்கை அப்போது உண்டாகியிருந்தது. வாக்குச் சீட்டுகளின் மூலம் தாங்கள் யுகப்புரட்சியையே நடத்தி முடித்துவிட்டதாக எல்லோருக்கும் ஒரு நினைப்பு. எங்கள் கிராமத்தில் மொத்தமுள்ள 24 வீடுகளில் சரிபாதியாக முஸ்லிம்கள். மீதமுள்ள 12 வீடுகளில் யாதவர், தேவர், செட்டியார், ஆசாரி என்கிற சாதிகளில் தலா ஒவ்வொரு குடும்பம் தவிர்த்து இதர அனைவரும் சைவப் பிள்ளைமார்கள். இப்படியான இந்த 24 குடும்பங்களிலுள்ள பெரியவர்களும் உதயசூரியனுக்கே வாக்களித்திருந்தார்கள்.

இந்தத் தேர்தலில் தமிழக முஸ்லிம்களின் வாக்குகள் திமுக தலைமையிலான கூட்டணிக்குக் கிடைத்தது. முஸ்லிம் மிராசுதார்கள் மட்டும் வழக்கம்போல காங்கிரஸுக்கு வாக்களித்திருந்தனர்.

காயிதேமில்லத் இஸ்மாயில் சாகிபுவின் தெளிவான அரசியல் கண்ணோட்டம் முஸ்லிம்களுக்குப் பிடித்திருந்தது. அவரும் திமுக கூட்டணியில் அங்கம் வகித்திருந்தார். இதைவிடவும் முக்கியமான காரணம் தி.மு.கழகமே ஓர் இஸ்லாமியக் கட்சி போன்ற உணர்வை முஸ்லிம்களிடத்தில் ஏற்படுத்துவதில் வெற்றிகண்டிருந்தது. அதிலும் ஒன்றே குலம், ஒருவனே தேவன் என்கிற கொள்கை இஸ்லாமிய அடையாளத்தை வலுப்படுத்தியிருந்தது. நாகூர் ஹனிபாவின் ஓங்கார நாதம் எங்கும் பரவி முஸ்லிம்களுக்கும் கழகத்துக்கும் இடையில் ஆத்மார்த்தமான இணைப்பை மிளிரச் செய்தது. திமுக இவ்வளவு நெருக்கமான இஸ்லாமியச் சார்பை வெளிப்படையாகப் பறைசாற்றியிருந்தபோதும் தமிழ்ச் சமூகம் இதில் எவ்வித மாச்சரியமும் கொள்ளாமல், திமுகவின் அரசியலை உள்வாங்கிக்கொண்டது. தமிழக அரசியல் ஒரு சுற்று சுற்றிவந்துவிட்ட இக்காலச் சூழலில் மேற்குறித்த இந்த அம்சம்தான் மிகவும் எடுப்பான தோற்றத்தைத் தருகிறது.

அன்று முஸ்லிம்கள் ஒட்டுமொத்தமாய்த் தி.மு.க.வுக்கு வாக்களித்திருந்தபோதிலும் காங்கிரஸ் கட்சிக்கு முஸ்லிம்கள்மீது வெறுப்புணர்வு தோன்றிடவில்லை. அந்த மாதிரியான எண்ணம் தோன்றக்கூட வாய்ப்பைத்தராத அளவுக்குத் தமிழக அரசியல் பண்பாடு மிகவும் நளினமாக இருந்தது. முஸ்லிம்களுக்கும் இந்து சமூகத்தின் பல்வேறு சாதிகளுக்கும் இடையிலான நட்புமுறையில் உறவுரீதியான அழைப்புகளே இருந்தன. எனவே, தமிழகத்தின் வாக்காளர்களை அரசியல் கட்சிகள் அணுக நேர்ந்த முறைகளில் மதரீதியான மோதல்களுக்கான சித்தாந்த தளம் இருந்திடவில்லை. ஆனால் இன்று?

1967இல் மத்தியிலும் மாநிலத்திலும் காங்கிரஸ்தான் ஆளுங் கட்சி. எனவே, அதற்கு எதிரான கூட்டணி நிலைப்பாட்டை அங்கீகரிக்க எவ்விதத் தடையுமில்லை. இன்றைய நாடாளுமன்றத் தேர்தலைச் சந்திக்கையில் பாஜகவுக்கு எதிரான அணி உருவாவதும் இயற்கைதான். அதனைப் புரிந்துகொள்ளவும் முடிகிறது. ஆனால், 2001இல் நடந்த சட்டமன்றத் தேர்தலிலும் மதவாத எதிர்ப்பு அணியைக் கட்ட வேண்டிய அவசியம் தமிழகத்திற்கு நேரிட்டுவிட்டதை எப்படிக் கணக்கெடுப்பது? பாரதீய ஜனதா தமிழகத்தின் வலுவான கட்சி அன்று. 2001இல் பாஜக எல்லோரையும் மிரட்டக்கூடிய அளவுக்கு வளர்ந்திருக்கவு மில்லை. ஆனால், கோவை கலவரத்தில் சிறுபான்மைச் சமூகத்தின் மீது வலுவான எதிர்ப்பைக் கட்டவிழ்த்துவிடுவதில் கைதேர்ந்த நிலையில் இருந்தது. அதுதான் மதவாத எதிர்ப்பு அணியைக் கட்டத் தமிழகத்தைத் தூண்டியதா? கட்சி பலவீனமாயிருக்கும்போது அதன் சிந்தாந்தம் எப்படி வலுவானதாக ஆயிற்று? தனித்து

நின்றால் காப்புத் தொகையைக்கூடத் தக்கவைத்துக்கொள்ள முடியாத ஒரு கட்சி, அத்தன்மைக்கும் மீறியதான சக்தியைக் கொண்டிருப்பது எங்ஙனம்? சாத்தான்குளம் இடைத்தேர்தலில் காங்கிரஸுக்கும் அதிமுகவுக்குமான போட்டியில் அதிமுகவே வென்றபோதும் 'சாத்தான் குளத்தில் பாஜக வெற்றி' என்று *காலச்சுவடு* தலையங்கம் தீட்டியது. இந்த அளவிற்கான ரசாயன மாற்றம் தமிழக அரசியலில் எப்படி நடந்தது?

கேள்விகள் முடிவற்று நீள்கின்றன. திராவிட இயக்கங்களை எதிர்த்து எவருமே அரசியல் செய்ய முடியாத நிலைமையும் வெற்றிபெற முடியாத நிலைமையும் நம் கண்களுக்குத் தெளிவாகத் தெரிகிறது. ஆனாலும், பலவீனமான கட்சியான பாஜகவின் ஹிந்துத்துவா சித்தாந்தமே வெல்லப்பட வேண்டியதாக இங்கே தோற்றம் தருகிறதெனில், திராவிட அரசியல் எந்தத் தளத்தி லிருந்து இயங்குகிறது?

அன்று முஸ்லிம்களும் இந்துக்களும் மதவாதத்தன்மையற்று வாக்களித்ததைப்போல இனி வாக்களிக்கும் சூழல் உருவாக என்ன செய்யவேண்டும்? விஞ்ஞானத் தொழில் நுட்பமும் நாகரிகமும் வளர்ந்துவருகையில் அதனைப் பயன்படுத்திக் கொண்டபடியே, ஒரு நாடு கருத்தியல் ரீதியாக மட்டும் எங்ஙனம் பின்செல்கிறது? மதவாதம் பற்றிய எண்ணமே இல்லாமல் முஸ்லிம்களும் இந்துக்களும் பொதுவான தளத்தில் நின்று மீண்டும் வாக்களித்து மகிழும் அந்த நாள் வருமா?

இரண்டு தரப்பிலுமுள்ள ஜனநாயகச் சக்திகள் யோசித்துச் செயல்பட வேண்டிய தருணம் இதுவே!

காலச்சுவடு இதழ் 52, மார்ச் - ஏப்ரல் 2004

உள்ளிருக்கும் பகை

தமிழக முஸ்லிம்களின் மத்தியில் கடும் அதிருப்தியையும் ஒற்றுமைக் குலைவையும் உருவாக் கிடக் காரணமாகவிருந்த பி. ஜைனுல் ஆபிதீனின் (இனி பி. ஜே.) தவ்ஹீது இயக்கம் பிளவுபட்டுள்ளது. இஸ்லாம் என்பதே ஓரிறைக் கோட்பாட்டின் உச்சம்தான். ஆனால் தங்களுக்குத் தாங்களே 'ஓரிறை நம்பிக்கையாளர்கள்' என முத்திரை குத்தி முஸ்லிம்களுக்குள் கடும் சேதாரங்களை உண்டு பண்ணிய அந்த இயக்கம், தற்போது தமுமுக என்கிற அமைப்பை முன்வைத்துப் பிளவுபட்டதால் தமிழ் முஸ்லிம்களின் மத்தியிலே அபார சந்தோசம்!

இப்போது பிஜே, மூலவேர்களில் ஒன்றாக இருந்து தோற்றுவித்த தமுமுகவிலிருந்து விலக்கி வைக்கப்படவேண்டிய சூழலுக்கு ஆளாகியுள்ளார் அல்லது தானாகவே விலகியாக வேண்டிய நெருக்கடிக்குத் தள்ளப்பட்டுள்ளார். இந்த விவகாரம் பற்றிப் பலவிதமாகப் பேசப்பட்டுவிட்டாலும் பிஜேயின் செயல்பாடுகளை வேறொரு கோணத்தில் அலசிப் பார்க்க வேண்டியுள்ளது. பலப்பல மார்க்க மேதைகளைப்போலவே, தன்னுடைய மார்க்க அறிவைச் சமூகரீதியான கண்ணோட்டத்தோடு இணைத்துப் பார்க்கத் தெரியாதவர் பிஜே. இஸ்லாத் தின்மீதான அவருடைய தீவிரபக்தி, ஒரு முரட்டுத் தனமான இஸ்லாமியப் புரிதல்களுக்குள்ளேயே அவரைச் சிக்கவைத்திருக்கிறது. முஸ்லிம்களிடையே கவனத்தில் பதியத்தக்க மனச்சஞ்சலங்களைத் தோற்றுவித்தார். விஞ்ஞான வளர்ச்சியோடு

முஸ்லிம்களைப் பொருந்தவிடாமல் கவனமாகத் தடுத்து உப்புச்சப்பற்ற ஆன்மிகப் புரட்சியை உண்டுபண்ணி, அதிலேயே முஸ்லிம்களின் கவனங்களைக் குவியச்செய்தார்.

தமுமுகவின் இன்றைய விவகாரத்தைப் பொறுத்தும் பிஜேயின் பார்வை ஒற்றையடிப் பாதையில்தான் போய்க்கொண்டிருக் கின்றது. தமுமுக ஓர் அரசியல் இயக்கமாக மாறும்போது, அதன் மூலம் 'களப்பணியாற்றினால் ஈமான் (இறை நம்பிக்கை) பறிபோய்விடும்' என்று அவர் அஞ்சுகிறாராம். மேலும் தமுமுக ஆரம்பிக்கப்பட்டபோது "வருங்காலத்தில் தமுமுகவா தவ்ஹீதா என்கிற பிரச்சினை ஏற்பட்டால், தான் தவ்ஹீது பாதையையே தேர்ந்தெடுக்கப் போவதாகவும்" ஓர் உறுதியை வழங்கியுள்ளார்.

ஒரு நாட்டின் அரசியல் போக்குகளும் சமூகத்தில் ஏற்படும் ஏற்ற இறக்கங்களுமே ஒரு மனிதரின் அல்லது இயக்கத்தின் நடைமுறையைத் தீர்மானிக்க முடியும். உதாரணமாக, குஜராத் கலவரத்தின் சூட்டோடு சூடாகச் சட்டமன்றத் தேர்தலில் வென்ற நரேந்திர மோடி, நாடாளுமன்றத் தேர்தலில் பெரிய அடியை வாங்கிக்கொண்டார். வாக்காளர்களின் மத்தியிலே தோன்றிய சிந்தனை மாற்றம், மத்தியிலும் குஜராத்திலும் அரசியல் சூழலையே கவிழ்த்துப் போட்டது. சமகால வரலாறு என்பது ஒவ்வொரு விநாடியிலும் வெவ்வேறுவிதமான உயிர்த் துடிப்புடன் இயங்குவதாகும். ஒரு பாமரனே அவ்வப்போதைய சூழலை அவதானித்துத் தன்னை மாற்றிக்கொள்கிறான். தன் முன்தீர்மானங்களிலேயே ஒருவர் உறுதிகொண்டு நிற்பாரெனில் அவர் தேங்கிவிடுவார். பி.ஜே.வுக்கு நேர்ந்தது இதுதான். தான் என்றும் இஸ்லாமிய விசுவாசி என்று உலகிற்குப் பறைசாற்ற விரும்பி இன்றைய அரசியலைக் கைவிடுகிறார். எவ்வளவுதான் பக்திமானாக இருந்தாலும் சமகால அரசியலிலிருந்து அவர் விலகி நிற்க முடியாது. சமூக உணர்வுகளின் உள்ளீடற்ற இறை பக்தி என்பது ஏமாற்றுவித்தை. குஜராத்தில் முஸ்லிம்கள் கொல்லப்பட்டது ஹிந்துத்வா அரசியலின் வெளிப்பாடு. அந்த அரசியலை முறியடிக்காமல் முஸ்லிம்கள் உயிர்வாழ உத்தரவாதமில்லை. பிஜே இந்தச் சிக்கலை விடுத்து மார்க்க உபதேசம் செய்வாரெனில் அவர் அநீதிகளின் மீதான கோபங்களற்றவராகிறார். அநீதிகளின்மீது கோபங்களற்றவர்களுக்கு இஸ்லாத்தில் இடமேயில்லை.

(அரசியலில்) களப்பணியாற்றினால் ஈமான் போய்விடும் என்பதிலும் மார்க்கப் பார்வை இல்லை. களப்பணி என்பது இறைவனின் ஆட்சிக்காக அல்லாமல் (அரசியல்வாதிகளாகிய) மனிதர்களின் ஆட்சிக்குப் பங்காற்றுவதாக அர்த்தம். ஆனால்,

பன்மைச் சமூகங்களும் பன்மைக் கலாச்சாரங்களும் உள்ள இந்தியாவில் இறையாட்சி என்பதற்கான தர்க்க ரீதியான புரிதல்கள் பி.ஜே.யிடம் இன்னமும் காணக்கிடைக்கவில்லை.

இஸ்லாமிய வரலாற்றின் இடைப்பட்ட காலத்தில் முஸ்லிம்களுக்கு மத்தியில் இதுபோன்ற அரசியலைப் புறந்தள்ளிய மார்க்கக் கோட்பாடுகள் முன்னெடுத்துச் செல்லப்பட்டதால்தான் இஸ்லாம் தன்னுடைய முன்னேற்றத்தை இழந்தது. இஸ்லாமிய வளர்ச்சி என்பது வெறும் தலைகளால் நிரம்பிய எண்ணிக்கைப் பெருக்கமாக அன்றி, உயிர்த் துடிப்புள்ள சமூக உருவாக்கமாக நிகழ மறுத்தது. இஸ்லாமியக் கோட்பாடுகளைச் சமூக உணர்வுகளோடு பின்னிப் பிணைக்காமல் வெறுமனே பக்திப் பரவசக் கருத்தாக்கமாகச் சுருக்கிக்கொண்டனர். பின்பு, இதுவே இஸ்லாமியப் புரிதலாகவும் தானே வளர்ந்தது; பிறரால் வளர்த்தெடுக்கவும்பட்டது. அரசியல் இஸ்லாமிய விரோதம் என்கிற கருத்தோட்டம் இன்று பரவியுள்ளது. இதனால் இஸ்லாம் நவீன காலப் பிரச்சினைகளைச் சந்திக்கத் திராணியற்று ஒரு கூட்டுக்குள் சிக்கிக்கொண்டது. இதன் உச்சபட்ச உதாரணம் பிஜே! இஸ்லாத்தின் பெயராலேயே இஸ்லாத்தைப் பின்னகர்த்திச் செல்லும் இதுபோன்ற போக்குகளை முறியடிப்பது அவசியம்.

***'காலச்சுவடு'* இதழ் 56, ஆகஸ்ட் - 2004**

வாழ்வுரிமைக்கான கோரிக்கை

முஸ்லிம்களுக்கு மட்டுமான தனி இட ஒதுக்கீட்டை வலியுறுத்தி அண்மையில் தஞ்சையில் மாபெரும் பேரணியை நடத்தி முடித்திருக்கிறது தமிழ்நாடு முஸ்லிம் முன்னேற்றக் கழகம். முஸ்லிம் களைப் பிற்படுத்தப்பட்டவர்களுக்கான பட்டியலில் இணைத்து, அதன் மூலம் இடஒதுக்கீட்டுச் சலுகையைப் பெறுமாறு ஏற்பாடு செய்யப்பட்டுள்ளது. ஆனாலும், இதரப் பிற்படுத்தப்பட்ட சமுதாயத்தினருடன் போட்டியிட்டுத் தங்களுக்கான வாய்ப்பைப் பெறுகிற அளவுக்குக்கூட முஸ்லிம் சமுதாயம் தகுந்த கல்வித் தகுதியுடன் இல்லை. கேரளம், தமிழ்நாடு போன்ற ஓரிரு மாநிலங்களைத் தவிர்த்து இதர மாநில முஸ்லிம்கள் தரமற்ற வாழ்க்கையில் உழன்று கொண்டிருக்கிறார்கள். நாடாளுமன்றம், சட்டமன்றங்களிலோ முஸ்லிம்களுக்குத் தகுந்த பிரதிநிதித்துவமும் இல்லை. எனவே, இந்த ஜனநாயக அமைப்புகளிலும் முஸ்லிம்களுக்கு இடஒதுக்கீடு வழங்க வேண்டும் என்கிற கோரிக்கையை முன்னெடுத்துள்ளது தமுமுக.

இந்திய மக்கட்தொகைக் கணக்கெடுப்பு நடத்தப்படுவது ஒரு சடங்கு போன்ற நிலைதான். தலைகளை மட்டுமே எண்ணுகிறது கணக்கெடுப்பு. மொத்த மக்கட் தொகையில் ஒவ்வொரு சாதியாரும் ஒவ்வொரு மதத்தினரும் எத்தனை சதவீதம் பேர் இருக்கிறார்கள் என்பது

வெளிப்படையாகச் சொல்லப்படுவதில்லை. ஜனநாயகக் குடியரசில் இத்தகைய மூடுமந்திரம் இருப்பது ஆச்சரியமானது; இதனைச் சாக்காகப் பயன்படுத்திக் கொண்டு மக்கள்தொகையில் தாமே பெரும்பான்மைப் பலத்துடன் இருப்பதாகப் புள்ளி விவரங்களை அள்ளி வீசுகின்றன சில சாதிய அமைப்புகள். முஸ்லிம்கள் 12 சதவீதம் இருப்பதாக முன்னொரு காலத்தில் சொல்லப்பட்டது. இப்போது 20 கோடிப்பேர் முஸ்லிம்கள் என்கிறார்கள்; இதுவும் குத்துமதிப்பான கணக்குதான். எனவே, விவரமற்ற தகவலைக் கொண்டுதான் இடஒதுக்கீட்டுக்கான குரலையும் எழுப்பியாகவேண்டிய நிலையிலுள்ளது முஸ்லிம் சமூகம். முஸ்லிம்களின் மக்கள் தொகையை எவ்வளவுக்குக் குறைத்துவைத்துப் பார்த்தாலும், அதைவிடவும் குறைவான அளவிலேயே முஸ்லிம்கள் வேலைவாய்ப்புகளைப் பெற்றிருக் கிறார்கள். இதைப்பற்றிய விழிப்புணர்வும் நீண்டகாலமாக இல்லாமலே இருந்திருக்கின்றது. முஸ்லிம் அமைப்புகளும் இதனைப் பொருட்படுத்தவில்லை. மேலும், அந்த அமைப்புகள் அல்லது கட்சிகள் வலுவாகவும் இல்லை.

ஒரு பக்கம் இஸ்லாமியத் தீவிரவாதம் நிலவுகிறபோது, இன்னொரு புறத்தில் முஸ்லிம் சமுதாயம் புறக்கணிக்கப்படுவது மோசமான விளைவுகளை உண்டாக்கும். இதனை ஜனநாயக நாட்டம் படைத்த எவரும் ஒப்புக்கொள்ளவே செய்வார்கள். அதிலும், குறிப்பாக இராணுவத்திலும் காவல்துறைப் பணிகளிலும் முஸ்லிம்கள் அருகிப்போய்விட்டனர். அத்துடன், இந்தத் துறைகளில் முஸ்லிம்களைச் சேர்ப்பதில் ஆர்வம் காட்டப்படுவதில்லை. இது இராணுவமும் காவல்துறையும் பாரபட்சமாக இயங்க வழிவகுக்கிறது. மதவாத மோதல்களின்போது முஸ்லிம் சமூகம் பெரும் இன்னல்களுக்கு ஆளாகிறது.

காங்கிரஸ், திமுக, பாமக ஆகிய கட்சிகள் தங்களின் தேர்தல் அறிக்கையில் முஸ்லிம்களுக்கான இடஒதுக்கீட்டு முறைக்கு உத்திரவாதமளித்துள்ளன. ஆனாலும், இக்கட்சிகள் கூறுகிற இடஒதுக்கீடு என்பது அனேகமாக வேலைவாய்ப்புகளோடு மட்டுமே நின்றுபோய்விடக்கூடும். நாடாளுமன்றம், சட்டமன்றங் களுக்கான இடஒதுக்கீடுகளுக்கு இவை என்ன செய்யப் போகின்றன என்பது முக்கியமான கேள்வி. ஏனெனில், மதம் – இனம் என்பனவற்றை முன்னிறுத்தித் தன் ‘சமத்துவம்’ பலவீனப்பட இந்திய அரசியல் சட்டம் அனுமதிக்கவில்லை. இதன்படி, அது வகுப்புவாதப் பிரதிநிதித்துவத்துக்கு வாய்ப்பு தரவில்லை. அரசியல் சட்டத்தில் திருத்தம் செய்யப்பட்டால் ஒழிய முஸ்லிம்களுக்கான இடஒதுக்கீடு சாத்தியப்படாது.

நடைபெற்ற தேர்தலையொட்டி, ஒருபோதும் இல்லாத படிக்கு பாரதிய ஜனதா முஸ்லிம்களின் மீது அதிக அளவிற்குக் கவனம் செலுத்தியது. ஒவ்வொரு நாள் பிரச்சாரத்தின்போதும் வாஜ்பேயி, அத்வானி, வெங்கையா நாயுடு ஆகியோர் முஸ்லிம் களின் அபிமானத்தைப்பெற முயற்சிசெய்ததுடன் அவர்களின் ஆதரவுக்காகவும் நயந்து பேசி வந்துள்ளனர். முஸ்லிம்கள் தாங்கள் சிறுபான்மையினர் என்கிற மனச்சுளுக்கைக் கைவிட்டுவிட வேண்டும் என்று வாஜ்பேய் கேட்டுக்கொண்டதுடன் தேச முன்னேற்றம் என்பதும் சுபிட்சம் என்பதும் முஸ்லிம்கள் இரண்டறக் கலந்திருப்பதன் மூலம்தான் சாத்தியப்படும் என்றும் சொன்னார். எனவே, இது தக்க தருணமாகப் பரிணமித்துள்ளது. காங்கிரஸும் பாஜகவும் எதிர்வரும் நாடாளுமன்றக் கூட்டங் களில் அரசியல் சட்டத் திருத்தம் செய்வதற்கான மூன்றில் இரண்டு பங்கு பெரும்பான்மையைத் தந்து முஸ்லிம்களுக்கு நாடாளுமன்ற, சட்டமன்றங்களுக்கான இடஒதுக்கீட்டைச் செய்யலாம். இது, நாடாளுமன்றம் – சட்டமன்றம் ஆகியவற்றில் இஸ்லாமியச் சமூகத்தின் பிரச்சினைகள் பல்வேறு கோணங்களில் அலசப்படுவதற்கான வாய்ப்பை ஏற்படுத்தும்.

ஒரு பக்கம் இஸ்லாமியத் தீவிரவாதம் நிலவுகிறபோது, இன்னொரு புறத்தில் முஸ்லிம் சமுதாயம் புறக்கணிக்கப்படுவது மோசமான விளைவுகளை உண்டாக்கும். அது அவ்வாறு நிகழ்ந்து விடலாகாது.

காலச்சுவடு இதழ் 54, ஜூன் 2004

நல்ல தொடக்கம்

தமிழக முஸ்லிம்களிடம் இப்போது ஏற்பட்டிருக்கிற வரவேற்கத்தக்க மாற்றங்களில் ஒன்று, இந்தியச் சுதந்திரத்தை ஒரு பொருட்டாக முன்வைத்துக் கொண்டாடிவருவது. முன்பு இது போன்ற சிந்தனைகளேகூட முஸ்லிம்களிடம் உண்டானதில்லை. மேலும், வகுப்பு ரீதியிலான சுதந்திர தினக்கொண்டாட்டங்களுக்குத் தேவைகளும் இல்லாமலே இருந்தன. நம்முடைய சுதந்திரப் போராளிகள் அனைவரையும் அவர்களின் தேசம் தழுவிய போராட்ட முறைகளிலிருந்து விடுவித்து, குறுங்குழுவாதமான சாதியக் கட்டுக்கோப்பிற்குள் அடைக்கும் பணி தொடர்ந்து நடைபெற்றுவருகிறது. இதற்கு எதிரான கண்டனங்களை இன்னும் எவரும் எழுப்பாத நிலையில், சுதந்திர தினத்தை வகுப்புரீதியான தன்மையுடன் கொண்டாடுவது சரிப்பட்டு வருமா? அது மீண்டும் வேறுவிதமான பிளவு மனப்பான்மைகளை உருவாக்கிவிடாதா?

உருவாக்காது என்றே சொல்லத் தோன்றுகிறது. சுதந்திரதினக் கொண்டாட்டங்களை நடத்தும்படி இந்தச் சமூகத்தின் உள்ளிருந்தோ வெளியிலிருந்தோ யாரும் கேட்டுக்கொள்ளாமல் முஸ்லிம் சமூகம் தானே சிந்தித்துக் கண்டெடுத்த முடிவாகவே இந்த ஆண்டின் கொண்டாட்டங்கள் நடந்துள்ளன. பள்ளிவாசல் நிர்வாகம் சார்ந்தும் சுதந்திரதினம் கொண்டாடப்பட்டுள்ளது. சென்னையில் பல இடங்களில் பல்வேறு முஸ்லிம் பேச்சாளர்கள் சுதந்திரதினம் பற்றிய உரையை ஆற்றியுள்ளார்கள். நான் பணிபுரியும் புரொபசனல் கூரியரின் சேர்மன்

எஸ். அகமது மீரான் இராயப்பேட்டை அலுவலகத்தில் தேசியக்கொடியை ஏற்றிவைத்து உரையாற்றினார். இதை முக்கிய விஷயமாகக் குறிப்பிட வேண்டும். இதர இஸ்லாமிய நிறுவனங்களுக்கும் இந்த வைபவம் முன்மாதிரியாகத் திகழும்.

சுதந்திரப்போர் முஸ்லிம்களின் வாழ்க்கை முறையோடு இரண்டறக் கலந்திருந்தது. ஆங்கிலேயர்களின் ஆக்கிரமிப்பையும் அவர்களின் கலாச்சாரத் தாக்கத்தையும் எதிர்த்துப் போரிடும் முறைகளில் ஒன்றாக முஸ்லிம் சமூகம் ஆங்கிலக் கல்வியைப் புறக்கணித்ததைக் குறிப்பிட்டுச் சொல்ல வேண்டும். கடைசியில் சுதந்திரம் பெற்ற பின்னரும் இந்த ஆங்கிலக் கல்விப் புறக்கணிப்பு ஒரு தாக்கமாக முஸ்லிம்களைத் தொற்றிக் கொண்டது. இந்தியாவின் சராசரிக் கல்வியறிவுக்கும் கீழாகவே முஸ்லிம்களின் கல்வியறிவு இன்றுவரை உள்ளது. நாட்டின் விடுதலைக்காக எண்ணற்ற விலைகொடுத்த பின்னரும், அதைப் பற்றிய பிரக்ஞையும் வரலாற்றறிவும் இல்லாமல் முஸ்லிம் சமூகம் உழன்றுகொண்டிருக்கிறது. அதே சமயத்தில் முஸ்லிம்களின் மீதான தாக்குதல்களைத் தேசபக்தி – தேசியக் கொடி சார்ந்து இந்து வகுப்புவாதச் சக்திகள் நடத்திக் கொண்டிருப்பதும் பெரிய ஆச்சரியத்தைத் தருகிறது. எனவே, முஸ்லிம் சமூகத்தை அழுத்திக்கொண்டிருக்கும் இந்தச் சுமைகளை அப்புறப்படுத்துவதற்கான அஹிம்சைத்தன்மை நிறைந்த வீரார்ந்த போராட்டமுறையாக இது இருக்கக்கூடும்; வகுப்புவாதத்தன்மையோ குறுங்குழுவாதமோ இதில் இருக்கப்போவதில்லை.

இன்று தமிழகத்தின் அரசியல் களமும் மதவெறி அச்சில் சுழல்கிறது. இதற்கெதிராக வலிமையுடன் போராட வேண்டிய முன்னேற்றக்கழகங்கள், அரசியல் ஆதாயத்தோடு உழன்று கொண்டிருக்கின்றனர்; மத்திய அதிகார வேட்டை அவற்றை நிலைதடுமாற வைக்கின்றன. இதற்கெதிராக வலிமையுடன் போராட வேண்டிய முன்னேற்றக் கழகங்கள், அரசியல் ஆதாயத்தோடு உழன்றுகொண்டிருக்கின்றன; மத்திய அதிகார வேட்டை அவற்றை நிலைதடுமாற வைக்கின்றன. சுதந்திரப் போரின் சிறு பதிவும்கூட இல்லாத சக்திகள் தங்களைத் தேசப்பாதுகாவலர்களாக உருமாற்றம் செய்து கொள்ளும்போது, அதற்கெதிரான அணுகுமுறைகளை முஸ்லிம் சமூகம் தனக்குத்தானே வகுத்துச் சுதந்திர தினத்தை அனுசரித்திருக்கிறது. அதே சமயத்தில், சமூகத்தின் அனைத்துப் பகுதிகளிலுமே சுதந்திரப் போராட்டம் பற்றிய அக்கறைகள் மங்கிப்போய்விட்டன. எனவே, முஸ்லிம் இளைஞர்களும் எழுச்சியற்ற மனநிலையில் இருக்கிறார்கள். மசூதிகளில் வெள்ளிக்கிழமைதோறும் பிரசங்கம்

செய்கிற ஆலிம்களுக்கும் சன்மார்க்க உபன்யாசகர்களுக்கும் மார்க்க அறிவின் சிறுதிரட்சி மட்டுமே கைவசம் உண்டு. முஸ்லிம் இளைஞர்களுக்குக் காலம்காலமாக இந்தச் சிறுதிரளிலிருந்துதான் அறிவுத்தாகம் தீர்க்கப்படுகிறது. சர்வதேச அரசியல் பரிணாம வளர்ச்சிகளெல்லாம் அவர்களுக்குப் பொருட்டே அல்ல. இனிச் சுதந்திர தினம், குடியரசு தினம் போன்ற தேசம் தழுவிய விழாக்களை முஸ்லிம்கள் கையிலெடுக்கும்போது இந்த மதகுருமார்களும் தங்களின் சின்னஞ்சிறு உலகத்திலிருந்து வெளியில் கால்பதித்தாக வேண்டிய நிர்ப்பந்தம் ஏற்படும்.

சென்னை அண்ணாசாலை மக்கா மஸ்ஜித் சார்பில் சுதந்திர தினக்கூட்டம் மசூதியிலேயே நடத்தப்பட்டது. சென்னை அரசுப் பொதுமருத்துவமனையுடன் இணைந்து மாபெரும் இரத்ததான முகாம் ஒன்றையும் அது நடத்தியது. இவ்வாறான இரத்ததானத்திற்கு இஸ்லாம் அனுமதியளிக்கவில்லை என்று அங்கு பேசிய ஒரு மௌலவி கூறினார். இதற்குப் பதிலளித்துப் பேசிய மக்கா மஸ்ஜித்தின் இமாம் எஸ். ஷம்சுதீன் காஸிமி, இரத்த தானம் விஷயமாக மார்க்க அறிஞர்களிடம் ஆலோசனை கலந்து அதனை எவ்விதம் நடத்துவது என்பதை முடிவு செய்வோம் என்று அறிவித்தார். இது தர்க்கரீதியாகவும் பொறுப்புணர்வுடனும் இமாம்கள் சிந்திக்கத் தலைப்பட்டுள்ளார்கள் என்பதைக் காட்டியது. தேசிய நீரோட்டத்தின் உணர்வுபூர்வமான பகுதிக்குள் நுழைந்து தன் தார்மீகக் கடமையை நிலைநிறுத்த முயன்றிருக்கிறது முஸ்லிம் சமூகம். இனி இது தேசமெங்கும் பரவ வேண்டும்.

***காலச்சுவடு* இதழ் 58, அக். - 2004**

தேவையற்ற பீதி

அண்மையில் வெளியிடப்பட்ட 2001ஆம் ஆண்டு மக்கள்தொகைக் கணக்கெடுப்பின் விவர அறிக்கை பெரும் சர்ச்சையைத் தோற்றுவித்திருக் கின்றது. கணக்கெடுப்பின்படி முஸ்லிம்களின் இருப்பும் பிறப்பும் பெருகிவிட்டதைக் கொண்டு நாட்டிற்கே பேரபாயம் உண்டாகியிருப்பதாகப் பொருளாதார மேதை எஸ். குருமூர்த்தி கூறுகிறார். அவர் தன்னுடைய ஒப்பீட்டுக் கணக்குகளைத் தொடங்கும்போது நாடு முழுவதுமே முஸ்லிம்களுக்கு எதிரான நிலைப்பாட்டை மேற்கொள்ள வேண்டும் என்பதற்கான குயுக்தியின் அடிப்படையில் 'இந்திய மதங்கள்' என்கிற கருத்தாக்கத்தை முன் வைத்திருக் கிறார். இந்துக்களுடன் சீக்கியம், பௌத்தம், சமணம் உள்ளிட்ட மதத்தினரையும் சேர்த்துக் கூட்டணி அமைக்கிறார். இந்தத் தந்திரத்தின் மூலம் இந்து மக்கள்தொகை வளர்ச்சி விகிதத்தைக் குறைத்துக் காட்டவும் முஸ்லிம் வளர்ச்சியைப் பெருக்கிக் காட்டவும் முனைகிறார்.

மக்கள்தொகைப் பெருக்கத்திற்கான அடிப்படை யான காரணங்களில் வறுமையும் கல்வியறிவின்மை யும் பிரதான பங்கு வகிப்பவை. மக்கள்தொகை நிபுணர்கள் இவ்வாறு கூறியதைப் பாஜகவின்

பொதுச் செயலாளர்களில் ஒருவரான அருண்ஜேட்லியும் ஒப்புக்கொள்கிறார். வளர்ந்த நாடுகளைவிட வளர்ச்சியடைகிற மூன்றாம் உலக நாடுகளில்தான் மக்கள்தொகைப் பெருக்கம் எப்போதுமே அதிகமாக உள்ளது.

1981 – 2001 வரையிலான பொருளாதாரநிலை குறித்த உலக வங்கியின் அறிக்கைப்படி, அடுத்த 25 ஆண்டுகளில் உலகில் 200 கோடிப் பேர் அதிகரிப்பார்கள். அதில் பணக்கார நாடுகளில் 50 கோடிப் பேரும் ஏழை நாடுகளில் 150 கோடிப் பேரும் பிறக்கவுள்ளார்கள். தற்போதைய பணக்கார நாடுகளின் 100 கோடிப் பேர் உலக இயற்கை வளத்தின் எண்பது சதவிகிதத்தை அனுபவிப்பதால், மீதமுள்ள 500 கோடிப் பேருக்கும் 20 சதவிகித வளமே கிடைத்துள்ளது.

இப்போது மக்கள்தொகையின் முதலிடத்தில் இருக்கிற சீனாவை மிஞ்சி, இந்தியா அந்த இடத்திற்கு வந்துவிடும். சீனா – இந்தியாவின் சமூக நிலைமைகள் அத்தனையையும் இன்று ஒப்பீடு செய்தால், ஏன் இந்தியா முதலிடத்திற்கு வந்து கொண்டிருக்கின்றது என்கிற உண்மை புலப்படும். இந்தச் சூத்திரத்தின்படிப் பார்த்தால் இந்தியாவில் இந்துக்களைவிட முஸ்லிம்கள் மிகப்பெரும் வறுமை நிலையிலும் அறியாமையிலும் கிடந்து உழல்கிறார்கள் என்பதை அறிந்துகொள்ளலாம். முஸ்லிம் சமூகத்தின் இந்த அவலம் சங்கப் பரிவாரங்கட்கு உண்மையான மகிழ்ச்சியைத் தந்திருக்கவேண்டும்; ஆனால், வறுமை மக்கள்தொகையின் விளைச்சலாக உருமாறிச் சங்கப் பரிவாரங்களைக் கலங்கடிக்கிறது. இதன் மூலம் ஹிந்துத்வா சக்திகள் தங்களது யுக்திகளை மாற்றிக்கொள்ள வேண்டிய அவசியம் ஏற்பட்டுள்ளது.

எந்த மதமும் தன் வளர்ச்சியைத் தானே கட்டுப்படுத்தாது. இஸ்லாமியக் கோட்பாடுகளின்படி குடும்பக்கட்டுப்பாட்டை முன்னெடுத்துச் செல்லமுடியாமைக்கு முக்கியமான காரணம் உள்ளது. இறைவனை மறுத்தல். ஒரு முஸ்லிம் வறுமைக்கு அஞ்சிக் கருவைக் கலைப்பானாகில், அவன் இறைவனின் அருட்கொடைகளையும் இறைவனின் சர்வவல்லமைகளையும் மறுப்பதாக அர்த்தமாகிறது. இந்த மறுப்புநிலை மெல்லமெல்ல அவனை இஸ்லாத்திலிருந்து விடுவித்துவிடும். குர்ஆன் முழுவதிலும் தன்னை எவ்விதத் தயக்கமுமின்றிச் சர்வ வல்லமையாளனாக வெளிப்படுத்திக்கொள்கிற இறைவன், தன் சக்தியை எளிமையாக மறுதலிக்கக்கூடிய கருக்கலைப்புக்கு ஒப்புவதில்லை. “வறுமைக்கு அஞ்சி உங்கள் குழந்தைகளை

நீங்கள் கொலை செய்யாதீர்கள். அவர்களுக்கும் உங்களுக்கும் நாமே உணவளிக்கிறோம்," என்கிற திருக்குர்ஆனின் 17:31ஆம் வசனத்தை ஆராய்ந்தால் இந்த உண்மை வெளிப்படும். மிகப்பெரிய பாவம் எது என்கிற கேள்விக்கு நபிகளார், "குழந்தைகளும் உங்களுடன் சேர்ந்து உணவு உட்கொண்டுவிடுமே என்னும் அச்சத்தில் குழந்தைகளை நீங்கள் கொன்றுவிடுவ"தை மூன்றாம் பாவமாகக் குறிப்பிடுகிறார். நபிகளார் குறிப்பிடும் முதல் பாவம், "இறைவனுக்கு இணைவைத்தல்" என்பதாகும். 17:31ஆம் வசனத்தையும் இந்தப் பாவங்களின் வரிசை முறையையும் ஒப்பிட்டுப் பார்க்கும்போதுதான் குடும்பக் கட்டுப்பாடு ஏன் விரும்பப்படுவதில்லை என்பது புரியும்.

ஆனாலும், எண்பதுகளுக்குப் பிறகு இல்வாழ்க்கையை மேற்கொண்ட முஸ்லிம்களிடம் குடும்பக் கட்டுப்பாடு பற்றிய விழிப்புணர்ச்சி தோன்றியிருக்கிறது. இன்று நாற்பது வயதை எட்டிப்பிடித்துள்ள தமிழ் முஸ்லிம்களிடையே இரண்டு குழந்தைகளுக்கு மேற்பட்டு எங்கும் காண முடியாது. நான் பலப்பல ஊர்களிலும் கண்டறிந்த உண்மை இது. தங்களது வாழ்க்கை நிலைமைக்கு இன்னுமொரு குழந்தை பிறப்பது பெரும் இன்னலைக் கொண்டுவந்துவிடும் என்று அஞ்சிய முஸ்லிம் இளைஞர்களில் பலர் கருக்கலைப்பு செய்துமிருக்கிறார்கள். நான் கண்டறிந்த இந்த அனுபவங்களையொட்டி 1998ஆம் ஆண்டு 'கால வேர்கள்' என்னும் சிறுகதையை எழுதினேன். அது தாமரை, ஜூன் 1998 இதழில் பிரசுரமாகி உள்ளது. (அந்த மாதத்திற்கான ஜோதி விநாயகம் நினைவுப் பரிசும் இந்தக் கதைக்குக் கிடைத்தது.) எனவே, முஸ்லிம்கள் குடும்பக் கட்டுப்பாட்டை அனுஷ்டிப்பதில்லை என்றோ கருக்கலைப்பு செய்வதில்லையென்றோ பேசுவது சம்பந்தப்பட்டவர்களின் பொறுப்பற்ற தன்மையை வெளிப்படுத்தும்.

இந்துமதத்திற்குள்ளும் இதர சாதியர்களைவிடத் தலித்துகளின் தொகை பெருகியிருப்பது ஏன்? அந்தப் பெருக்கத்திற்கான நியாயமான சமூகக் காரணங்கள் எவையோ, அவை தாம் முஸ்லிம்களுக்கும் வாய்க்கப்பெற்றுள்ளன. மேலும், முஸ்லிம்கள் தாங்கள் இன்னலில் நசிந்துபோனாலும் பரவாயில்லை, தங்கள் மதம் பெருகட்டும் என்பதற்காகப் பாடுபடுகிறார்கள் என்பது சிறந்த கற்பனை வளமேயன்றி வேறல்ல. கேரளா, தமிழ்நாடு போன்ற சமூக அந்தஸ்தை எட்டிப்பிடித்துள்ள மாநிலங்களிலுள்ள முஸ்லிம்களின் வளர்ச்சியைவிடவும் பிஹார், உ. பி.யில் உள்ள முஸ்லிம்களின் வளர்ச்சி விகிதம் அதிகம். இவ்வாறான உண்மைகளைப் பேச எண்ணற்ற வாய்ப்புகள் உள்ளன.

முஸ்லிம்களின் பெருக்கத்தைக் கட்டுப்படுத்த விரும்புபவர்கள் முஸ்லிம்களுக்கான சமூகநலத்திட்டங்களை வரவேற்க வேண்டும். முஸ்லிம்களின் சமூக அந்தஸ்தை மேம்படுத்த இடஒதுக்கீடு போன்ற சமூக நலத் திட்டங்களை மேற்கொள்ளும்போது அதை எதிர்த்து ஆர்ப்பாட்டம் செய்வதையும் அது தேசத்தைப் பிளவுபடுத்தும் என்று கூறுவதையும் கைவிட வேண்டும். சமூக நலத் திட்டங்களை ஒப்ப மறுத்தால் முஸ்லிம்களின் வளர்ச்சி விகிதத்தை ஏற்றுக்கொள்ள வேண்டும். இரண்டுமே கூடாது என்றால் ஒன்றுமே நடக்காது. ஏனெனில், மக்கள் தொகைப் பெருக்கம் ஏழ்மையினாலே சாத்தியப்படுகிறது. செல்வந்த நாடுகளின் மக்கள் தொகையை, ஏன் ஏழைநாடுகள் மிஞ்சி நிற்கின்றன என யோசித்துப் பார்த்தால் உண்மை தெற்றென விளங்கும்.

***காலச்சுவடு* இதழ் 62, பிப். 2005**

போபால் பிரகடனம்: குறைப் பிரசவம்

போபால் பிரகடனம் என்னும் பெயரில் அகில இந்திய முஸ்லிம் தனிநபர் சட்ட வாரியம் ஓர் ஆவணத்தைச் சில வாரங்களுக்குமுன் வெளியிட்டுள்ளது. முஸ்லிம் சமுதாயத்திற்கான இஸ்லாமிய வாழ்க்கை நெறிகள் பற்றியது இந்த ஆவணம். இருநூற்றுக்கும் மேற்பட்ட முஸ்லிம் மார்க்க அறிஞர்கள் சமூகத்தின் தற்காலப் பிரச்சினைகள் பற்றிப் போபால் நகரிலுள்ள 'தாஜுல் மஸ்ஜித்' வளாகத்தில் கூடிக் கலந்து பேசியபின் இந்த ஆவணம் வெளியிடப்பட்டுள்ளது. வாழ்க்கை தரக்கூடிய அனுபவங்களுக்கும் மார்க்கம் வழங்கியுள்ள நடைமுறைக் கோட்பாடுகளுக்கும் இடையிலான பிளவுகளைக் கண்டறிந்து சரிசெய்யக்கூடிய அமைப்பாக இது விளங்குகிறது. ஆயினும், சட்ட பூர்வ அந்தஸ்தினை இது பெற்றிருக்கவில்லை. சில சமயங்களில் இந்தச் சட்ட வாரியம் தெரிவிக்கும் கருத்துகளின் அடிப்படையில் மத்திய அரசு முஸ்லிம்களின் பிரச்சினைகளில் தலையிட்டுத் தீர்த்துவைப்பதும் உண்டு! இந்த அளவிற்கு அதன் குரல் மதிக்கப்படுவதாய் இருந்தாலும், முஸ்லிம் சமுதாயத்திற்கும் இந்தச் சட்டவாரியத்திற்குமான உறவு அவ்வளவு பலமானதாக இல்லை.

சில விசயங்கள் குர்ஆனிலும் ஷரியத்திலும் தெளிவாக இருக்கும்போதும் தேவையற்ற குழப்பங்

களை முஸ்லிம் சமூகம் வலிந்து பெற்றுள்ளது. இவற்றில் பெரும்பாலானவை பெண்களை மையமிட்ட சிக்கல்களாகும். பெண்ணிய விழிப்புணர்வு தோன்றிவிட்ட நிலையில், சட்ட வாரியம் அதனைக் கருத்தில்கொண்டு விவாதம் நடத்தியுள்ளது; ஆனால் எதிர்மறையான முடிவுகளைக் கண்டடைந்துள்ளது.

அளவுக்கதிகமான வரதட்சணைக் கொடுமைகளைக் கண்டு ஆவேசப்பட்டுள்ள வாரியம், அதனைக் கிரிமினல் குற்றமாகக் கருதுகிறது. திருமண விருந்து கேட்பதையும் கூடக் கிரிமினல் குற்றமெனவே வரையறுத்துள்ளது. எளிமையான முறையில் திருமண நிகழ்வுகளை நடத்த அது வேண்டுகோள் விடுத்திருக்கிறது. ஆனால், முத்தலாக் – மணப்பெண்ணுக்கு மஹர் வழங்குதல் – பலதார மணம் புரிதல் போன்ற விசயங் களில் அது போன்ற மனஉறுதி வாரியத்திற்கு வரவில்லை. பெண்ணினத்தை நேரடியாக, ஒரே வீச்சில் தாக்கக் கூடிய இத்தகைய விவகாரங்களில் மென்மையாகவோ நழுவல் தன்மை யுடனோ வாரியம் நடந்துகொண்டிருக்கிறது. இதனால், நாடு முழுவதுமுள்ள முஸ்லிம் பெண்கள் இன்றைய நிலவரப்படி அனாதைகளாக விடப்பட்டுள்ளனர். தலாக் முறை பெண்களின் வாழ்க்கையைச் சீர்குலைக்கிறது; இதன் மறுபக்கத்தில் அதுவே பெண்களின் உரிமைகளை உதாசீனப்படுத்தவும் செய்கிறது. தலாக் முறைப்படியாகச் சொல்லப்படுவதாயின், அது எடுத்துக்கொள்ளும் குறைந்தபட்சக் கால அவகாசமும்கூட மூன்று மாதங்கள்வரை நீளும். மூன்றாவது தலாக் சொல்லப்பட ஆண்டுக் கணக்கிலான அவகாசம் உள்ளது. வேறு வகையான பிரச்சினைகளில் இவ்வளவு நீளமான கால அவகாசத்தையும் அடுத்தடுத்த பரிசோதனைக் கட்டங்களையும் மன இணக்கங்களுக்கான தூண்டுதலையும் இஸ்லாம் வழங்கவில்லை. இவ்வளவு தெளிவிலும் வாரியம் மட்டும் குழம்பிப்போயிருப்பதான நிலை எப்படி உண்டானது?

ஆயிரக்கணக்கான முஸ்லிம் பெண்கள் பாதிக்கப்பட்டுள்ளனர். பாகிஸ்தான், பங்களாதேஷ், துனீசியா, இரான், இராக் உள்ளிட்ட நாடுகள் முத்தலாக்கைத் தடை செய்துள்ளன. சட்ட வாரியம் இதனைத் தக்க முன்மாதிரியாகக் கொண்டிருக்க வேண்டும். ஆனால், சட்ட வாரியத்தின் செயலாளரான அப்துர்ரஹீம் குரைஷி, "மற்ற முஸ்லிம் நாடுகளிலுள்ள சட்டங்கள் எங்களுக்கு வழிகாட்டக்கூடியவை அல்ல; குர்ஆனும் சுன்னாவும் மட்டுமே எங்களுக்கு வழிகாட்டக்கூடியவை" என்று கூறியிருக்கிறார். இதில் மூன்றுவிதமான பாதகங்கள் உள்ளன. 1) இரான், இராக், துனீஷியா போன்ற அரபு நாடுகளும் முஸ்லிம் நாடு என்று தன்னை அறிவித்துக்கொண்டுள்ள பாகிஸ்தானும் இஸ்லாமிய

நெறிமுறைகளை உள்வாங்கவில்லை என்பதாகவும் 2) குர்ஆனில் திட்டவட்டமான தெளிவு இல்லை என்பதாகவும் 3) எல்லா நாடுகளும் பெற்றுள்ள அனுபவச்சாரத்தை உள்வாங்கிக் கொள்ளவேண்டிய அவசியமோ அதற்கான மன விசாலமோ தங்களின் வாரியத்திற்கு இல்லை என்பதாகவும் அவை அமைந்துள்ளன. இந்த எண்ணம் இஸ்லாத்தின் அடிப்படையான சர்வதேசியக் கண்ணோட்டத்திற்கு எதிரானதாகும்.

முத்தலாக்கினைத் தடைசெய்ய மறுக்கிற வாரியம், பெண்கள் தாமே முன்வந்து செய்யக்கூடிய மணவிலக்கு முறையான 'குல்வு'வையும் முழுமனதுடன் அங்கீகரிக்கவில்லை. 'குல்வு' சட்டத்தைப் பின்பற்ற ஷரீஅத்தின் அடிப்படையில் பெண்களுக்கு உரிமையுள்ளது எனவும் அதற்கான அறிவிப்பைத் தனியாகச் செய்யவேண்டிய அவசியமில்லை எனவும் வாரியம் கூறுகிறது. தன்னுடைய தயக்கத்தை மறைக்க வாரியம் மேற்கொள்ளும் யுக்திகள் அதனுடைய அடிப்படைப் பணிகளையே கேள்விக்குள்ளாக்குகின்றன. குல்வு'வில் ஷரீஅத் வழிகாட்டுதல் இருப்பதாக அது கருத்துக் கூறும்போது, மற்ற பிரச்சினைகளிலும் அதே விதமான கருத்துகளைக் கூறித் தன் கலந்தாலோசனைகளையும் பிரகடனங்களையும்கூட இல்லாத தாக்கிவிடலாம். இத்தகைய தடுமாற்றங்களே போபால் பிரகடனத்தில் பாதிப்புகளை உண்டாக்கி, குறைப்பிரசவத்தில் முடிந்திருக்கிறது.

பலதார மணம் குறித்த போபால் பிரகடனம் உறுதி மிக்கதாக உள்ளது. பலதார மணம் புரிபவர்களின் கடமை, பொறுப்புணர்வுகள் போன்ற பிறவும் வலியுறுத்தப்பட்டுள்ளன. ஏராளமான, பின்பற்றப்பட வேண்டிய வெகுகடினமான இலக்குகளுடனேயே இஸ்லாத்தில் பலதார மணம் அனுமதிக்கப் பட்டுள்ளதை மார்க்க அறிஞர்கள் இதுவரை தயக்கமின்றி ஒப்புக்கொண்டு வந்துள்ளனர். அதாவது, பலதார மணம் புரிவதில் மார்க்கம் தன்னுடைய 90 சதவீத அதிருப்தியைத் தெரிவிக்கிறது. பலதாரமணம் எல்லாச் சூழல்களுக்கும் எல்லா நாடுகளுக்குமான நிரந்தர ஏற்பாடுமல்ல. ஏழை எளிய முஸ்லிம்களின் கனவுகளுக்கும்கூட அது அப்பாற்பட்டது. இது முஸ்லிம் சமூகத்தின் பொதுப் பிரச்சினை அல்ல. இதில் சட்ட வாரியம் காட்டியுள்ள முனைப்பும் வழிகாட்டிக் குறிப்புகளைக் கொடுத்துள்ள அதன் அதீத ஆர்வமும் சட்ட வாரியத்தின் உள்ளே பதுங்கிக்கிடக்கிற வர்க்கக் குணாம்சத்தை அப்பட்டமாக வெளிப்படுத்தியுள்ளது. சகலத் தரப்பு முஸ்லிம்களுக்கான வழிகாட்டல்களைச் சமநீதித் தன்மையுடன் வாரியம்

பரிசீலிக்கவில்லை . ஆனால், தலாக் – முத்தலாக் ஆகியன இஸ்லாத்தின் பொதுப் பிரச்சினைகள். இதில் செல்வந்தர்கள் மீட்சி பெற வழியுண்டு; ஏழைகளின் தலாக்கோ நிரந்தர இன்னல்களுக்கு வழிவகுப்பது.

பெண்களுக்கு எதிரான அடக்குமுறைகள் குறித்து வாரியம் திட்டமிட்ட நீண்ட மௌனத்தைக் கொண்டுள்ளது. கவனமின்மை, பட்டும் படாத அழுத்தம் போன்ற பொதுப் பண்புகளுடன் பிரகடனம் தயாரிக்கப்பட்டுள்ளது. எனவே, பெண்ணிய அமைப்புகள் வெகுண்டெழுந்ததில் ஆச்சரியமில்லை. தங்களுக்குரிய திருமண ஒப்பந்தச் சட்டங்களைத் தாங்களே உருவாக்கிக்கொள்வதாக அவர்கள் முழங்கியிருப்பதைத் தனக் கெதிரான போர்ப் பிரகடனமாக வாரியம் தன் கவனத்தில் கொள்ள வேண்டும்.

பெண்கள் சார்ந்த பிரச்சினைகளைத் தீர்க்கப் பெண் பிரதிநிதி ஒருவரை ஜமாத்தில் நியமிப்பதை இஸ்லாம் தடுக்க வில்லை என்கிறார் பேரா. அ. முஹம்மதுகான் பாகவி. இந்த வகையில் 200 ஆலிம்கள் கூடிய ஆலோசனைக்கூட்டத்தில் பெண்களின் பிரதிநிதிகளும் கலந்திருந்தால் பிரகடனம் சமநிலையை அடைந்திருக்கலாம்; அவ்வாறு நிகழாமல் போனது துரதிர்ஷ்டவசமானது.

காலச்சுவடு இதழ் 66, ஜூன் 2005

காஷ்மீர் ஏன் கொந்தளிக்கிறது?

ஓர் இலக்கிய சாட்சியம்!

மஹதியின் 'இமயம் சிரித்தது' சிறுகதைதான் அந்த இலக்கிய சாட்சியம். கதையை முதலில் அறிந்துகொள்வோம்.

புதுதில்லியின் கானாட் சர்க்கிளில் ஜவுளிக் கடை நடத்துகிறார் குலாம் அலி. வயது 60. சால்வை களையும் கம்பளிகளையும் கொள்முதல் செய்த தற்காக இருபது வயது மகன் ஹஸனலியைக் காஷ்மீருக்கு அனுப்பி வைக்கிறார். 'பட்காம்' என்ற ஊரில் மட்டும் கொள்முதல் செய்யவேண்டாம் என்று அறிவுறுத்துகிறார்.

காஷ்மீரில் கொள்முதல் செய்கிற ஹஸனலி, தந்தை போகக் கூடாது என்ற சொன்ன 'பட்காம்' ஊருக்கும் போய்விடுகிறான். ஆட்டு மந்தையை மேய்க்கும் பதினாறு வயது குல்னியைச் சந்திக்கிறான். அவளுடன் உரையாடும்போதே அவளுடைய குடும் பத்தின் ஏழ்மை நிலையை அறிகிறான். குல்னியை மணந்துகொள்ள விரும்புகிறான் ஹஸனலி.

இது சம்பந்தமாக குல்னியின் தாயுடன் பேசும்போது ஓர் உண்மை தெரிகின்றது. பதினேழு ஆண்டுகளுக்கு முன் இங்குக் கொள்முதல் செய்து வந்த ஒருவர் குல்னியின் தாயைத் திருமணம் செய்து, நன்றாக அனுபவித்துவிட்டு, தவறான முகவரியையும் கொடுத்துவிட்டுப் பின்பு தன் ஊருக்குத் திரும்பிவிடு

கிறார். குல்னியின் தாய் அனுப்பும் கடிதங்கள் அந்தத் தவறான முகவரிக்குச் சென்று திரும்பிவருகின்றன.

இதனால் ஆத்திரமடைகிற ஹஸனலி, "மாபாதகன், வஞ்சகன், அவன் என் கையில் அகப்பட்டால் துண்டுதுண்டாக வெட்டிக் குவித்துவிடுவேன்" என்று கொந்தளிக்கிறான். கழுத்தில் கிடந்த லாக்கெட்டைக் கழற்றி ஹஸனலியிடம் கொடுக்கிறாள் குல்னியின் தாய். லாக்கெட்டின் உள்ளே இருப்பது குலாம் அலியின் படம். ஹஸனலியின் தந்தையே குல்னியின் தந்தை.

இதுதான் கதையின் வெளி எல்லை. ஒரு மர்மக் கதை போல முடிச்சு அவிழ்வதல்ல இக்கதையின் தன்மை. உள்ளே பொதிந்திருப்பது காஷ்மீர்த் துயரத்தின் அடர்த்தி. கதையினுள்ளே சங்கமித்துக்கிடக்கிற முரண்பாடுகள்தான் கதையின் இயக்க சக்தி. காஷ்மீர் அழகாக இருக்கின்றது. அது பூலோக சொர்க்கம்தான்.

அடர்ந்த சீடு, பொற்கதிர்கள், செனார் மாந்தோப்புகள், தேவதாரு காடுகள், ஜீலம் நதி, தால் தடாகம், பழத்தோட்டங்கள், நந்தவனங்கள், கண் குளிர விளங்கும் புல்வெளிகள், பனிமூடிய சிகரங்கள், ஞானியின் இதயத்தைப் போல் திகழும் சாந்தமான ஏரி. இவ்வளவு கொள்ளைகொள்ளையான அழகு இருந்தும் அவை தந்துள்ள பலன்கள் என்ன?

காஷ்மீரத்துச் சிறுவர்கள் நீராம்பலை ஒதுக்கித் தள்ளிக்கொண்டு படகைச் செலுத்துகிறார்கள். அவர்களுடையன எளிய ஆடை, நேர்மையுள்ளம், இனிய புன்னகை, களங்கமற்ற அழகு, அவ்வளவே! பச்சைப் பசேல் என்று விளங்கும் நெடிய வயல்கள், பழமுதிர்ச் சோலைகள், மாட மாளிகைகள் ஆகிய யாவும் வெளியாருக்குச் சொந்தமானவை.

தங்களின் சொந்த மண்ணில் வெளியாட்களின் கூலியாட்களாய்க் காஷ்மீரிகள். அழகிய சால்வைகளையும் கம்பளிகளையும் உலகுக்கு அளிப்போர், குளிர்மிக்க இரவுகளில் கோணிகளைப் போர்த்திக்கொண்டு காலம் கழிப்பதை உலகம் எப்படி அறியும்? (பக். 7).

ஊர் ஊராகச் சென்ற ஹஸனலி ஓர் அதிசய உண்மையைக் கண்டான். காஷ்மீர் மக்களின் இரத்தக் கண்ணீர் வடிக்கத்தக்க வறுமைதான் அது. (பக். 8)

காஷ்மீரிகள் கல்வியறிவற்றவர்கள், வெகுளிகள். (பக். 9)

குல்னியைப் பற்றிய முதல் வர்ணணையை இப்படி எழுதுகிறார் மஹதி. "அவள் அணிந்திருந்த கந்தைகளைக் களைந்துவிட்டு, நன்கு குளிப்பாட்டி, நவ நாகரிக ஆடைகளை

அணிவித்துவிட்டால், ஆஹா! அவள் உலகிலேயே சிறந்த அழகியாக விளங்குவாள்". இத்தகைய வர்ணனைகள் மூலம் நாம் அறிகின்ற யதார்த்தம் என்ன? வளமையான காஷ்மீர்; வறுமையான மக்கள். இயற்கையழகும் மானுட வாழ்வும் ஒருங்கிணையவில்லை."

குல்னியிடம் ஹஸனலி சொல்கிறான்: "உங்கள் ஊர்க் காட்சி மிகவும் ரம்மியமாயிருக்கிறது. இயற்கை அழகு இங்கே சிரிக்கிறது."

"என்ன? என்ன? அழகு சிரிக்கிறதா? ஹி . . . ஹி . . . ஆம் பாபுஜி. தன் மடியில் வாழும் மக்களின் பரிதாபகரமான நிலைமை கண்டு அழகு சிரிக்காமல் என்ன செய்ய முடியும்? இங்கே என்ன இருக்கிறது? உங்கள் ஊரில்தான் பெரிய பெரிய கட்டிடங்களும் நல்ல நல்ல சாப்பாடும் நல்ல நல்ல துணிமணி களும் இருக்கின்றன."

"உனக்கு எவ்வளவு கூலி?"

"மாதம் ஐந்து ரூபாய் கொடுப்பார்கள். தினம் ஆடுகளைக் குளிப்பாட்டிக் கொண்டுபோய் விட்டால், ஆறு ரூபாய் கொடுப்பார்கள். அவ்வளவுதான் . . ."

"ஆறு ரூபாய்களா? இதைக் கொண்டு எப்படிப் பிழைக்க முடியும்?"

"என்ன செய்வது? வேறு வேலையும் கிடையாது. அதிகக் கூலியும் கிடைக்காது. என் அம்மா கம்பளி செய்வார்கள். தினம் பத்தணா கூலி கிடைக்கும். அதில்தான் காலம் கடத்த வேண்டும்."

மேலே உள்ளவை ஹஸனலிக்கும் குல்னிக்குமான உரையாடல். இனி வரப்போவது ஒரு சிறுவனுக்கும் ஹஸனலிக்கு மான உரையாடல்.

"நீ என்ன செய்கிறாய்?" என்று கேட்டான் ஹஸனலி.

"சும்மாதான் ஊர் சுற்றுகிறேன்."

"படிக்கப் போவதில்லையா?"

"படிக்கவா? பள்ளிக்கூடமே இல்லையே, எங்கள் ஊரில்!"

"இந்த ஊரிலுள்ள பையன்கள் எல்லாம் என்ன செய்கின்றனர்?"

"ஆடு மேய்ப்பார்கள். உங்களைப் போன்றவர்கள் வந்தால்

அவர்களுக்கு ஊழியம்செய்து பிழைப்பார்கள். நானும் தங்களிடம் வேலைக்கு இருக்கட்டுமா? உங்களுக்கு வேண்டியவைகளை எல்லாம் செய்து கொடுப்பேன் பாபுஜி."

"என்ன கூலி கொடுத்தால் வேலை செய்வாய்?"

"நீங்கள் சாப்பிட்டு மிஞ்சியதைக் கொடுத்தால் வேலை செய்கிறேன்."

'நீங்கள் சாப்பிட்டு மிஞ்சியதைக் கொடுத்தால், அதையே கூலியாகக் கருதும் சிறுவனும், 'உங்கள் ஊரில் தான் நல்ல நல்ல சாப்பாடு' என்று கூறும் குல்னியும்தான் காஷ்மீரின் பிரதிநிதிகள். காஷ்மீரின் அவல வாழ்வை நமக்கும் பிரதியெடுத்துத் தருபவர்கள். அவன் மேலும் பேசப்போவதின் மூலமாகத்தான் நமக்கு அதிர்ச்சி தரும் உண்மைகள் காத்திருக்கின்றன. சிறுவன் சொல்கிறான்:

"குல்னிக்கும் காசுகொடுத்தால் உங்களுக்காக வந்து வேலை செய்வாள். அவள் அம்மாவை எனக்குத் தெரியும். அவளிடம் சொன்னால் அனுப்பிவிடுவாள். நீங்கள் இருக்கும்வரை வைத் திருந்து அனுப்பலாம். இரவுகளிலும் இங்கேயே வைத்திருக்கலாம்."

இந்தச் சிறுவன் இப்படிச் சொல்வதை நாம் எப்படி எடுத்துக்கொள்வது?

குல்னிக்கான வாழ்க்கை மட்டுமேயல்ல அது. காஷ்மீரில் எல்லா ஊர்களிலும் இந்த வழக்கம் உண்டு. "தாய் தந்தையரே தங்கள் பெண்களைப் பணக்காரர்களிடம் கொண்டுவந்து விட்டுப் போவார்கள். நாங்கள் ரொம்ப ஏழைகள். அதனால்தான்," என்று சிறுவன் சொல்கிறான்.

கதையில் உச்சம் கூடி வருகின்ற இடம் இதுதான். இங்கிருந்து தான் இந்தக் கதைக்கான விவாதத்தைத் துவக்கியாக வேண்டும். தங்கள் பெண்களைப் பணக்காரர்களிடம் கொண்டுவந்து விட்டுவிட்டுச் செல்கிற அந்தக் காட்சியை மனக் கண்களில் வரவழைக்கும்போது ஒவ்வொரு முஸ்லிமும் அதிர்ச்சியடையக் கூடும். அது அவர்களை வெடித்துக் கிளம்பச் செய்யும். ஏனெனில் அது விபச்சாரம். அது ஹராம்.

விவாதத்தை இங்கிருந்து நாம் எந்தப் பாதைக்குத் திரும்ப வேண்டுமோ அந்தப் பாதையில் திருப்பாமல் வேறொரு பாதைக்குப் போய்விடுவோம்.

ஒரு முஸ்லிம் பெண்ணும் அவள் பெற்றோரும் ஹராமான விஷயத்தை மேற்கொள்வதா என்று போர் முழக்கம் செய்ய ஆரம்பித்துவிடுவார்கள் நம்மவர்கள். மேலும், கதையே ஹராமான

எழுத்து என்று தங்களுடைய ஹலாலான பார்வையால் கண்டுபிடித்து படைப்பாளியைக் கடுமையாக விமர்சிக்கவும் செய்வார்கள். முஸ்லிம்களின் இலக்கியப் புரிதல்கள் இப்படித்தான் கொச்சையான தளத்தில் அவிழ்கின்றன.

இஸ்லாத்திற்கு எதிரானவை என்று படும் பட்சத்தில் அதற்கு இலக்கியம் இடம் தரக்கூடாது என்று கட்சி கட்டுவார்கள். நம்மிடம் அரசியல் கட்சிகள் பலவுண்டு. ஆனால், இலக்கியக் கட்சி ஒன்றே ஒன்றுதான். இலக்கியம் உணர்த்த விரும்புவதும் அது எடுத்துக்காட்டுகின்ற உலகம் என்னவென்பதும் நம்முடைய தேடல்களாய் இருக்க வேண்டும். இஸ்லாமிய மார்க்கப் புரிதல்களுக்கும் முஸ்லிம்களின் வாழ்க்கைப் புரிதல்களுக்கும் இலக்கியப் படைப்புகள் எவ்விதமான பங்களிப்பைச் செய்கின்றன என்பது பற்றிய அக்கறையை அதன் தலைவாசலிலேயே தடுத்து நிறுத்திவிடுகிறோம்.

மஹதியின் இந்தக் கதையைக் கொண்டு நம்மவர்கள் எழுப்பும் கேள்விகள் இந்தக் கதையே உண்மையல்ல என்று கண்டுபிடிக்கும். ஒருவேளை அப்படி ஓர் உண்மை இருந்தால் அதை எழுதாமல் விட்டுவிடுவதே முஸ்லிமின் தக்க அடையாளம் என்றும் தீர்மானிக்கும். இத்தகைய அதிரடிக் கருத்துகளால் இஸ்லாமியப் படைப்புலகம் சுருங்கிநிற்கின்றது. முஸ்லிம்களுக்கும் இலக்கிய உலகத்திற்குமான இடைவெளியைப் பரந்த அளவில் உருவாக்குகின்றது. தம்மை, தம் சமூகத்தை எதிர்கொள்கிற பயங்கரமான அடர்த்தியான கேள்விகளை இலக்கியப் படைப்புகளில் காண மறுத்து நம்முடைய சமூகப் பரிசீலனையை ஒரேயடியாக நிராகரித்துவிட்டோம். இந்த நிராகரிப்பே இன்றைய இஸ்லாமிய உலகம் எப்படியிருக்கின்றது என்கிற உண்மையை அறிந்துகொள்வதற்கான நல்ல வாய்ப்பை நமக்கு மறுதலிக்கின்றது. இந்தத் தாக்கமே இஸ்லாமிய உலகை வலுவற்ற, செயலற்ற சமூகமாக ஆக்கியுள்ளது.

மஹதியின் கதையை நாம் எவ்விதம் புரிந்துகொள்ள வேண்டும்? முஸ்லிம்கள் விபச்சாரத்தின் பக்கம்கூட நெருங்க முடியாதபோது, அந்த அவலம் காஷ்மீர்ச் சமூகத்தில் ஊர்தோறும் இருக்குமென்றால் அதற்கான காரணம் என்ன என்ற ஆய்வைக் கையில் எடுப்பதன் மூலமே உண்மை நிலவரத்தைக் கண்டடைய முடியும்.

இப்படித்தான் முஸ்லிம் குடும்பம் வாழவேண்டும் என்கிற நிர்ப்பந்தம் முஸ்லிம்களின் தலைமீது தானாக ஏறியுள்ளதா அல்லது அரசியல் அப்படியான நெருக்கடியை உருவாக்கியிருக்கின்றதா என்று கேள்விகள் எழுப்ப வேண்டும். சமூகம்தான் முஸ்லிம்களின்

ஹராமான வாழ்வுக்குக் காரணமெனில் அத்தகைய சமூகமே இருக்கக் கூடாது என்கிற மனஉறுதி வாசகருக்கு ஏற்பட வேண்டும். அந்த மனஉறுதி அரசியல் சூழ்ச்சிகளை, பொருளா தாரக் காரணிகளை நாம் உணர்ந்தறிய வாய்ப்பு தரும். அந்த உறுதியும் உணர்வும் அரசியல் தளத்தில் போராளியாக அல்லது பங்கேற்பாளனாக நம்மை நுழையச் செய்யும்.

நானுண்டு, என் மனைவி மக்களுண்டு என அறிவுக்கு முட்டாக்குப் போட்டு முடங்கிப்போகின்ற மத்திய தர வர்க்கத்தின் சுயநலப் போக்குகளை விரட்டியடிக்க அரசியல் உறுதி தேவை. இலக்கியப் படைப்பு இப்படித்தான் நமக்கான வாசல்களைத் திறக்கச் செய்கின்றது.

ஹஸனலியிடம் அந்தச் சிறுவன் சொல்கிறான் அல்லவா? "குல்னிக்குக் காசு கொடுத்தால் நீங்கள் இருக்கும்வரை வைத்திருந்து அனுப்பலாம். இரவுகளிலும் இங்கேயே வைத்திருக்கலாம்." விவரமறியாத, அரசியல் சூழ்ச்சி புரியாத சிறுவனாய் அவன் இருக்கப்போய்தான் அவனால் அப்படிச் சொல்ல முடிகின்றது. அவனே ஓர் இளைஞனாக வளர்ந்துவிட்டால் குல்னியின் நிலை அவனைக் கலவரப்படுத்தும்; கோபமூட்டும். மஹதியின் கதையை வாசிக்கின்ற வாசகனுக்கும் அதே மாதிரியான எதிர்வினைகள்தான் தோன்றும்.

எனவே, அவன் (அந்தச் சிறுவன் – அல்லது வாசகன்) தான் நம்பிய அரசியல் பயனளிக்காதபோது துப்பாக்கி தூக்கியிருக்கிறான்; தீவிரவாதியாக ஆகியிருக்கிறான்; அல்லது போராளியாக மாறியிருக்கிறான். அரசை அதன் பொய்மையை எதிர்த்துப் போராடுகிறான். அரசின் பொய்மைகளைச் சேதப்படுத்துகிறான். அரசும் அதன் நிறுவனங்களும் அவற்றிற்குச் சாதகமான ஊடகங்களும் அவனைத் 'தீவிரவாதி' என்று கூறுகின்றன. அவன் தீவிரவாதியானால் அது அவனுடைய விருப்பமான தேர்வு அல்ல. எந்த ஒரு கட்டத்திலும், தான் கொடூரமாகக் கொல்லப்பட்டுவிடக் கூடும் என்ற அபாயம் இருக்கும்போது ஒருவன் விருப்பப்பட்டா தீவிரவாதியாக ஆவான்? ஒவ்வொருவனும் சந்தோஷமான, அமைதியான வாழ்க்கையை விரும்புவதுதானே இயல்பு! எனவே, அவன் தானாகவே தீவிரவாதி ஆகவில்லை. அரசியலே, அரசே அவனைத் தீவிரவாதியாக ஆக்கியிருக்கின்றது.

ஒரு படைப்பை நாம் இந்த மாதிரியான பார்வையில் தான் புரிந்துகொள்ள வேண்டும். அதை விட்டுவிட்டு முஸ்லிம் குடும்பத்தின் போக்கு ஹராமானது என்ற கருதி நம் வாசல்களை அடைத்துவிட்டால் நாம் இருட்டுக்குள்ளும் புழுக்கத்திற்குள்ளும்

சிக்கிக்கொள்வோம். அதனால்தான் முஸ்லிம் சமூகம் தன்னெழுச்சி பெற முடியாமல் தத்தளிக்கின்றது.

பொதுவாக, நம் படைப்பாளிகள் இதுமாதிரியான சம்பவத்தைக் கண்கொண்டு பார்த்தாலும் செவியால் நுகர்ந்தாலும் உடனே கதை என்பதான பாவனையில் கட்டுரை யொன்றை எழுதிவிடுவார்கள். அதற்கான ஆயத்த நிலையில் அவர்கள் சிந்தனையில் குர்ஆனிய வசனமோ ஹதீஸோ ஞாபகமாய் இருக்கும்; அதைக் ‘கதை’ என்று சொல்லப்படுகின்ற கட்டுரையினுள்ளே சொருகி முஸ்லிம்களிடையே எவ்வித ஹராமும் இல்லை, வாழ்க்கை அவலமும் இல்லை என்று கூறிக் கதையை நிறைவு செய்துவிடுகிறார்கள்.

நாம் அந்தக் கதையை எவ்வளவுதான் புரட்டிப் பார்த்தாலும் நம் சமூக வாழ்வின் இருட்டு எந்த வகையிலும் புலப்படாது. கதையின் முடிவு மகிழ்ச்சியாகவும் நம்மைத் திருப்தி செய்வதாகவும் இருக்கும். உடனே நம் சமூக அக்கறை, நம் போராட்டக் குணம் என எல்லாமும் நம்மைவிட்டு விலகும். அதன்பின்னே நமக்குக் கிடைப்பது ஒரு முட்டைக் கூடு. அந்தக் கூட்டுக்குள் நம்மை நாமே வலிய திணித்துக்கொண்டு, அதனுள்ளே வசிக்க ஆரம்பித்துவிடுகிறோம். அந்த முட்டையை உணவாக்கும் நோக்கத்தில் ஒரு பாம்பு வருவதையோ, அதை நசுக்க ஒரு புல்டோசர் வருவதையோ அறியாத நிலையில் முட்டையின் ஓடுகளையே இரும்புக் கவசமாகக் கருதிக்கொள்கிறோம். இப்படித்தான் நம் அவலங்கள் நம்மாலும் உருவாயின; பிறராலும் உருவாக்கித் தரப்பட்டன.

‘இமயத்தின் சிரிப்பு’ கதை இன்றையக் காஷ்மீர் ஏன் பற்றியெரிகின்றது என்பதை நமக்குத் துல்லியமாகக் காட்டுகின்றது. ஒரு முஸ்லிமல்லாத வாசகர் இந்தக் கதையை வாசிக்க நேர்ந்தால் காஷ்மீரிகளின் துயரறிந்து அவர்களுக்கு ஆதரவான நிலைக்கு மாறுவார். அவர் சங்கப் பரிவார ஆளாகயிருந்தால் தன் இயக்கத்தின் நேர்மையைச் சந்தேகிப்பார். ‘தீவிரவாதிகள்’ என்று காஷ்மீரிலுள்ள ஒவ்வோர் இளைஞனும் வர்ணிக்கப்படுவதில், சுட்டுக்கொல்லப்படுவதில் உள்ள அநீதியைக் குறித்து அரசிடம் கேள்வி கேட்பார். முஸ்லிம்களின், காஷ்மீரிகளின் குரலோடு தன் குரலை இணைத்துக்கொள்வார். காஷ்மீரில் மற்ற மாநிலத்தவர்கள் நிலம் வாங்க எவ்விதத் தடையும் இருக்கக் கூடாது என்று ஆர்எஸ்எஸ்ஸும் பாஜகவும் ஏன் கூச்சலிடுகின்றன என்பதை இந்தக் கதையை ஆழ்ந்து வாசிப்பதன் மூலமே புரிந்துகொள்வார். காஷ்மீரிகளின் வாழ்க்கை நிரந்தரக் கூலித்தனத்தோடு மட்டுமே

இருக்க வேண்டும், அவர்களின் பொருளாதாரம் உயர்வடையக் கூடாது என்பதே அதற்கான காரணம்.

மஹதியின் 'இமயத்தின் சிரிப்பு' சிறுகதைத் தொகுப்பு வெளியானது 1957ஆம் ஆண்டில். ஆனால், இந்தக் கதை எப்போது எழுதப்பட்டது, எந்த இதழில் வெளியானது என்கிற விவரங்கள் இல்லை. இந்திய விடுதலைக்குப் பிந்தைய 10 ஆண்டுகள் கழித்தும் காஷ்மீர் முன்னேற்றம் எதனையும் காணாமல்தான் இருந்திருக்கிறது என்பதை விளங்கிக்கொள்ள முடிகிறது. இப்போதும் காஷ்மீர் அமைதியற்ற, இராணுவத்தின் கண்மூடித்தனமான தாக்குதல்களின் கீழே இருப்பதைப் பார்த்தால் நம் மத்திய – மாநில அரசுகள் காஷ்மீர் வாழ்வை அதன் இயற்கையழகோடு சம்பந்தப்படுத்தவில்லை என்றும் அறிந்துகொள்வோம். சுதந்திரத்தின் அறுபதாண்டு காலச் சாதனைகள் என்பவை இவைதானா என்கிற கேள்வியை எழுப்பவும் இந்தக் கதை தக்க காரணமாகிறது.

இலக்கியப் படைப்புகளின் பலன் இதுதான். இதை முஸ்லிம்கள் புரிந்துகொள்ள வேண்டும். இந்தக் கதையை எழுதியதால் மஹதி ஏதாவது விமர்சனங்களை எதிர்கொண்டாரா என்றும் தெரியவில்லை; யாராவது ஒருவர் சொல்லியிருப்பார், "இதுபோன்ற கதைகளை எழுதாதீர்கள். சமூகத்திற்குத் தேவை யானதை எழுதுங்கள்" என.

அப்படிச் சொன்னவரைக் காட்டிலும் மஹதி நல்ல முஸ்லிமாகவே வாழ்ந்திருப்பார். மேலும், மஹதி இக்கதையை எழுதியதின் மூலமே திறம்பட்ட மனதினராக, படைப்பாளியாக, காஷ்மீர்ப் போராட்டத்தோடு சம்பந்தப்பட்ட நுட்பமான ஆய்வாளராக இருக்கிறார். கோடிக்கணக்கான முஸ்லிம்கள் வாழ்ந்தாலும் ஒரு வீக்கம் போலவே கொளகொளத்து நிற்கிறது இந்தச் சமூகம். அவர்கள் திரட்சியாக வேண்டுமெனில், இம்மாதிரியான படைப்புகளே தேவை.

***சமநிலைச் சமுதாயம்*, மே 2006**

எதிர்வினை

சமநிலைச் சமுதாயம் மே 2006 இதழில் வெளியான 'காஷ்மீர் ஏன் கொந்தளிக்கிறது?' வாசித்தேன். இக்காலச் சூழலுக்கு ஏற்ப அமைந்த கட்டுரைதான். ஆனால், குர்ஆனையும், ஹதீஸையும் மறந்துவிட்டு எழுதியதுதான் நெருடலாக உள்ளது. இக்கட்டுரைக்கு ஆதரவாக மஹதியின் 'இமயத்தின் சிரிப்பு' கதைத் தொகுதியில் வெளியான இந்தக் கதையின் கருவைத்

துணைக்கு அழைத்துக்கொண்டுள்ளார். இக்கதை பிரபலமாக பேசப்பட்டதா என்ற விவரம் புரியவில்லை. மஹதி 'வெடி குண்டு' என்ற பத்திரிகை நடத்தியதாகவும் வரலாற்றுப் பின்னணியில் கதைகள் நன்கு அமைந்ததாகவும் இவரது சில கதைகள் இஸ்லாமியக் கலைத்தன்மைக்கு ஊறு விளைவிக்கிறது என்றும் தனது ஆய்வில் முனைவர் மு. ஹம்ஸா குறிப்பிடுகிறார்.

வறுமையினால் விபச்சாரம் செய்வதை ஹராம் என்று குறிப்பிடாமல் வேறு எப்படி குறிப்பிட முடியும்? நபிகளார் காலத்தில் இல்லாத வறுமையா? அந்த வறுமையிலும் உரிமைக் காகப் போர் தொடுத்தார்கள். ஆனால், இப்போது நடப்பது என்ன? தனக்கு ஏற்பட்ட வறுமைக்காகத் துப்பாக்கியைத் தூக்கிக் கொண்டு கண்ணில் தெரிபவர்களையெல்லாம் சுட்டுத்தள்ளினால் வறுமை நீங்கி விடுமோ? நாடுதான் சுடுகாடாக மாறும். இதுதான் வறுமைக்குத் தீர்வா?

மனிதன் நல்லுணர்வு பெறும் பொருட்டே குர்ஆன் இறக்கியருளப்பட்டது. நபிகள் நாயகத்தின் வாழ்க்கை முறை முன்மாதிரியாக உள்ளது. இவை இரண்டையும் ஒரு மனிதன் கையில் எடுத்துக்கொண்டால் அவன் கையில் இருக்கும் பயங்கர ஆயுதங்கள் பிடி அகன்று கீழே விழுந்துவிடும். நபிகள் நாயகத்தின் பிறந்ததின விழாவில்கூட குண்டு வெடிக்கின்றது. இதற்குக் காரணம் நாம் எல்லோரும் பெயரளவில்தான் முஸ்லிமாக வாழ்கிறோம் என்று அர்த்தப்படுத்திக் கொள்ளலாம்.

ஒரு சிறுகதையில் குர்ஆனையும் ஹதீஸ் நெறிகளையும் புகுத்தி எழுதுவது சமுதாயத்தின் பழுதை நீக்கும் கருவியாக உள்ளது. மறைவாக நடக்கும் விஷயங்களை அப்பட்டமாகச் சிறுகதைகளில் எழுதி அதை இலக்கியத் தரம் என்று கூறுவது எப்படி நியாயமாகும்?

இறைவனை மூலமாக வைத்துத் தோன்றியவைதான் இலக்கியங்கள். இஸ்லாத்தில் அதற்குச் சாட்சி திருக்குர்ஆன். "சொல்வதைத் தெளிவாகச் சொல்லுங்கள்" என்பது திருக்குர்ஆன் வாக்கு. இதை இலக்கியங்களில் கடைப்பிடிப்பதனால் காஷ்மீர் முதல் கன்னியாகுமரி வரை ஏன், இந்த உலகம் முழுவதும் சாந்தியும் சமாதானமும் நிலவும். இதில் எவ்விதச் சந்தேகமும் இல்லை.

எம்.எஸ். பசீர் அஹ்மது, அடியக்கமங்கலம்

ஜாஹிரா ஷேக் கதையை எப்படி எழுதுவது?

'காஷ்மீர் ஏன் கொந்தளிக்கிறது?' என்கிற என் கட்டுரைக்கு (சமநிலைச் சமுதாயம் மே இதழ்) கடிதம் எழுதியிருக்கும் அடியக்கமங்கலம் அன்பர் எம்.எஸ். பசீர் அஹ்மது, என் கட்டுரை பற்றிய அவருடைய புரிதலின் குறைபாடுகளைச் சுட்டிக் காட்டுவதுபோல அதே இதழில் தூத்துக்குடி அன்பர் ஜி. அத்தேஷ் கடிதமும் வெளியாகியிருந்தது. நான் சொல்ல வேண்டியதை அவர் சொல்லிவிட்டார். அவருக்கு என் நன்றி. இதற்கு மேலும் சொல்ல எனக்கு ஒன்றுமில்லை.

ஆனாலும் பஷீர் என்பவரைத் தனி நபராக நான் கருதவில்லை. என் கட்டுரையில் நான் சுட்டிக் காட்டியிருந்த முஸ்லிம்களின் இலக்கியக் கட்சி, பசீரைப் போன்றவர்களின் தொகுப்புதான்.

எனவே, இலக்கியத்தை எவ்விதம் பார்ப்பது, அது நமக்குக் காட்டுகிற உலகம் என்ன, அது நமக்குத் தருகின்ற அனுகூலம் என்ன என்பதைச் சற்றே விரிவாகப் பேசினால் முஸ்லிம்களுக்கும் இலக்கியத்திற்குமான உறவுகள் பலப்படும் என்று தோன்றுகிறது.

இஸ்லாமிய இலக்கியத்திற்கு விமர்சனம் செய்ய முனைகின்ற நம் முஸ்லிம் அன்பர்கள் அனைவரும் முதலில் கையிலெடுக்கின்ற வசனம் "குர்ஆனையும் ஹதீஸையும் மறந்துவிட்டு" என்பதாகவே எல்லா நாள்களிலும் இருந்து வருகின்றது. இதை ஏற்கெனவே

சுட்டிக்காட்டவும் செய்தேன். பதிலளிக்க வந்த பசீர் மீண்டும் அதே வார்த்தைகளையே எழுதியுள்ளார்.

என் கட்டுரையின் ஓரி வரியைக்கூட நண்பர் பசீர் கடந்து வரவில்லை. ஜி. அத்தேஷ் தெளிவாக எழுதியுள்ளார். "ஒரு முஸ்லிம் தவறு செய்யக்கூடாது என்பது நியதி. தவறும் செய்வான் என்றால் யதார்த்தம்; தவறு செய்ய மாட்டான் என்றால் பொய்."

இந்த அத்தேஷின் வார்த்தைகளைப் புரிந்துகொண்டு, ஒருவர் விமர்சனத் தராசைக் கையிலெடுக்க வேண்டும். விபச்சாரம் பற்றிக் குர்ஆனும் ஹதீசும் என்ன சொல்கின்றன என்பதை பசீர் எவ்விதம் அறிந்துவைத்திருக்கிறாரோ, அதைவிட அதிகமாகவே 'இமயத்தின் சிரிப்பு' கதையை எழுதிய மஹதி அறிந்திருக்கிறார்; புரிந்தும் வைத்திருக்கிறார். இந்த அறிதலும் புரிதலுமே காஷ்மீரத்தை, அங்கு நடக்கும் அவலங்களைக் கண்டதும் அவரைப் பதற்றம்கொள்ளச் செய்கின்றது. அந்தப் பதற்றமே பேனாவை எடுத்து எழுத வைத்தது.

'மை'யால் நிரம்பியிருந்த பேனா, கூடவே உண்மையாலும் நிரம்பியிருந்தது. அதனால்தான் 'இமயத்தின் சிரிப்'பை நாம் கேட்டோம். ஓர் அரசியலை, ஒரு வரலாற்றை, ஓர் அநீதியை நாம் அறிந்தோம். அதன் மூலம் இந்த அடிப்படைகளைப் பார்க்க மறுப்பதுதான் முஸ்லி இலக்கியக் கட்சி.

குர்ஆனையும் ஹதீஸையும் துணைக்கு அழைத்து வரும் அன்பர் பசீர்தான் "இப்போது நடப்பது என்ன? தனக்கு ஏற்பட்ட வறுமைக்காகத் துப்பாக்கியைத் தூக்கிக்கொண்டு கண்ணில் தெரிபவர்களையெல்லாம் சுட்டுத் தள்ளினால் வறுமை நீங்கிவிடுமோ? நாடுதான் சுடுகாடாக மாறும்" என்று எழுதுகிறார்.

இவர் ஓர் உண்மையைக் கடிதமாக எழுதினால் அது சரி. இதே போன்றதொரு உண்மையை மஹதி கதையாக எழுதினால் அது மட்டும் தவறு?

"சொல்வதைத் தெளிவாகச் சொல்லுங்கள்" என்று குர்ஆனில் இருப்பதாக பசீர் கூறுகிறார். மஹதி இதைத்தானே செய்தார். 'தெளிவு' என்று குர்ஆன் சொல்வதை உண்மை, நேர்மையான விவரிப்பு, யதார்த்தம் என்பதாக உலகம் கருதுகிறது.

ஆனால் 'தெளிவு' என்கிற வார்த்தையை நம்முடைய இலக்கியக் கட்சியினர் பொய்படப் பேசுதல், உண்மையைத் திரித்தல், போலிப் பெருமைகளைப் பகட்டித் திரிதல் என்பதாக அர்த்தம் புரிந்துகொண்டுள்ளனர்.

காஷ்மீரின் பல்லாண்டு காலத் துயர்களைப் பார்க்கும்போது அதை நேர்மையாகப் பதிவு செய்வதே இலக்கியத்தின் வேலை. புதுமைப்பித்தன் கூறுகிறார்: “இலக்கியம் வாழ்க்கையின் எதிரொலி” என்று.

அரசியல், பொருளாதாரம் சார்ந்த முஸ்லிம் சமூகத்தின் நிலைமை அதலபாதாளத்தில் சரிந்துகொண்டிருக்கின்றது. ஆனால், இந்தச் சரிவு நம்முடைய விருப்பமல்ல. இதை இலக்கிய மாக்கும்போது நாம் எதை எழுதுவோம்?

நாளைய உலகம் வரலாற்றை ஆய்வு செய்யும்போது சில இருண்ட பகுதிகள் புலப்படாமல் இருக்கும். அந்த இருட்டுப் பகுதிகளில் வெளிச்சமடித்து, சரித்திரத்திற்குத் துணை நின்று உண்மையைக் காட்டுவது இலக்கியத்தின் பணிகளில் ஒன்று. “மனிதனுக்கும் புறஉலகுக்கும் உள்ள தொடர்பை அல்லது தொடர்பின்மையை மனிதக் கண்கொண்டு பார்ப்பதே இலக்கியம்” என்று அதே புதுமைப்பித்தன் கூறுவதைக் கவனியுங்கள்.

இன்று தலித்தியப் படைப்புகள் பெருகி வருகின்றன. தங்களுக்கு இழைக்கப்பட்ட அநீதிகளைப் பல்லாயிரம் பக்கங்களில் எழுதிக்கொண்டு வருகிறார்கள், தலித்தியப் படைப்பாளர்கள். நம்முடைய இலக்கியக் கட்சியினர் கொஞ்சமேனும் அந்தப் பக்கமாகப் போய்ப் பார்க்க வேண்டும். மேல்சாதியினர் தங்களை நடத்திய முறை, இழிவாக வசைபாடிய விதம், தங்களின் உழைப்பைச் சுரண்டித் தின்ற தந்திரங்கள் போன்றவற்றை மட்டும் தலித்துகள் படைப்பாக்கவில்லை. தாங்கள் மலம் தின்ன வைக்கப்பட்டது பற்றி, பிறரின் சிறுநீரைக் குடிக்க வைக்கப் பட்டது பற்றி எழுதினால் ரொம்ப அசிங்கமாச்சே என்று கருத வில்லை; அதையும் எழுதியுள்ளார்கள்.

தங்கள் தாயை, தங்கள் சகோதரிகளை, தாங்கள் பெற்றெடுத்த பெண்களை உயர்சாதி வெறியர்கள் பாலியல் பலாத்காரம் செய்ததை ‘கற்பழிப்பு’ என்று சொன்னால் பசீர் புரிந்துகொள்வார். ஒளிவு மறைவே இல்லாமல் ஒரு தலித் எழுதுகிறாரே, அவர் என்ன தலித் சமூகத்தின் துரோகியா?

அடிமை வாழ்க்கையை இனியும் வாழ்ந்திடத் தாங்கள் தயாராயில்லை என்று முழங்குகிற உரிமைப் பிரகடனத்தின் போர் ஆயுதமே அவர்களின் இன்றைய இலக்கியப் படைப்புகள். இதன் மூலம்தான் தங்கள் சமூகத்தின் எழுச்சியைத் தேடுகிறார்கள் தலித்தியர்கள். தங்கள் போராட்டத்தை வலுவாக்கப் படைப்புகளைச் சரித்திரமாகப் படைக்கிறார்கள்.

ஆனால், முஸ்லிம்களாகிய நாம் மட்டும்தான் இலக்கியங்களில் பொய்மையையும் வீண் பெருமைகளையும் பேசிப்பேசியே சமூகத்தை மேன்மையடையச் செய்ய வேண்டும் என்று கருதுகிறோம். கதைகளில் இலட்சிய முஸ்லிமைக் காட்டுவது நல்ல விஷயம். அதற்காக அலட்சிய முஸ்லிமையும் இலட்சிய முஸ்லிமாக்கி இஸ்லாத்தைக் கொச்சைப்படுத்த வேண்டுமா?

ஒரு சமூகத்தின் கலாச்சாரப் பகுதியாக அதன் இலக்கியப் படைப்புகள் எப்போதுமே இருந்து வரும்; இருந்தாக வேண்டும். ஆனால், இன்றைய இஸ்லாமிய இதழ்களின் இலக்கியப் பக்கங்கள் வெறிச்சோடிப் போய்க்கிடக்கின்றன.

இன்றைய எழுத்தாளர்கள் அனைவரும் இஸ்லாமிய இதழ்களுக்கு வெளியேதான் எழுதி வருகிறார்கள். இதன் காரணம் என்ன? முஸ்லிம் இலக்கியக் கட்டுரையாளர் கையில் வைத்திருக்கும் விலங்குகளே அதற்கான காரணம். இந்த இலக்கியக் கட்சியினர் ஹதீஸ்களை அரைகுறையாகவும் குர்ஆனைக் கால்வாசியுமாகவே புரிந்துவைத்துள்ளார்கள். ‘நம்மிடம் எல்லாமே சரியாக இருக்கின்றன’ என்ற எண்ணம்தான் நம் அவலங்களுக்கான அகநிலைக் காரணம். இலக்கியத்தை முடக்கி வைத்தத்தின் பலனாக, புறநிலைக் காரணங்கள் எவையெவை என்பனவும் நமக்குத் தெரியாமலேயே போய்விட்டன. சிந்திக்க மறுக்கிற சமூகம் என்னென்ன இடர்ப்பாடுகள், துயரங்களைக் காணுமோ அவற்றையெல்லாம் நாம் இன்று அனுபவிக்கிறோம்.

இலக்கியத்திற்கு உன்னத இடம் வேண்டும். அதனை நம் விருப்பங்களுக்கான அடிமைத்தனமாக மாற்றிவைத்து விடாதீர்கள். மறுமுனையில் அது ஒரு கண்ணாடி போன்றது. கண்ணாடியின் முன் நிற்கும்போது உங்கள் கோரமான முகத்தைக் காட்டுகிறீர்கள். அதுவும் கோரமான முகத்தையே காட்டும். அதுதான் கண்ணாடி என்பதின் அடையாளம். கோரமாக முகத்தைக் காட்டுகிறதே என்று கண்ணாடியை உடைக்கிறீர்கள். மீண்டும் வேறொரு கண்ணாடி. நீங்கள் உடைக்கிறீர்கள் என்பதற்காக அது பண்பிலிருந்து மாறுவதில்லை; மீண்டும் உடைக்கிறீர்கள். இப்படியாக நாம் உடைத்துப்போட்ட கண்ணாடிகள் கோடிகோடி. இன்னும் உடைபடக் காத்திருக்கின்றன பல கோடிக் கண்ணாடிகள் என்பதை அன்பர் பசீரின் கடிதம் உணர்த்துகிறது. அவை உடைபடவே நேர்ந்தாலும் நம்முடைய கோரமான முகத்துடன் ஒருபோதும் சமரசத்திற்கு வரப்போவதில்லை.

ஜாஹிரா ஷேக், குஜராத் பயங்கரவாதம் நமக்கு எடுத்துக் காட்டும் உதாரணம். ஜாஹிரா ஷேக் யார், அவருக்கு என்ன நடந்தது, அவர் இப்போது எங்கேயிருக்கிறார் என்கிற

விவரங்களைத் தேடியெடுப்போம். பின், அவரைப் பற்றிய ஒரு கதையை பசீரைப் போன்ற இலக்கியக் கட்சியினர் நம்முடைய இலக்கிய விதிகளைக் கொண்டு எழுதட்டும். நம்முடைய இலக்கிய மதி மயக்கத்தின் பொருட்டு அதனை ஓர் இஸ்லாமிய இதழிலேயே பிரசுரம் செய்தும் பார்க்கலாம்.

அப்படி யாரேனும் ஒருவர் அக்கதையை எழுதினால், நான் அந்தக் கதையிலிருந்தே நிரூபித்துக் காட்டுவேன்; நரேந்திர மோடியைப் போன்ற கருணையும் பேரருளும் கொண்ட மாமனிதன் ஒருவன் இந்தத் தேதிக்கு இந்தவுலகில் வேறெவனுமே இல்லையென்பதை! தயார்தானா நீங்கள்?

நம்முடைய கவனங்களைச் சிதற அடிக்கக் கூடிய படைப்பு களும் வரக்கூடும். அதே சமயத்தில் நம்முடைய ஆளுமையின் தர்க்க ஞானத்தின் வீச்சும் அவற்றினிடையே விரவிக் கிடக்க லாம். ஓர் இலக்கியப் படைப்பானது பல பக்கங்களைக் கொண்டது என்பதால் இவற்றைப் பிரித்தெடுத்து, சமூகத்தை நம் கலாச்சாரத்தை நேர் செய்யும் யுக்திகளை வகுக்கலாம்.

இவற்றையெல்லாம் எதிர்கொள்ளும் பலமான இறை நம்பிக்கை வேண்டும் முஸ்லிம்களுக்கு. காத்திரமான படைப்பு களை நாம் தாங்கிக்கொள்ள முடியாமல் போனதற்கு அந்த இறைநம்பிக்கை பலவீனமானதே காரணம். இந்தப் பலவீனத்தையே நம்முடைய பலம் எனப் புகழ்பாடுகிறோம்.

இதே காரணத்தால்தான் இஸ்லாமியப் படைப்புகள் என்கிற பெயரால் வந்த பல கதைகள் இஸ்லாமிய அடிப்படைகளுக்கே துரோகம் செய்யக்கூடிய கதைகளாக வெளிவந்துள்ளன. அவற்றையும் நான் இனம் பிரித்தே வைத்திருக்கிறேன். (சமயம் வரும்போது அவற்றைப் பேசக்கூடிய வாய்ப்புகள் கிடைக்கும்.)

ஒரு மருத்துவரின் ஆய்வுத்தன்மையோடு சமூகம் என்கிற உடலைப் பரிசோதியுங்கள். மருந்து கொடுத்துக் குணப்படுத்த வேண்டிய அவசரக் கடமைகள் உள்ளன. அதற்கு நம் இலக்கிய அளவுகோலைத் தக்கவிதமாகப் பயன்படுத்துவதே வழி. முழக்கமிட வேண்டிய நேரத்தில் முணுமுணுத்துக்கொண்டே இருந்தால் பேரலைகள் நம்மைப் பலிகொள்ளும்.

***சமநிலைச் சமுதாயம்*, செப்டம்பர் 2006**

அன்புள்ள அஸார்!

அன்புள்ள அஸாருதீன் அவர்களுக்கு,

அஸ்ஸலாமு அலைக்கும் (வரஹ்ம!)

கிரிக்கெட் விளையாட்டில் எந்த ஆர்வமும் அற்றவர்கள் இந்தியாவிலே கோடிக்கணக்கில் உள்ளனர். அது முட்டாள்களின் விளையாட்டு கால விரயமானது என்று சொல்பவர்களும் உண்டு. கிரிக்கெட் போட்டிகளில் உண்டான வெற்றி – தோல்வி பற்றிக் கண்டு கொள்ளாதவர்கள் அவர்கள். ஆனால், ஊழல் என்று செய்தி வந்தால், அதுவும் கிரிக்கெட்டிலேயே ஊழல் என்று செய்தி வருமானால் அந்த விளையாட்டில் ஆர்வம் அற்றவர்கள் கூடத் தங்கள் செவிகளைக் கூர்மையாக்கிக் கொள்வது இயல்புதான். உலகையே பரபரப்புக்கு உள்ளாக்குகிற விளையாட்டில் பெரும்பெரும் ஜாம்பவான்கள் எல்லாம் ஊழலில் சம்பந்தம்கொண்டவர்கள் என்ற தகவல் வெளியானால் சும்மா கிடக்கிற மனிதனையும் பத்திரிகைகளின் பரபரப்பு தொற்றிக்கொள்ளும். அப்படித்தான் ஆகிவிட்டது உங்கள் நிலையும்.

ஊழல் குற்றச்சாட்டுக்கு ஆளானவர் என்று உங்கள் பெயர் மட்டுமேதான் இருக்கிறதா? ரசிகர் களின் அபிமான ஆட்டக்காரர் கபில்தேவ் பெயர் கூட பொறியில் சிக்கியுள்ளது. ஒரு காலத்தில் கிரிக்கெட் ஆட்டத்தைச் சுவாரசியப்படுத்தியவர்

கபில்தேவ். தேசத்தின் பெருமையை, தங்களைப் போலவே தனது ஆட்டத்திறனின் மூலம் உலகுக்கு உணர்த்தியவர். அவரைப் பற்றியும் புதிய ஊழல் செய்திகள் வருகின்றன. அவரோ தொலைக்காட்சி நேர்காணலில் மனங்குமுறி அழுகிறார்; அப்படியும் அதனைக் கிண்டலடிக் கின்றார்கள். இன்னும் ஜடேஜா, பிரபாகர், அஜய் சர்மா என்று தொடர்ந்து விக்கெட்டுகள் சாய்ந்து கொண்டிருக்கின்றன ஊழல் விளையாட்டில். இன்னும் யார் யாரோ? எத்தனை மேட்சோ?

இந்தப் பட்டியலில் உங்கள் பெயர் இருப்பது உங்களின் அபிமான ரசிகர்கள் அத்தனை பேருக்குமே பேரிடிதான். அதிலும் சமீபத்தில் தங்கள் பெயர்தான் புதிய தகவலோடு வந்துள்ளது. தென் ஆப்பிரிக்க அணியின் கேப்டன் குரோனியே தங்கள் மீதான புகாரை வெளியே சொன்னதும் மீண்டும் பரபரப்பு தொற்றிக்கொண்டது. தங்கள் ரசிகர்கள் என்ன பாடுபடுவார்கள் என்று தெரிகிறது. தங்கள்மீது சேற்றை வாரி வீசிய சுனில் கவாஸ்கர், ரவி சாஸ்திரி, மனோஜ் பிரபாகர், வருமான வரி ஆணையர் விஸ்வ பந்த் குப்தா, அவுட் லுக் பத்திரிகை போன்றோரின் மீது வழக்கு தொடுக்கப்போவதாகவும் அதன் மூலம் தங்களை ஊழலற்ற ஆட்டக்காரராகக் காட்டப்போவதாகவும் பேட்டியொன்றில் கூறியுள்ளீர்கள். இது நல்ல யோசனை. இந்த வழக்கு தொடரப் போவதான விசயத்தில் தாங்கள் கவனம் செலுத்த வேண்டும்.

அதை விட்டுவிட்டு, பேட்டியில் தங்களின் தகுதிக்குச் சிறிதும் பொருத்தம் இல்லாத விசயத்தைக் கூறியுள்ளீர்கள். “சிறுபான்மைச் சமூகத்தைச் சேர்ந்தவன் என்பதால்தான் என்னை எல்லோரும் குறி வைக்கிறார்கள்; என்னைப் பழிவாங்குகிறார்கள்,” என்றும் அதனால்தான், “பத்திரிகைகளும் என்னைத் துரோகி என்றே எழுதுகின்றன,” என்றும் கூறியுள்ளீர்கள். தங்கள்மீது மட்டுமே குற்றச்சாட்டினைக் கூறி மற்ற வீரர்களைக் கண்டும் காணாமல் விட்டிருந்தால்தான் இந்த வியத்தைத் தாங்கள் பெரிதுபடுத்தி இருக்க வேண்டும். ஆனால், ஊழலில் சம்பந்தப்பட்டதாகக் கருதப்படும் அனைவர்மீதுமே மக்களின் கோபம் திரண்டுள்ளது. அவர்களைப் பற்றியும் பலவாறான வதந்திகள் உலா வருகின்றன, இது லேசில் முடியப் போகிற விவகாரமும் இல்லை. அப்படியிருக்க, தங்களை மட்டுமே குறிவைத்துத் தாக்குவதைப்போல தாங்கள் கூறுவது ஏற்றுக்கொள்ளக் கூடியதாக இல்லை. தங்கள்மீது எந்தக் குறையும் இல்லையெனும் பட்சத்தில் நேர்மையான வகையில் விசாரணையைச் சந்திக்கப்போவதாகக் கூறியிருக்க வேண்டும். சிறுபான்மை என்ற ஆயுதத்தைத் தாங்கள் கையில் எடுத்துக் கொண்டிருப்பதைப் பார்த்தால் சந்தேகம் முளைவிடுகிறது.

உங்களின் ஆட்ட ரசிகர்கள் முஸ்லிம்கள் மட்டும் இல்லையே. எல்லாப் பேதங்களையும் தாண்டி வந்தவர்கள் உங்கள் ரசிகர்களாக இருக்கின்றார்கள். அவர்களையெல்லாம் உங்களிடமிருந்து பிரிந்துபோக வைத்திருக்கும் இந்தப் பேட்டியின் தீவிரம்.

இங்கு எல்லா விசயங்களிலுமே சிறுபான்மை – பெரும் பான்மை என்ற பிரிவினையும் அதன் விளைவான துயரங்களும் பெருகிவிட்டனதான். இதர அம்சங்கள் அனைத்தையும் தூக்கிப் போட்டுவிட்டு 'மதம்' என்கிற ஒற்றைச் சாளரத்தின் வழியே அனைத்தையும் தீர்மானிக்க வேண்டும் என்ற ஆய்வு மனம், இரு தரப்புகளுக்குமே வந்துவிட்டது. இதன் விளைவாகத் தங்களுக்கு எதிராய்ச் சற்றுக் கூடுதலான துவேசங்களைப் பரப்பியிருப்பார்கள் என்பதும் உண்மையே. ஆனால், தங்களுக்கு அனைத்துத் தரப்புகளிலுமே – மதங்களிலுமே ரசிகர்கள் உண்டு. தங்களைக் கேப்டன் பதவியிலிருந்து நீக்கியதற்காகக் கவலைப்பட்டவர்களில் இந்து மத ரசிகர்கள் உண்டு. மீண்டும் தாங்கள் கேப்டனாகப் பதவியேற்றதனைக் கொண்டாடித் தமிழகச் சுவர்களில் ஒட்டப்பட்ட வாழ்த்து நோட்டீஸ்கள் இன்றும் நிறம் மங்கிய நிலையில் காணப்படுகின்றன. இவற்றில் உள்ள பெயர்களைக் கவனித்தால் மதவுணர்வுகள் அற்ற ரசிகர் பட்டாளம் உங்களுக்கு உண்டு என்பதை அறிந்துகொள்ள முடியும். தங்களைக் குற்றம் சாட்டுவோரிடம் இருந்து தற்காத்துக்கொள்ள இந்தச் சிறுபான்மைக் கவசம் எந்த அளவிற்குத் தாக்குப்பிடிக்க முடியும் என்பதைக் கணிக்க முடியாது.

தங்களின் வயது 38. இந்த வயதில் அனேகமாக நமது அத்தனை கிரிக்கெட் வீரர்களும் வீட்டிற்கு அனுப்பப்பட்டுவிட்டனர். தாங்கள் இன்றளவும் விளையாட அனுமதி பெற்றுள்ளீர்கள். இரண்டு ஆண்டுகளுக்கு முன்புவரை கேப்டன் பொறுப்பை ஏற்றிருந்தீர்கள். அப்போது தாங்கள் இடஒதுக்கீட்டு முறைப்படியா அந்தப் பதவியைப் பெற்றிருந்தீர்கள்? தங்களது திறமையின் மீது நம்பிக்கை வைத்து, சிறுபான்மை என்ற திரை நீக்கித் தங்களுக்கு அளிக்கப்பட்ட கௌரவம் அது. அதனைத் தாங்களும் பக்குவமாக ஏற்றிருந்தீர்கள். உண்மை இப்படியிருக்க, எதற்கு இந்தச் சிறுபான்மை வாதம்? வீண் பதற்றம்?

எப்போதெல்லாம் சூதாட்டம் களைகட்டி நின்றதோ, அப்போதெல்லாம் தாங்கள் ஒற்றை இலக்க ரன்களிலேயே பெவிலியன் திரும்பியிருப்பதாக விவரங்கள் வருகின்றன. ஆயிஷாவாக மாறிய தங்கள் மனைவி சங்கீதா பிஜ்லானியின் வருமான வரி ரிட்டர்ன்களில் சந்தேக நிழல் விரிந்துள்ளது.

தங்களது மொத்த ஆட்டக் காலங்களுக்குமான வருமானம், பரிசுப்பொருள்கள், சொகுசுக்கார்கள் முதலியன எதிர் விகிதத்தில் பெருகி இருக்கின்றன. இவை உண்மை என்று இப்போதே யாரும் முடிவுக்கு வந்துவிடவில்லை. ஆனால், புகார்கள் வந்தவுடன் இந்த விசயங்களில் அனைவரின் கவனம் பதிவதும் இயல்பானது. எப்படியும் உண்மை தெரிந்தாக வேண்டும்; அதற்கான விசாரணைகள் வரும்போது 'மடியில் கனமில்லாத' தாங்கள் நல்ல முறையில் ஒத்துழைக்க வேண்டும்; எல்லோருடைய மனத்திலும் பரவியுள்ள சந்தேக வித்துகளைக் களைய தங்களின் ஒத்துழைப்பும் உண்மையும் மட்டுமே உதவும்.

மாசு மருவில்லாமல் ஊழலற்ற புனிதராக நீங்கள் வெளியே வரவேண்டுமென்றே ஒவ்வொரு இந்திய மனமும் விரும்பும். சிறுபான்மை இனத்தவன் எனத் தங்களைக் கேவலப்படுத்த விரும்பியவர்களை மக்கள் முன்னே தோற்கடித்துக் காட்ட நல்ல வாய்ப்பு உருவாகியிருப்பதாகத் தாங்கள் கருதிப் பார்க்க வேண்டும். அந்த வழக்கில் தாங்கள் வென்றுவிட்டால் தங்கள் பகைவர்களின் தலைகள், தரை பார்க்கக் குனிந்து முக்காடிட்டுச் செல்லும்; அந்த அற்புதமான காட்சியைக் காண எல்லோர்க்கும் வாய்ப்பளிக்கப்போவதாகச் சபதம் எடுங்களேன். எவ்வளவு பெரிய ஆயுதம் தங்கள் கையிலிருக்கிறது, இந்த எதிரிகளை வீழ்த்த? வாழ்த்துகள் அஸார் அவர்களே! வஸ்ஸலாம்.

***சிந்தனைச்சரம்*, ஜூலை 2000**

மனம்போல் மார்க்கம்

அண்மையில் முஸ்லிம்களை உலுக்கிய தூக்குத் தண்டனைகள் இரண்டு. கோணல் மாணலாகக் கிடக்கின்ற ஒரு வழக்கு விசாரணை மன்றத்திலிருந்து (நீதி மட்டுமே வழங்கப்படுவதாய் இருந்தால் மட்டும்தானே, நாம் அதனை நீதிமன்ற மெனச் சொல்ல முடியும்.) சதாம் உசேனுக்கு ஒரு தூக்குக்கயிறு. இன்னவிதமான தீர்ப்பு மட்டும் தான் வந்தாக வேண்டும் என்ற இலக்கை நோக்கி நகர்த்திவைக்கப்பட்ட அந்த வழக்கு விசாரணை மன்றம், முறையான அரசியலமைப்போ – ஜனநாயகமோ இல்லாத நாட்டிலிருந்து செயல் பட்டது. மிகப்பெரிய ஜனநாயக நாடு முறையான அரசியலமைப்புகொண்ட நாடு, எல்லாக் குடிமகன் களுக்கும் மன்னரென கிரீடம் சூட்டி அழகு பார்க்கிற இந்தியாவிலிருந்தும் கூட முறையற்ற தூக்குத் தண்டனை கொடுக்கப்பட்டுள்ளது – அஃப்சல் குருவுக்கு! தடியால் அடித்துப் பழுக்கவைக்கப்பட்ட இரண்டு 'நீதி'களிலிருந்து இரண்டு தூக்குக் கயிறுகள்!

இப்போது கதை இதைப் பற்றியதன்று; அஃப்சலுக்கு எதிரான தூக்குத் தண்டனையை எதிர்த்து நாடுமுழுவதிலும் நடைபெறும் கண்டனக் கூட்டங்களுக்கு முஸ்லிம்கள் பெருமளவில் வந்துகொண்டு இருப்பதைப் பற்றி! இவர்களின் பங்கேற்பு உள்ளபடியே மகிழ்ச்சியைத் தருகின்றது. தேர்தலில் வாக்களிப்பதன் மூலம் மட்டுமே முஸ்லிம்கள் தங்களின் ஜனநாயகக் கடமையை

ஆற்றிவிட்டு, அப்புறம் அரசியலின் வாடையே இல்லாத வாழ்க்கை மண்டலங்களுக்குள் பிரவேசித்துவிடுவது அவர்தம் வழக்கம். இராமர்கோவில் இயக்கம் தொடங்கப்பட்ட நாளிலிருந்து இந்தியாவில் முஸ்லிம் சமூகத்தை எதிர்நோக்கி மிகப்பெரும் அபாயங்கள் பாசிச சக்திகளின் மூலமாக மட்டு மல்லாது, அரச பயங்கரவாதத்தின் மூலமும் வந்தடைந்தபடியே உள்ளன.

ஆனாலும், முஸ்லிம் சமூகத்தின் உணர்வுகளைத் தட்டியெழுப்ப வேண்டிய நரம்பு மண்டலத்தில் எப்போதுமே சோகைபடிந்த இரத்தம்தான் ஓடியபடி இருக்கின்றது; கடந்த மாதம் சென்னையில் நடைபெற்ற கூட்டமொன்றில், அஃப்சலுக்கு எதிரான தூக்குத் தண்டனையை ரத்து செய்யக்கோரி குல்தீப் நய்யார், நீதிபதி சுரேஷ், எஸ்.வி. ராஜதுரை, கனிமொழி உள்ளிட்ட பலர் பேசினர்.

முஸ்லிம்கள் அதிக அளவில் கலந்துகொண்டனர். அதில் பேசிய பெரியார் தி.க.வைச் சேர்ந்த கொளத்தூர் மணி கூறிய விஷயம் கவனத்திற்குரியது. ஒரிசாவில் ஸ்டெயின்ஸ் பாதிரியாரையும் அவருடைய இரண்டு மகன்களையும் எரித்துக் கொன்ற தாராசிங்கிற்குத் தூக்குத் தண்டனை வழங்கப் பட்டாலும் நாங்கள் அந்தத் தண்டனையையும் எதிர்ப்போம் என்று சொன்னார். அன்றையக் கூட்டத்தில் சதாம் உசேன், அஃப்சல் ஆகிய முஸ்லிம்களுக்காக மட்டும் அவர்கள் வாதாடவில்லை. அவர்களின் எதிர்ப்பு தார்மீக ரீதியிலானது. தீர்ப்பு என்பதன் பெயரால் ஓர் உயிரைப் பறிக்கும் செயல்பாடுகளை அவர்கள் தொடர்ந்து எதிர்த்து வருகிறார்கள். கடந்த காலங்களில் உலகெங்கும் வழங்கப்பட்ட மரணதண்டனைகள் கசப்பானதும் அதிர்வூட்டக் கூடியதுமான முறையிலேயே இருந்துள்ளன. மேலும், மனித உரிமைகள் குறித்து ஏற்பட்ட விழிப்பும் மரண தண்டனைக்கான எதிர்ப்பு முனையைக் கூர்தீட்டுகின்றது.

ஒருமுறை நபிகள் நாயகம் கூறியதாக அவருடைய துணைவியார் ஆயிஷா (ரலி) சொன்ன சம்பவம் இது: "மக்களே! உங்களுக்கு முன்னிருந்தவர்கள் தங்களிடையே கௌரவமானவன் திருடினால் அவனை விட்டுவிடுவர். தங்களிடையேயுள்ள பலவீனன் திருடினால் அவனுக்குத் தண்டனை தருவர். அதன் காரணத்தால்தான் அவர்கள் அழிக்கப்பட்டனர்". (ஆதாரம்: புஹாரி. மராம். தமிழில் மவ்லவி எம்.எம்.அப்துல்காதிர் உமரி.) இப்போதும் இதேநிலை தொடர்கின்றது. இந்தியாவில் சாதீய மனோபாவமும் வடக்கத்திய உணர்வுகளும் மொழிபேதமும் கூடுதலான முறையில் அநீதியின் வெளிப்பாடுகளுக்குத்

துணை புரிகின்றன. ஒருவரின் உயிரைப் பறிக்கும் அதிகாரம் குறித்து வெவ்வேறுவிதமான கருத்துகள் தோன்றுவதில் உள்ள நியாயங்களை உணர்ந்துகொள்ள வேண்டியவர்களாக இருக்கிறோம். இந்நிலையில், முஸ்லிம்களின் நிலைபாடு இன்னமும் நெகிழ்வானதாக இருக்க வேண்டியது அவசியம். பொதுவாகவே, இஸ்லாமியத் தண்டனைமுறைகள்குறித்து நீண்ட நெடுங்காலமாகவே விவாதங்கள் நடந்தபடியுள்ளன.

முஸ்லிம்கள் பலநாடுகளை ஆளும் சூழலிலும் முறையான இஸ்லாமிய ஆட்சி எந்தவொரு நாட்டிலும் இல்லையென்கிற சூழலிலும் இஸ்லாமியத் தண்டனை முறைகள் மட்டும் நிறைவேற்றப்படுகின்றன. அதேசமயத்தில் முஸ்லிம்களின் ஆட்சிப்பீடம் இல்லாத நாட்டில், இஸ்லாம் விரும்பும் தண்டனை முறைகள் வழங்கப்படும்போது முஸ்லிம்கள் பரவலாக எதிர்ப்பை மேற்கொள்வதைக் காணலாம். இவ்வாறு முஸ்லிம்கள் இரண்டு நிலைகளிலுமே ஊசலாடுகிறார்கள். இன்றைய சூழல் முஸ்லிம்களின்மீது அதை ஒரு நிர்ப்பந்தமாகவும் செலுத்துகின்றது. இன்று உலகளாவிய முறையில் முஸ்லிம்கள் கடும் சவாலை எதிர்கொள்கிறார்கள். நாடுகளுக்கிடையேயும் இனங்களுக்கு இடையேயுமான மோதலாக அது முற்றிவருகின்றது. எந்தவொரு வல்லரசும் முஸ்லிம்களுக்கோ முஸ்லிம் நாடுகளுக்கோ ஆதரவாக இல்லாத நிலையில் சர்வதேச அமைப்பாகிய ஐநா மன்றமே இஸ்லாமிய எதிர்ப்பு நடவடிக்கைகளை ஒருங் கிணைத்து வருகின்றது. இதனை எதிர்கொண்டு போராடும் சக்தியற்றுக்கிடக்கின்றது முஸ்லிம் சமூகம். சவாலை எதிர்கொண்டு வெல்லும் சிந்தனைகளும் இல்லாதிருப்பது நிலைமையை மேலும் முறுக்கிக்கொண்டு போகின்றது.

இந்தியாவைப் பொறுத்தமட்டில் பா.ஜ.க. ஆண்டால் மட்டும்தான் முஸ்லிம்களுக்கு எதிரான பாசிச நடவடிக்கைகள் செயல்படும் என்பது மூடநம்பிக்கை. காவல் துறை, உளவுத்துறை, இராணுவம் உள்ளிட்ட அரசு இயந்திரம் முழுவதுமே பாசிச அமைப்புக்குள் சிக்கி உள்ளன. இடதுசாரிகளான கம்யூனிஸ்ட்டு களின் ஆதரவின் கீழே மத்தியில் காங்கிரஸ் ஆட்சியே இருந்த போதும் இந்து பாசிசம் செயல்படாமலில்லை. அஃப்சல் வழக்கில் காங்கிரஸ் முரண்பாடான கருத்துகளைப் பேசுகின்றது; பாதுகாப்பதாகச் சொன்ன பாபர்மசூதி இடிக்கப்படுகிறது; எடுக்கப்பட வேண்டிய இராமர்சிலை பாதுகாக்கப்படுகின்றது; மும்பை வகுப்புக் கலவரங்களில் முஸ்லிம்களுக்கு எதிரான பயங்கரவாதத்தை நிரூபித்த நீதிபதி கிருஷ்ணா ஆணையத்தைக் காங்கிரஸ் மறந்துவிட்டது.

காங்கிரஸின் எதிரியான பா.ஜ.க.வை வீழ்த்தக் கிடைத்த கிருஷ்ணா கமிஷன் அறிக்கையின் மீது படர்ந்துகிடக்கும் மௌனம் காங்கிரசுக்குத் தேவைப்படத்தானே செய்கின்றது. தீபாவளியும் விநாயகர் சதுர்த்தியும் வெடிகுண்டுகள் நிரம்பிய முஸ்லிம்களால் சீர்குலைக்கப்படும் என மத்திய – மாநில அரசுகள் வதந்திகளைப் பரப்பியபடியே உள்ளன. சதாமிற்கு முறையான விசாரணையில்லை என்று சொல்லிவிட்டு, அது உள்நாட்டு விவகாரம் என்று ஒதுங்கிவிடவும் முடிகின்றது. எந்தவொரு வன்முறையானாலும் முஸ்லிம்கள் உடனே சந்தேகத்திற்கு ஆளாகின்றனர்; சுற்றிவளைத்துக் கைது செய்யப்படு கின்றனர்; வழக்கு – விசாரணை என்று ஒருபுறம் படுவேகம்; இன்னொருபுறம் வழக்குமில்லை – விசாரணையும் இல்லை எனப் பல்லாண்டுகால இழுத்தடிப்பு!

யாராயிருப்பினும் ஒருவர் குற்றவாளியா அல்லவா என்பதனை வழக்கு விசாரணை மன்றம் எப்படித் தீர்மானிக் கின்றது? கண்களுக்குத் தெரியாத முதல் நீதிபதி காவல்துறைதான். ஒருவனைக் குற்றவாளியாக மாற்றும் அனைத்துப் பொய்களையும் சட்ட ஷரத்துகளையும் காவல்துறைதான் தயாரித்து வழங்கு கிறது. அஃப்சல் தன் குற்றத்தைப் பத்திரிகையாளர்களின் முன்னிலையிலேயே ஒப்புக்கொள்ளும்படி காவல்துறை அவரை நிர்ப்பந்தித்தது. நேரிலேயே இவ்வளவு நிர்ப்பந்தங்கள் இருக்குமாயின், வெளியுலகப் பார்வை தீண்டாத இடங்களில் வழக்கை நடத்த முனையும் அரசும் காவல்துறையும் என்னென்ன மோசடி வேலைகளையெல்லாம் செய்யும்? சட்டமும் காவல்துறையும் இராணுவமும் செயல்படும் முறைகளைப் பார்க்கும்போது, தண்டனைகள் என்பவை நீதி சார்ந்து வழங்கப்படுவன அல்ல; விருப்பு வெறுப்புகள் சார்ந்தே அவை வழங்கப்படுகின்றன என்பது தெளிவாகின்றது.

இதற்கு முஸ்லிம் நாடுகள் எப்படி விதிவிலக்கானவையாக இருக்க முடியும்? அண்மையில், எகிப்து அதிபராக மீண்டும் ஹோஸ்னி முபாரக் தேர்ந்தெடுக்கப்பட்டுள்ளார். அதையொட்டிப் படிக்க நேர்ந்த ஒரு குறிப்பின்படி ஹோஸ்னி முபாரக்கிற்கு எதிராகச் செயல்பட்டாலும், அவரைத் தோற்கடிக்க முயற்சி செய்தாலும் அவ்வாறு செயல்படும் – முயற்சி செய்யும் நாடாளுமன்ற உறுப்பினர் ஒருவரின் கதி அதோ கதிதான். ஒரு நாடாளுமன்ற உறுப்பினரே தன் சூழலில் உறுதிகொள்ள முடியாமல் தவிக்கும்போது, பாமரனின் அவலத்தை என்ன சொல்ல? இன்றைய அரபுலகம் 'கற்கால' மன்னராட்சி, முறைமைக்குரியவை. அங்கும் அரசியல் – பொருளாதார –

நிறபேத, வர்க்க வேறுபாடுகள் ஆகியன உள்ளன. பரம்பரை பரம்பரையாக நாட்டை ஆண்டுகொண்டிருக்கும் கூட்டம், மதத்தைத் தன்னுடைய சுயநலனுக்கான கருவியாகவே எடுத்துக் கொள்கின்றது.

அரச பீடங்களின் விருப்பு வெறுப்புகளை, மதக்கோட்பாடு களைக் கொண்டு முலாம் பூச முடியும். அரபுலகின் குடிமக்கள் இஸ்லாம் வலியுறுத்தும் தண்டனைகளுக்கு அருகில் உள்ளார்கள். அரசோ, இஸ்லாத்திற்கு வெகு தொலைவில் இருக்கிறது. முஸ்லிமின் நிலை அவருடைய சொந்த மண்ணிலேயே அதிபயங்கர மானதுதான். அதையும் விட வெளிநாட்டுப் பணியாளர்கள் அரபுலகச் செல்வந்தர்களின் அடிமைகளாக மிரட்டி வேலை வாங்கப்படுகின்றனர்; குறைந்த கூலியே பெறுகிறார்கள்; அவர்களின் உரிமைகள் நசுக்கப்படுகின்றன.

இஸ்லாம் அதன் ஆன்மிகச் சாரத்திலிருந்து திரட்டித்தரும் மாண்புகளை முஸ்லிம்கள் ஆளும் நாடுகள் கபளீகரம் செய்கின்றன. இஸ்லாம் விரும்புகின்ற சமூக நோக்கம் எதுவோ, அதனையே சிதறடித்துவிடுகின்ற ஆட்சிமுறைக்கு முஸ்லிம் களும் உரியவர்களே! ஒரு கொலைக் குற்றவாளி அவருடைய மரண தண்டனையிலிருந்து விடுபட வழியுண்டு. கொலை யுண்டவரின் குடும்பத்தினர் அதனை மன்னிக்கும் பட்சத்தில் அவர் விடுவிக்கப்படலாம். ஆனால், மன்னிப்பு என்பது மனத்தின் உயர்நிலைப் பண்புகளினால் ஆனதல்ல; அதற்காகக் கொலையுண்டவரின் குடும்பம் விரும்பும் பெருந்தொகை கையளிக்கப்படல் வேண்டும். இந்தப் பெரியதொகையை வழங்கும் வசதிகொண்ட அந்த மரணதண்டனைக் குற்றவாளி மீண்டுமொருமுறை பிறக்கும் அரிய வாய்ப்பைப் பெறுகிறார்.

ஏழைக் குடிமகனுக்கு இவ்வாறு மீண்டும் பிறக்கும் சாத்தியமில்லையே! ஒருவன் வசதியற்றவனாக இருந்தால் அவனுடைய உயிர்வாழும் உரிமை தட்டிப் பறிக்கப்படுகிறது. ஆகையால், அவன் ‘எவ்வகையிலேனும்’ பணம் சம்பாதிக்க நிர்ப்பந்திக்கப்படுகிறான். விருப்பத்திற்கு மாறான பணவேட்டையை யாரும் நியாயப்படுத்த முடியாது. தண்டனைகளில் பொருளாதார அளவுகோலைப் புகுத்தும்போது அது சமூகநீதியைப் பதம் பார்த்துவிடும். சமூக ஏற்றத் தாழ்வை நீக்கும்போதுதான் இஸ்லாமிய நீதிகூடச் சரியாகச் செயல்பட முடியும்!

கொலைவழக்கு, திருட்டு, பாலியல் தொழில், ஊழல் என இஸ்லாம் தண்டனைகளைப் பாகுபடுத்தியே உள்ளது.

அடிப்படையில் இவை அனைத்துமே தனி மனிதனின் அகவுணர்வுகள் சார்ந்து மட்டுமே நிகழ்வதில்லை! இக்குற்றங்களுக்கான மிகப்பெரிய பங்களிப்பு சமூக வாழ்வின் நெருக்கடிகள் மற்றும் அவலங்களிலிருந்து உருவானவை. எனவே, குற்றத்தை உற்பத்தி செய்யும் சமூக அமைப்பே தண்டனைக்குரியது. அதற்கான தண்டனை என்பது அதனை மாற்றியமைப்பதுதான்.

தண்டனைகளும் சட்டங்களும் இறைவனால் அருளப்பட்டவை, அவற்றை மாற்றுவதற்கோ கைவிடுவதற்கோ நாம் யார் என்று முஸ்லிம் சமுதாயம் கேள்வி கேட்கிறது. அவை இறைச்சட்டங்களே என்ற போதும், மனிதர்களின் கண்காணிப்பின் கீழேதான் செயல்படுகின்றன. இஸ்லாமிய வரலாற்றிலேயே சூழலுக்கேற்ப தண்டனைகளை கலீபாக்கள் மறுவரையறை செய்திருக்கிறார்கள். திருடினால் கை துண்டித்தல் என்பது இஸ்லாமியத் தண்டனை முறை. உமர் தன்னுடைய ஆட்சிக் காலத்தில் வறுமையின் நிர்ப்பந்தத்தில் நடைபெற்ற திருட்டுக்கு இந்தத் தண்டனையிலிருந்து விதிவிலக்கு வழங்கினார். மரண தண்டனையின் எதிர்ப்பாளர்கள் கூறிவரும் அனைத்துக் காரணங்களும் இங்கும் பொருந்தக் கூடியனவே! இஸ்லாம், கலிபாக்களின் ஆட்சியைத்தான் பரிந்துரை செய்தது; ஆனால் இன்றைய மன்னராட்சிகளில் சிக்கி உள்ள பெரும்பாலான நாடுகள் முஸ்லிம்களால் ஆளப்படுபவையே! இஸ்லாம் மன்னராட்சியையே நிராகரித்திருக்கும்போது, அந்த மன்னர்களின் ஆட்சி எப்படி மார்க்கச் சட்டங்களை – தண்டனைகளை அமுல்படுத்த முடியும்?

இஸ்லாமியக் கோட்பாடுகள் இன்று பல்வேறு குழுக்களால் பல்வேறுவிதமான விளக்கங்களுக்கு உட்பட்டு வருகையில் இஸ்லாமியத் தண்டனைச் சட்டங்கள் மட்டும் எப்படி ஒரே கோணத்தில், ஒரே பார்வையில் செயல்படும்?

இன்றுள்ள தண்டனை முறைகள், அரச பயங்கரவாதத்தை நியாயத்தின் பெயர் கூறித் தேசபக்த முகமூடி அணிந்து செப்பம் செய்துகொள்கின்றன. அரசாட்சிக்கு எதிரான சக்திகளைக் களையெடுப்பதில் இத் தண்டனை முறைகள் அரச வம்சத்திற்கு உதவிகள் புரிகின்றன. இன்று முஸ்லிம் சமுதாயம் வெடி குண்டுகளுடன் சம்பந்தப் படுத்தப்பட்டுள்ளது. இராக் மண்ணின், பாலஸ்தீனத்தின் விடுதலை வீரர்கள் தம்மைத்தாமே வெடிகுண்டுகளாக்கிக் கொள்கிறார்கள். வெடிகுண்டுகளால் சிதையப்போவதையே மரண பயமாக அவர்கள் கருதாதபோது, ஒரு தூக்குக் கயிற்றுக்கு எப்படி அஞ்சுவார்கள்? அச்சமூட்டுவதின்

மூலம் எந்த மனமாற்றத்தையும் உருவாக்க வழியில்லை. இதைப் பல்லாயிரம் ஆண்டு அனுபவங்கள் நமக்கு உணர்த்துகின்றன. சிறந்த கல்வியையும் நல்ல மாண்புகளை உருவாக்கும் சமூக அமைப்பையும் கொண்டே குற்றச் செயல்பாடுகள் தோன்றாமல் தடுக்க முடியும்.

இந்திய முஸ்லிம்கள் ஷரீயத் சட்டத்தை அமுல்படுத்தும்படி சில சமயங்களில் அரசை வலியுறுத்தி வெற்றிபெற்றுள்ளார்கள்; ஆனால், ஷரீஅத் கூறும் தண்டனைமுறைகளுக்காக அவர்கள் அரசை நிர்ப்பந்திப்பதில்லை. முஸ்லிம்கள் ஆளாதபோது தண்டனை முறைகளை எப்படிக் கோரிப்பெற முடியும் என்பது அவர்களின் வினா; அந்த அச்சம் நியாயமானதும் ஆகும். ஆனால் உண்மையிலேயே அது மட்டும்தான் காரணமா? இஸ்லாமிய நாடுகளில் இன்று ஜனநாயகம் இல்லை. நடப்புலகின் கசப்பான நெருக்கடியில் முஸ்லிம் மன்னர்கள் அடிபணிந்து கிடக்கிறார்கள்; முஸ்லிம் குடிமக்களோ கொந்தளித்தபடி உள்ளார்கள். மனநிலைகள் மாறிப்போயுள்ளன. மனநிலைகள் மாறிவிட்டால் மன்னர்கட்கும் குடி மக்களுக்குமான இஸ்லாமும் மாறிவிட்டது என்றே அர்த்தம். இஸ்லாமியத் தண்டனைமுறைகளை இக்காரணங்களைக் கொண்டும் நாம் விவாதிக்கலாம். நமக்குத் தேவை சற்றே விசாலமான மனப்பாங்குதான்!

***புதிய காற்று*, ஜனவரி 2007**

நகைச்சுவை ததும்பும் தீவிரவாத (எதிர்ப்பு) லீலைகள்

கோவில்களில் குண்டுவெடித்ததும் இது முஸ்லிம் தீவிரவாதிகள் வேலைதான் என்று செய்தி வருகிறது. அப்படியானால் மசூதிகளில் குண்டு வெடித்தால் மட்டும் இந்துத்துவா தீவிரவாதிகளின் வேலை என்று ஏன் எவரும் சொல்வதில்லை? குஜராத்தில் இனக் கலவரத்தை நடத்திய இந்துத்துவா சக்திகளுக்கு மசூதியில் குண்டுவைப்பது என்ன மலை தாண்டுகிற காரியமா? முஸ்லிம் தீவிரவாதிகளுக்கு என்னென்ன சதித் திட்டங்கள் சாத்தியமென்று அரசும் காவல்துறையும் சொல்கின்றவோ, அந்தச் சதித்திட்டங்கள் அனைத்தும் இந்துத்துவா தீவிரத்திற்கும் சாத்தியம்தானே?

உலகெங்கும் பரவியிருக்கிற தீவிரவாதத்தை எப்படி எதிர்கொள்வது? தீவிரவாதத்திற்கு எதிராக எப்படி மக்களை அணி திரட்டுவது?

தீவிரவாதத்தை ஒழிப்பது குறித்து எவரும் ஆலோசனை கலப்பதே தீவிரவாதத்தின் ஞானத் தந்தையர்களோடுதான். தீவிரவாதத்திற்கு எதிரான பிரகடனத்தை ஒரு தீவிரவாதியே வெளியிடுவார்.

மன்மோகன் சிங் அரசு நாள்தோறும் நடத்தி வரும் தீவிரவாத எதிர்ப்பு லீலைகளைக் காண் போர்க்கு வேறு சந்தேகங்கள் எழ வாய்ப்பேயில்லை.

2007 மே 18, ஹைதராபாத் மக்கா மஸ்ஜித் ஜும்ஆ நேரத்தில் வெடித்த அந்தக் குண்டுக்கு நேரடிப் பலி 11. அதனை எதிர்த்து நடந்த ஆர்ப்பாட்டத்தில் போலீஸ் கொன்றதில் பலி 5. உடனடியாக வேகவேகமாகக் காட்சிகள் நகர்கின்றன. ராஜசேகர ரெட்டி புதுடெல்லியிலிருந்து மாநிலத்திற்கு வருகிறார். கூடவே, மத்திய உள்துறை அமைச்சர் சிவராஜ் பாட்டிலும் விரைகிறார். விசாரணையின் முதல் புள்ளியைத் தொட்டதுமே பலப்பல வதந்திகளும் சூழ்கின்றன. தகவல்கள் சேகரிக்கப்பட்டு, அவை ஒன்றோடு ஒன்றாகச் சேர்க்கப்பட்டு, ஒன்றிலிருந்து ஒன்றாக அடுத்தக்கட்ட உண்மைகளைப் பிடிப்பதற்குள் ஊடகங்களுக்கு இறக்கை கட்டிப் பறக்கின்றன கற்பனைகள். நாம் அறிந்த – அறியாத பாகிஸ்தானிய – பங்களாதேசிய தீவிரவாத அமைப்புகளின் பட்டியலிலிருந்து ஒரு பெயரைத் தேர்ந்தெடுக்கிறார்கள்; அல்லது எல்லாவற்றையுமே தேர்ந்தெடுக்கிறார்கள். ஏற்கெனவே, ரெடிமேடாக வைத்திருக்கின்ற கற்பனைக் களஞ்சியங்களில் மேலும் சில புதிய அம்சங்களைக் கரைத்து, சற்றே புதிதாகத் தோன்றும் வதந்தியைச் செய்திகளாக மாற்றுகிறார்கள். அந்தப் பாகிஸ்தானியத் தீவிரவாதிகள் எல்லையைக் கடந்து, இந்தியாவிற்குள் நுழைந்துவிட்டதுவரை சில மணித்துளிகளுக்குள் கண்டுபிடித்துவிட்டார்கள். உடன் பரபரப்பான செய்திகள்.

ஒருவேளை, பள்ளிவாசல்களில் குண்டுவைத்த அந்தத் தீவிரவாதிகள் பாகிஸ்தானியர்களாகவே இருக்கட்டும்; அல்லது உள்ளூர் முஸ்லிமாகவே இருந்துவிட்டுப் போகட்டும். விசாரணையை முற்றுமுழுதாக முடிக்கும்வரை அரசும் காவல்துறையும் ஏன் பொறுமை காப்பதில்லை? மக்களுக்குள் கடுமையான மோதல்களை – பிளவுகளை உண்டாக்கும் இந்த வதந்திகள் பொறுப்புணர்வுள்ள போலீசின் செயலாகுமா? இந்தக் குண்டுவெடிப்பு குறித்து உள்துறை அமைச்சர் சிவராஜ் பாட்டில், "எந்த இறுதி முடிவுக்கும் உடனடியாக வந்துவிட முடியாது" என்கிறார். (20.5.07 தினமணி சென்னைப் பதிப்பு. பக்கம் 12) அதே பத்தியை அடுத்து வருகிற செய்தியில் சில அமைப்புகளின் பெயர்கள் குறிப்பிடப்படுகின்றன. இந்த முந்திரிக் கொட்டைத்தனம் விளையாட்டாக எப்படியிருக்க முடியும்?

கோவில்களில் குண்டுவெடித்ததும் இது முஸ்லிம் தீவிரவாதிகளின் வேலைதான் எனறு செய்தி வருகிறது. குண்டுவெடிப்பு நடந்த கோவிலுக்குள் நுழையும்போதே முழு விசாரணை முடிவுகளும் என்னவெனறு சொல்லப்படுகின்றன. அப்படியானால் மசூதிகளில் குண்டுவெடித்தால் மட்டும் இந்துத்துவா தீவிரவாதிகளின் வேலை என்று ஏன் எவரும்

சொல்வதில்லை. குஜராத்தில் அரசாங்கமே ரத்தம் குடித்தபோது, அந்தத் தீவிரவாத சக்திகளுக்கு மசூதியில் குண்டுவைப்பது என்ன மலை தாண்டுகிற காரியமா? அல்லது வழிபாட்டுத் தலங்களில் கைவரிசை காட்டத் தெரியாத அஹிம்சாவாதிகளா இவர்கள்?

முஸ்லிம் தீவிரவாதிகளுக்கு என்னென்ன சதித்திட்டங்கள் சாத்தியமென்று அரசும் காவல்துறையும் சொல்கின்றனவோ, அந்தச் சதித்திட்டங்கள் அனைத்தும் இந்துத்துவா தீவிரத்திற்கும் சாத்தியம்தானே? இன்னும் சொல்லப்போனால் சுதந்திர இந்தியாவின் ரத்தக்கறை படிந்த வரலாறுகளெல்லாமே இந்துத்துவா தீவிரவாதத்தின் கைகளினால் எழுதப்பட்டவைதானே? பிறகேன் போலீசும் அரசும் மூடி மறைக்கும் வேலையைச் செய்ய வேண்டும்? திரும்பத்திரும்பச் சொல்லி மூளையைத் தேய்ப்பதின் மூலம் முஸ்லிம்களுக்கே தங்கள் சமூகம் பற்றி ஐயப்பாடு உண்டாகி விட வேண்டும். அதற்காகத்தான் எவ்வளவு அம்பலப்பட்டாலும் இந்துத்துவா சக்திகள் இந்த வேலையைத் தொடர்ந்து செய்கின்றன.

பாபர் மசூதியின் முடிவை ஒரு கணம் யோசிக்கலாம். உலகத்தை ஏமாற்றிய நாடகத்தை பாஜக மட்டுமல்ல, அப்போதைய பிரதமர் நரசிம்மராவும் காங்கிரசும் இணைந்தே நடத்தின. ஏதோ பாபர் மசூதியைப் பாதுகாக்கத்தான் ஆயிரக் கணக்கான இராணுவச் சிப்பாய்கள் அந்த வளாகத்தைச் சுற்றிலும் நிறுத்தப்பட்டார்கள் என உலகு நம்பியது. ஆனால், என்ன நடந்தது? மசூதியை இடித்துத் தள்ளுவதைப் பாதுகாக்கவே இராணுவமும் அதன் பிரிவினரும் நின்றிருந்தனர். எனவே, அனைத்துச் சமுதாயத்தினரும் இந்தச் சதிகார வேலைகளை நன்கு யோசிக்க வேண்டும்.

கடந்த ஆண்டு ஜூலை 11ஆம் தேதியன்று மும்பையில் நடைபெற்ற ரயில்வே குண்டுவெடிப்புகளில் மகாராஷ்டிரா போலீஸ் மேற்கொண்ட விசாரணையின் இலட்சணத்தைப் பற்றிச் சொல்லவே வேண்டாம். விசாரணை நடைபெறும்போதே, சிமி இயக்கத்தைப் பெயர் குறிப்பிட்டு மும்பை காவல்துறை ஆணையாளர் கருத்து சொன்னார். பின்பு அதையே எல்லாப் பத்திரிகைகளும் சொல்லிச்சொல்லி ஒளி பரப்பின. அந்தப் பொறுப் பற்ற போலீஸின் நடவடிக்கையை அன்றைய ஆனந்த விகடன் வார இதழ் கூர்மையாகக் கண்டிக்கிறது. குறிப்பிட்ட தீவிரவாத இயக்கம்தான் இதைச் செய்திருக்க வேண்டும் என்று மும்பையின் காவல்துறை ஆணையர் கருத்துத் தெரிவித்தது வேதனையான ஒன்று. அதைத் தொடர்ந்து சில தலைவர்களும்

ஊடகங்களும்கூட தீவிரவாதச் செயலைக் குறிப்பிட்டு முஸ்லிம்களோடு சம்பந்தப் படுத்தியே கருத்து வெளியிட்டன.

குண்டுவெடிப்பு பற்றி விவாதிக்க நடந்த மத்திய அமைச்சரவையின் அவசரக் கூட்டத்தில் போதிய ஆதாரமோ சாட்சியமோ இல்லாத நிலையில் குறிப்பிட்ட இனத்தைத் தீவிரவாதச் செயலோடு இணைத்துப் பேசுவது சரியல்ல என இரண்டு அமைச்சர்கள் கூட அரசை எச்சரித்ததாகச் செய்திகள் கூறுகின்றன. எரிகிற தீயில் எண்ணெய் வார்த்து, நாட்டின் இறையாண்மைக்குக் கேடு விளைவிக்கவென்றே சில அந்நியச் சக்திகள் காத்துக்கொண்டு இருக்கும் நேரத்தில், பொறுப்பான இடத்தில் உள்ளவர்கள் எப்படி நடந்துகொள்ள வேண்டும் என்பதை இந்த அமைச்சர்களின் எச்சரிக்கை உணர்த்துகிறது.

ஒரு பொறுப்பான பத்திரிகை இவ்வளவு தூரம் சொல்லியும் கூட நம் நீதி, நிர்வாக, பாதுகாப்பு, மத்திய – மாநில அரசுகளின் நடத்தையில் எவ்வித மாற்றமுமில்லை. சொல்லப்போனால், தனக்கு 'விருப்பமான' குற்றவாளிகளைத் தேடிப் பிடித்து தன்னுடைய 'அரச விருப்பத்தை' நிறைவேற்றிக்கொள்வதிலேயே அவை துடிதுடிக்கின்றன.

2006 ஜூன் முதல் தேதியன்று மகாராஷ்டிரா மாநிலம் நாக்பூரிலுள்ள ஆர்எஸ்எஸ் தலைமையகத்தைத் தகர்க்க (?) முயன்ற மூன்று தீவிரவாதிகளைப் போலீசார் சுட்டுக் கொன்றதாகத் திடுமென்று பரபரப்பான செய்திகளை வெளியிட்டது மகாராஷ்டிர காவல்துறை. அவர்கள் லஷ்கரே தொய்பா என்ற தீவிரவாத அமைப்பினர் என்றும் அது சொன்னது. ஆனால், பி.யு.சி.எல் உள்ளிட்ட பல்வேறு மனித உரிமை அமைப்புகளின் உண்மை அறியும் விசாரணைக் குழுவினர், மகாராஷ்டிரா போலீசின் மதவாத நாடகத்தை அம்பலப்படுத்தினார்கள்.

தீவிரவாதிகள் தங்களை நோக்கிச் சுட்டனர் என்ற போலீஸ் கூறிய கதையை ஆராய்ந்த குழுவினரே திகைத்துப்போகும் அளவுக்கு உண்மைகள் வேறாக இருந்தன. 'சீறிப் பாய்ந்த' குண்டுகள் எந்தெந்த கோணத்தில் அப்பாவிகளைத் துளைத் திருந்தன என்பதையும் தீவிரவாதிகளைப் பிடித்த போலீஸார் குண்டுகள் உராய்ந்துசென்ற காயம்கூட இல்லாமல், அலுங் காமல் குலுங்காமல் அழகுத் திருமேனியர்களாக அப்படியே ஜொலித்துக்கொண்டு இருந்தார்கள் என்பதையும் விசாரணைக் குழு அம்பலப்படுத்தியது. அந்தக் குழு எழுப்பிய 22 கேள்விகளுக்கு இன்னும் மகாராஷ்டிர அரசோ அதன் போலீஸோ பரீட்சை எழுதிப் பாஸாகவில்லை. ஒரு பொய்யை மறைக்க ஓராயிரம்

பொய்களைச் சொல்லவும் நம் மத்திய – மாநில அரசுகள் தயாராகிவிடுகின்றன.

மேலும், எந்த நாட்டின் குண்டு வெடிப்புகளிலும் முஸ்லிம்கள் சம்பந்தமுள்ள பிரச்சினைகளாயிருந்தால் ஒரு விஷயத்தைக் கூர்ந்து கவனிக்கலாம். தீவிரவாதிகள் அனைவருமே தம்முடைய பெயர், முகவரி அடையாளங்கள், தொலைபேசி எண்கள் உள்ளிட்ட தங்களைக் காட்டிக்கொடுக்கும் அனைத்து ஆவணங்களையும் கையோடு கொண்டுவந்து குண்டுகளை வெடிக்கச் செய்கிறார்கள். அமெரிக்கா காட்டிக் கொடுத்த இந்த அரிய வழியை இந்தியா உள்ளிட்ட நாடுகளும் அப்படியே காப்பியடித்துத் தங்களுடைய அரச பயங்கரவாதத்தை நடத்துகின்றன.

ஜூன் 1, ஆர்.எஸ்.எஸ். தலைமையகத்தின் மீதான இந்தத் தாக்குதல் நாடகம் இன்னொரு திசையில் கவனிக்கப்பட வேண்டியதாகும். "எந்த வகையிலும் தாக்குதல் அபாயம் இல்லாத" ஆர்.எஸ்.எஸ். தலைமையகத்தின் மீது இப்படி தீவிரவாதத் தாக்குதல் நடந்ததாகக் கற்பனை செய்து, அப்பாவிகளைக் கொன்றது பி.ஜே.பி. சிவசேனா கூட்டு அரசாங்கமல்ல; அல்லது ஆர்.எஸ்.எஸ். மீது தீவிரவாதிகளின் துப்பாக்கிகள் குறிபார்த்த படியே இருக்கின்றன என்று அவர்கள் மீதான அனுதாபத்தைத் திரட்டிக்கொடுத்ததும் பி.ஜே.பி. சிவசேனா அரசு அல்ல. சோனியாவின் காங்கிரஸும் சரத்பவாரின் காங்கிரஸுமே இந்த இரத்தவேட்டையைத் தங்களுடைய சொந்தமான விருப்பத்தின் பேரில் நடத்தின.

ஆர்எஸ்எஸ்ஸின் கருணையை நாட வேண்டிய அளவுக்கு சோனியா கட்சியும் சரத் கட்சியும் ஏன் மாறின? ஒரிஜினல் இந்து மதவாதிகளே வெட்கித் தலைகுனியும் அளவிற்கு! இது மத்தியலுள்ள மன்மோகன் சிங் அரசுக்கும் பொருந்தி வரக்கூடிய இலக்கணம் என்பதையே எல்லாக் குண்டுவெடிப்பு நிகழ்வுகளும் உணர்த்துகின்றன. இதனால்தான் ஆத்திரம் அடைந்த முஸ்லிம்களும் தலித்துகளும் ஓரணியில் திரண்டு மகாராஷ்டிரா இடைத் தேர்தல்களில் லெப்ட் அன்ட் ரைட்டாக உதை கொடுத்தனுப்பினார்கள்.

'விவரமுள்ள' தினமணி பத்திரிகையே 21.5.07 தலையங்கத்தில் எழுதுகிறது. அதாவது, முஸ்லிம்களின் பள்ளிவாசல்களுக்குள் முஸ்லிம்களைத் தவிர மற்றவர்கள் நுழைய முடியாதென! எனவே, ஹைதராபாத் மக்கா மசூதி குண்டுவெடிப்புக்கும் முஸ்லிம் இயக்கமே காரணமாக இருக்க முடியும் என்பதன் சூட்சும உணர்த்தல் அது.

மீண்டும் மகாராஷ்டிரா மாநிலம் நோக்கியே திரும்பலாம். 2006, ஏப்ரல் 7 அன்று இந்துத்துவா தீவிரவாதிகளின் கூடாரத்திலேயே குண்டுகள் வெடித்த கதை அது. நாந்தேட் என்ற மகாராஷ்டிராவின் நகரில் இந்துத்துவா தீவிரவாதிகள் குண்டுகள் தயாரித்துக்கொண்டிருந்தபோது எதிர்பாராதவிதமாக அவை வெடித்துவிட்டன. அதில் பஜ்ரங்தள் தீவிரவாத அமைப்பைச் சேர்ந்த நரேஷ் கோண்டேவார், ஹிமான்ஸ் பான்ஸே என்ற இருவரும் சின்னாபின்னமாகினர். மேலும், மூன்று தீவிரவாதிகள் படுகாயமடைந்தனர்.

பின்னால், அந்த இடத்தைச் சோதனையிட்டபோது முஸ்லிம்கள் பயன்படுத்தும் பொருள்களான ஜிப்பாக்கள், தொப்பிகள், ஒட்டுத் தாடிகள் ஆகியன கைப்பற்றப்பட்டன. எனவே, இதில் இந்துத்துவா தீவிரவாதிகள் வேடமிட்டுள்ளனர் என்பது அம்பலமாயிற்று. ஆனாலும், மகாராஷ்டிரா காவல்துறைக்குக் குற்றவாளிகள் தேவைப்படுவதில்லை. 'விருப்பமான அப்பாவி'களே அதன் துப்பாக்கிக் குண்டுகளின் தேவை. காவல்துறை அந்த விஷயத்தை மூடிமறைக்க இதர பத்திரிகைகளும் அந்த விஷயத்தை 'சரி வேண்டாம்' என்று விட்டு விட்டன. அந்தக் குண்டுவெடிப்பில் இரண்டு முஸ்லிம்கள் கொல்லப்பட்டிருந்தால்? இந்தியாவே, ஏன் அமெரிக்கா கூட அலறிப்புடைத்திருக்கும்.

இங்கே இஸ்லாமியத் தீவிரவாதத்தையும் பாகிஸ்தானிய ஊடுருவலையும் காட்டி நம்முடைய ராணுவமும் நமது மத்திய அரசும் செலவழித்து தீர்த்த மக்களின் இரத்தப் பணம் கோடானுகோடி. புதிய புதிய ரகப் போர் விமானங்கள், கப்பல்கள், நவீன ஆயுதங்கள், ரசாயன மருந்துகள் என உலகமெங்கும் சுற்றியலைந்து நம் ராணுவத்தை வீங்க வைக்கின்றது மத்திய அரசு.

முன் பக்கத்தில் சொல்லிக் காட்டியபடி இரண்டு நாட்டின் தலைவர்கள் சந்தித்தாலும் உடனே பயங்கரவாத ஒழிப்புக்கான ஆலோசனைகள் நடத்துகிறார்கள். பாகிஸ்தானிய எல்லையிலிருந்து இந்தியாவிற்குள் நுழையும் அந்த தீவிரவாதிகளைச் சிறைப்பிடித்ததே இல்லை. எல்லைப்புறங்களில் மாடு மேய்க்கும் அப்பாவிகள்வரை கொன்றொழித்தே தங்களின் பணிக்கு நியாயம் சேர்க்கின்றன அவை. குண்டுவெடிப்புகள் நடந்தவுடனேயே எல்லை தாண்டி இந்தியாவில் நாலு பயங்கரவாதிகள் நுழைந்தனர் என்று பேட்டியளிக்கின்றன. கண்காணிப்புக் கோபுரங்கள், டெலஸ்கோப்புகள், காவல் துறையினர் என இந்தியாவின்

அத்தனைப் பாதுகாப்பு முறைகளும் இத்தனை அவலத்துக்கு உரியனவா?

பயங்கரவாதத்தை ஒழிப்பதாகச் சொல்லி ஏராளமான காஷ்மீரிகள், முஸ்லிம்களே கொல்லப்படுகிறார்கள். அண்மையில் காஷ்மீரிலும் குஜராத்திலும் பல போலி என்கவுன்டர்கள் நடத்தப்பட்டு முஸ்லிம் இளைஞர்களும் கணவன் – மனைவியும் கொல்லப்பட்ட விவரங்கள் அறிந்து நாடே தலைகுனிந்து கிடக்கின்றது.

ஆனால், எந்தவொரு மாநில அரசுக்கும் மைய அரசுக்கும் இவை அபாயகரமான போக்குகள் என்பதாக உணர முடியவில்லை.

எப்படியோ இன்னும் சில மாதங்களில் இந்தியாவை அமெரிக்காவின் மேற்பார்வையில் ஒப்படைத்துவிட்டு வெளியேறப் போகிறார் மன்மோகனார். அமெரிக்காவும் இப்படிப்பட்ட கொந்தளிப்பான இந்தியாவே போதும் என்று நினைத்திருந்தால் . . . நாம் என்னதான் செய்ய முடியும்?

***சமநிலைச் சமுதாயம்*, ஜூன் 2007**

நோன்பு

நோன்புக்கு ஈடான ஓர் ஆன்மிகக் குதூகலத்தை இஸ்லாத்தின் பிற கடமைகளில் காண்பது அரிது. ஹஜ்ஜைச் சொல்லலாமே என்று எவரேனும் கேட்டுவிடலாம்; ஆனால் அது ஏழைகளின் எட்டாக்கனி.

எனவே, நோன்புதான் அனைவருக்கும் நெருக்கமானது – பொருத்தமானது. நோன்பின் காலம் தனித்த மணம் கொண்டது. அது உடலுக்குத் தரும் சுறுசுறுப்பு வேறு எப்போதைய அனுபவத்திலிருந்தும் மாறானது. அது சகமனிதர்களின் உறவுகளை இன்னும் விரிவுபடுத்திவைக்கின்றது. அந்த உறவுகள் தரும் பிணைப்புகள் ஒவ்வொருவரிடமும் அன்பையும் இரக்கத்தையும் விதைக்கின்றன. பழைய மனக்கசடுகள் அடித்துச் செல்லப்படும் பெருவெள்ளத்தை நோன்பின் காலமே உருவாக்குகின்றது. நம்முடைய உணவுப் பழக்கத்தையும் வேறொரு சுவை கொண்டதாக மாற்றித் தருகின்றது.

நம் கைவசமுள்ள பண்டங்களைப் பகிர்ந்துகொள்கின்ற மாண்பை நமக்குத் தரும்போதே, வெவ்வேறு வகை ருசிகளையும் நமக்குத் தானம் செய்கின்றது. இரவுகளைப் பகல்களாக்கி விடும் அந்த மந்திரக்கோலை நாம் கண்டறிய முடிவதில்லை. ஆனால், அந்த ஒரு மாதமும் பகல்களிலேயே ஒளிவு

மறைவற்றவர்களாய் வாழக்கூடிய மகோன்னதம் நம்மைச் சூழ்கிறது.

இஸ்லாத்தில் நிறைவேற்றாமல் விட்டுவிட்ட கடமைகளை, நோன்புக் காலத்திலாவது நிறைவேற்றிக் கொள்வோம் என்கிற உந்துதல் இந்தச் சமயத்தில் உருவாகின்றது. மனத்தின் கோப தாபங்களை வடிகட்டி வீசுவது இந்த மாதத்தின் அணிகலனாக நம் மார்பின் மீது படர்கின்றது. மனத்திற்கும் உடலுக்குமான நேரடித் தொடர்பை வலுப்படுத்துகின்றது நோன்பு. பசி, இந்த மாதத்தில் மட்டும்தான் ஒரு நிறைவைத் தரும் அதிசயம் புரிகின்றது. இந்த நிறைவு நம் உணர்ச்சிகளின் ஒருங்கிணைப்பை உருவாக்குகின்றது. இதன் வழியாகவே நமக்கும் சமூகத்திற்குமான தொடர்பில் மாபெரும் வெற்றிடம் இருப்பதை உணர்கிறோம். சமூகத்தின் அங்கமாய் நாம் இருக்கும்போதிலும் அந்தச் சமூகத்தின் உயிரணுக்களாய், உணர்வு நரம்புகளாய் நாம் இல்லை என்கிற பற்றாக்குறையை உரத்து முழங்குவதாக நோன்பு அமைந்துள்ளது.

இஸ்லாம் நம் ஆன்மிகத் தேவையாக மட்டும் உருவாக வில்லை. நபிகள் நாயகத்தின் குணாம்சங்களைக் கொண்டும் நடைமுறைகளைக் கொண்டும் அந்த ஆன்மிகத்தை ஒளிரச் செய்துவிட முடியும்; அதனை முன்வைத்து இஸ்லாத்தை வளர்த்துக்கொண்டும் போய்விட முடியும். இஸ்லாத்தை மக்கள் மத்தியிலே பிரச்சாரம் செய்வது நபிகள் நாயகத்தின் உழைப்புத் திறனாகவும் இருந்திருக்கும். ஆனால், நாயகத்தின் வாழ்க்கை, மக்களின் சமூக வாழ்க்கையையும் மாற்றிச் செல்வதில் உறுதி கொண்டுள்ளது. நன்னடத்தை உபதேசங்களை மட்டுமே சொல்லிவிடாமல் சமூகத்தின் பல பிரச்சினைகளுக்கும் நாயகம் தீர்வுகளைத் தேடியிருக்கிறார்கள்; தவம் புரிந்திருக்கிறார்கள்; ஞானம் பெற்றிருக்கிறார்கள். இன்றைய இஸ்லாமிய உலகம் சுருண்டுகிடப்பதற்கான காரணமே, நபிகளின் வாழ்க்கையை நம் அரசியல் – சமூக வாழ்க்கைக்குள் நாம் பொருத்திப் பார்க்காமல் போனதால்தான்!

இதன் காரணமாகவே நாம் நோன்பை முக்கிய பீடத்தில் ஏற்றி முற்றிலும் மாறுபட்ட கண்ணோக்கில் பார்க்க வேண்டும்! நோன்பு, வாயை இறுகக்கட்டி – வயிற்றைக் காலியாக்கி இறைவனை நினைவில் கொண்டபடியே இஸ்லாத்தை நெருங்கிச் செல்கின்ற தருணத்திற்குரியது மட்டும் அல்ல; சமூகத்தில் கைவிடப்பட்ட ஏழைகளின் துயர்களை உணர்வதற்காகத் திறந்துவிடப்பட்ட பாதையும் கூட! நபிகள் நாயகம் தான் நிர்மாணிக்க ஆசைப்பட்ட சமூக அமைப்புக்கு நோன்பு முக்கிய

உந்துசக்தியாகத் திகழ்ந்தது. வயிற்றுப் பசியையும் ஆன்மிகப் பசியையும் ஒருசேர உணரவைத்தால் தன் வெற்றியின் இலக்கு சுலபமாகிவிடும் என்கிற திட்டத்தின் ஊடாகவே நபிகள் நாயகம் செயல்பட்டுள்ளார்கள்.

நோன்பு, ஒரு விதை; ஜகாத், அதன் விளைச்சல்! ஒவ்வொரு நாளின் இயல்பான வேலைப் பளுவிலிருந்து நோன்பு சிலமணி நேரங்களை நமக்கு உபரியாக்கித் தருகின்றது. நாம் சமூகம் பற்றிச் சிந்திக்கவும் அதற்கான உழைப்புக்குச் செலவிடவும் வேண்டிய நேரமாகும் அது.

மூன்று கடமைகள், முஸ்லிமை உள்மனத்தேடலுக்குப் போகச் சொல்கின்றன. இதர இரண்டு கடமைகளும் அகவுலகப் பயணத்திற்கு உரியவை. இஸ்லாத்தின் சமூக நீதியும் சமநிலையும் ஏட்டுச் சுரைக்காய்களாக இருந்துவிடலாகாது என்பதற்கான அக்கறையை எழுப்புவதற்கான கடமைகள் அவை! இஸ்லாமியரின் செல்வங்கள் ஓரிடத்தில் குன்றாக நிலைத்திடக் கூடாது. அதற்கு சுழற்சி தேவை. இந்த சுழற்சிக்கான வேலைகள் என்னென்ன?

அவற்றை இந்த ஆண்டில் நமக்குக் கிடைக்கும் உபரி நேரங்களிலிருந்து எழுப்பிக்கொள்வோம்!

***இளம்பிறை ஈத் மலர்*, 2011**

பாதுகாக்கப்பட்ட துயரம்

இன்று மிகவும் பதற்ற நிலைக்குள்ளாகி இருப்பவர்கள் இஸ்லாமிய இளைஞர்கள். அவர்களின் மனவுலகம் அடர்ந்த இருட்டறையில் வாழ்கிறது. ஒளியில்லை, வழி தெரியவில்லை. எல்லாம் இருக்கிறது; ஆனால் எதுவுமே இல்லாத உணர்வு; நிர்க்கதி; கரை சேருவோமா மாட்டோமா என்கிற பீதி.

நிறைய படிக்கவும் வேண்டும், நிறைய சம்பாதிக்கவும் வேண்டும். ஆனால், இரண்டு நிலைகளும் ஒருங்கிணைவு அற்றுப்போய் உள்ளன. படித்தும் செலவினங்களுக்கு ஒப்பேறாத வேலையினால் மனஉலைச்சல் .

ஓர் இஸ்லாமிய இளைஞனுக்குத் தான் வாழும் நாடு மட்டுமே தனக்குரியது என்ற எண்ணமில்லை. முஸ்லிம் நாடுகள் அனைத்துமே தன் வளமார்ந்த வாழ்க்கைக்கான வசந்த வாசல்களே என்ற எண்ணமிருக்கிறது. இன்னும் முஸ்லிம்கள் எங்கெல்லாம் பெருவாரியாக வாழ்கிறார்களோ அங்கெல்லாம்கூட தனக்குச் சொந்தமெனும் உரிமை உணர்வுகளையும் கொண்டுள்ளான். எனவே, எங்கு சென்றும் தனது இகலோக வாழ்வை இனிமையாக்கி விடமுடியும் என்று கருதுகிறான். ஆனால், அவன் சந்திக்கும் உலகமோ மிகப் பயங்கரமானதாக இருக்கிறது; தாறுமாறாகப் பிளவுண்டு கிடக்கிறது.

ஒவ்வொரு இளைஞனுக்கும் குர்ஆனின்மீது மிகுந்த நம்பிக்கையும் மரியாதையும் உள்ளன.

பல ஹதீஸ்கள் அவனது மனத்தில் உறைந்துகிடக்கின்றன. அண்ணலாரைத் தனது உயிர் மூச்சாகக் கருதுகிறான். நபிகள் நாயகம் (ஸல்) அவர்கள்போல் தானும் இறுதிவரை இறை விசுவாசத்தோடு வாழ உறுதி பூணுகிறான். தனது வாழ்வு நிறைவாக இருக்கும்போது, தன்னால் தான் கற்ற மார்க்க வழிமுறைகளை நிறைவேற்றிக் கொள்ளமுடியும் என்ற ஆழமான பிடிப்புணர்வும் அவனுக்கு இருக்கிறது.

ஆனால், நடைமுறை வாழ்க்கை விதிவிலக்காகிவிடுகிறது. வாயிலே குர்ஆனும் மனதிலே பாசாங்குகளுமாக உருமாறுகிறான். அவனுக்கும் வாழ்க்கைக்குமான இஸ்லாமிய இணைப்புப் பாலம் எதுவும் இருப்பதில்லை. அவனது வாழ்க்கை நவீனப் பாசாங்குகளுக்கு முழுவதுமாய்ப் பணிந்துகிடக்கிறது.

மற்றொரு முகம் இருக்கிறது. தனது வாழ்க்கைத் தேடுதலை முஸ்லிம் நாடுகளில் தொடங்குகிறான். அதற்கான முயற்சிகளில் அவனது கனவுலகம் சிதைந்துவிடுகிறது; எதிர்பார்ப்புகள் நிறைவேறுவதில்லை. அவனது வேகத்தை நிறைவுசெய்யும் பணி களுக்கு வாய்ப்புகள் இல்லை. அவனது படிப்புக்கும் அறிவுக்கும் திறமைக்கும் பொருத்தமில்லாத அரசியல் சமூக அமைப்பில் அவன் ஒரு பிணையாளாகிறான். தனது வாழ்வின் ஊற்றுக் கண்களால் அவன் கருதிவந்த முஸ்லிம் நாடுகளோ, உலக வல்லரசுகளின் தேவைகளைப் பொருளாதார ரீதியாகவும் அரசியல் ரீதியாகவும் நிறைவு செய்யக்கூடிய நிர்ப்பந்த பிணையான நாடுகளாகக் கையொடிந்து நிற்கிற அவல நிலையைப் பார்க்கிறான்.

இதுநாள்வரை உரிமை கருதி வந்த வளங்களில் அவனுக்கு ஆளுமை இல்லை. அந்த நாடுகளின் உற்பத்திப் பொருட்களுக்கு அவற்றினாலேயே விலை நிர்ணயம் செய்யமுடியவில்லை. விஞ் ஞான வளர்ச்சியோடு எவ்விதத் தொடர்பும் இல்லை. தனது நாட்டின் பிரஜைகளைப் பொறுப்புள்ள குடிமக்களாக மாற்றி, கல்வித்துறையில் முன்னணி ஸ்தானத்திற்குள் கொண்டுவந்து நிறுத்த முடியவில்லை. சகலமும் போட்டிமயம் என்றாகிவிட்ட பொருளாதார மயமாக்கலில் கணிசமான அளவிலேனும் தன்னைப் பலவானாக நிலைநிறுத்த முடியவில்லை.

சொட்டு நீரை எப்படிப் பயன்படுத்துவது, ஒரு சதுர அடி வறண்ட பூமியைக்கூட வீணாக்கிவிடாமல் எப்படிப் பூத்துக்குலுங்கும் சோலையாக மாற்றுவது என்பதுபோன்ற வாழ்வாதாரமான விஷயங்களைக் கற்றுக்கொள்ள உலக நாடுகள் இஸ்ரேலை நோக்கி விரைகின்றன. டெல்அவிவ் விமான நிலையத்தில் ஏதேனும் ஒரு நாட்டின் அதிபர் அல்லது பிரதமர், ராணுவ அதிகாரி அல்லது விஞ்ஞானி அல்லது அதிகாரிகள்

தலைமையிலான ஒரு குழு என தினந்தோறும் வந்து இறங்கிக் கொண்டே இருக்கிறார்கள். அரசியல் நடைமுறைகளில், ஆட்சி நிர்வாகத்தில் சிறிதும் நாகரிகமற்ற இஸ்ரேல் தனது அறிவை – திறமையை – தொழில்நுட்பத்தை உலகமே வியக்கும்படி வலுப்படுத்தியுள்ளது. ஆனால், தினமும் குவியும் பெட்ரோல் டாலர்களை அள்ளிக் கட்டி வங்கிகளில் திணிக்கிற ஏனைய முஸ்லிம் நாடுகள் ஒரு விஷயத்திலும்கூட வழிகாட்டும் தன்மையைப் பெற்றிருக்கவில்லை. ஒரு முன்மாதிரியை, சிறிய தொழில்நுட்ப அறிவை முஸ்லிம் உலகத்தினால் இன்று வழங்க முடியவில்லை.

தனது இறையாண்மையைப் பாதுகாத்து, பிற முஸ்லிம் நாடுகளையும் உயிர்த்துடிப்பான அந்தஸ்துக்குக் கொண்டுவர முடியவில்லை. தனது மண்ணைப் பாதுகாக்கப் புதிய படைக்கலங்களை வாங்கிக் குவித்தாலும் அதனை இயக்குவதற்கும் அயல்நாட்டுக்காரனே வந்து முகாமிடவேண்டியுள்ளது. இப்படி எண்ணற்றக் குறைபாடுகளோடு நிற்கின்ற இஸ்லாமிய உலகம் முஸ்லிம் இளைஞனை விரக்திக்கு விரட்டியடிக்கிறது. இவற்றுக்கெல்லாம் என்னதான் காரணங்களாக இருக்கமுடியும்?

குர்ஆனில் கூறப்பட்ட இரண்டு வழிகளை இஸ்லாமிய உலகம் இன்னும் ஏற்றுக்கொள்ளாமலும் ஏற்றுக்கொண்டதில் முதிர்ச்சி இல்லாமலும் இருப்பதுதான் காரணங்களாக இருக்க வேண்டும். 1. ஜனநாயகத்தையே மறுதலிக்கின்ற ஆட்சி முறை 2. கல்வியறிவின்மை. ஜனநாயகம் மறுதலிக்கப்படுவதால் அரசை வழிநடத்திச் செல்லும் ஒளிவிளக்கு இல்லை. இதனால் கட்டுப்பாட்டை இழந்த நிலையில் வாகனம் தறிகெட்டுச் செல்வதைப்போல் முஸ்லிம் நாடுகளின் நிலையும் தறிகெட்டுள்ளன. முஸ்லிம் நாடுகளின் எல்லாக் காரியங்களும் திட்டங்களும் இஸ்லாமிய வர்ணத்தைப் பூசிக்கொள்கின்றன. ஆனால், அவை உள்ளார்ந்த ரீதியில் இஸ்லாமிய நெறிமுறைகளுக்கு நேர்மாறானதாகக்கூட இருக்க முடியும். இந்நிலை நீடிப்பதால் இதர நாடுகளின் முன்னேற்றங்களை முஸ்லிம் நாடுகளால் சுவீகரித்துக்கொள்ள முடிவதில்லை.

இரண்டாவது காரணம், கல்வியறிவின்மை. உலகிலேயே படிப்பறிவற்ற ஆண்களும் பெண்களும் எந்த மதத்தில் அதிக விகிதத்தில் இருக்கின்றார்கள் என்பதை நோக்கினால் அது இஸ்லாத்தில்தான் என்று உறுதியாகக் கூறமுடியும். இதிலுள்ள கொடுமை என்னவென்றால், தத்தமது வீட்டுப்பெண்களைப் படிப்பறிவில்லாமல் அடுப்பாங்கரைகளில் உழலவைப்பதும் பேசும் பொம்மைகளாய் ஆக்கி வைப்பதும்தான். தாங்கள் அறிந்த இஸ்லாம் ஒருமதம் என்ற எண்ணத்தில் இருப்பதும்தான்!

பெண்கள் மடைமையுற்று இருப்பது தங்கள் மார்க்கத்தின் உன்னத அடையாளம் என சாதாரண முஸ்லிம் பிரஜை பீற்றிக்கொள்கிறான். கல்விக்கும் கல்வியைப் பெறுவதற்கும் அதிக முன்னுரிமை அளித்த மார்க்கமே இஸ்லாம். ஆனால், அதன் ஆன்மிக நோக்கிற்கு முற்றிலும் மாறான கருத்து, உலகம் முழுவதிலும் பரவிச் செயல் பூர்வமாகக் கடைபிடிக்கப்படுகிறது. இன்னும் ஓர் எல்லைக்கோடு வரைந்துள்ளனர். அந்த எல்லைக் கோட்டின் நிர்ணயம், ஒரு பெண் தனது கணவனின் கடிதத்தை வாசித்துப் புரிந்துகொள்வதாகும்.

இவ்வழியில் இஸ்லாமும் அதன் கொள்கைசார்ந்த வழிமுறை களும் கடுமையான சேதாரத்தை அடைந்துள்ளன. நவீன உலகத்தின் அனைத்துத்துறைச் செயல்பாடுகளிலும் போட்டியிட முடியாமல் தானாகவே ஒதுங்கிவிடுகிறார்கள். பெருவெள்ளத்தின் நுரைபோல! அடர்த்தியும் செறிவும் நுரை களுக்குண்டா? ஆனால், இதைத்தான் தமது பெருமையின் சின்னமென உயர்த்திக் காட்டுகிறது சமூகம்.

இத்தகைய அவலமான சூழ்நிலையில் இஸ்லாமிய இளைஞர்கள் தத்தளிப்பது இயல்பானதுதான். இதனுடைய பாரதூரமான விளைவுகளையே நாம் இஸ்லாமியத் தீவிரவாதம் என்கிற கருத்தாக்கத்தில் சந்திக்கிறோம். விரக்தியும் வெறுப்பும் கோபமும் வேலையின்மையுமான பலவித இழைகள் தத்தமது தனி வண்ணங்களை இழந்து ஒரே நிறத்தில் – மதவெறித் தறியில் நெய்யப்படுகின்றன.

முஸ்லிம் நாடுகள் எதிர்கொண்டுள்ள நேரடித் தாக்குதல்களும் அதன் உட்சத்துக்களை உறிஞ்சியெடுத்து வெறும் சேவகர்களாக மாற்றுதலும் இஸ்லாமியத் தீவிரவாதம் தலையெடுக்கும் வேர்களாகும். சமூக நெருக்கடிகள் உருவாகும்போது ஒவ்வொரு சமுதாயமும் வரலாறு நெடுகிலும் பலவிதமான மாற்றங்களைச் சந்தித்தே வந்துள்ளன. அந்த வகையான நெருக்கடிதான் இஸ்லாமியச் சமூகத்திலும் நிகழ்ந்துள்ளன. ஆனால், அதைப் பொறுப்புணர்வுடன் எதிர்கொள்ளும் திறன் இங்கு இல்லை.

சோவியத்தின் தலைமையிலான சோசலிச முகாம் வீழ்த்தப்பட்டபின் ஏகாதிபத்திய சக்திகளின் வேட்டைக்களமாக முஸ்லிம் நாடுகளே தென்படுகின்றன. மாற்று எரிபொருள் வசதி உருவாகும்வரை முஸ்லிம் பிரதேசங்களே ஏகாதிபத்தியங்களின் எரிபொருள் தேவையை வழங்குவன. இந்த ஆதாயத்திற்கான கருத்தியல் யுத்தமாக இஸ்லாமிய எழுச்சியை இஸ்லாமியத் தீவிரவாதம் என முத்திரை குத்துகின்றன மேற்குலக நாடுகள். இதனால் முஸ்லிம்களுக்குள்ளும் முஸ்லிம் நாடுகளுக்குள்ளும்

பிளவை உண்டாக்குகின்றன. அந்தப் பிரசாரத்திற்குப் பக்க வாத்தியம் வாசிக்கின்றன தகவல் – ஒளிபரப்புச் சாதனங்கள். இங்கு இஸ்லாமியத் தீவிரவாதம் பேரபாயமாக உருப்பெருக்கப்படுகிறது. இதன் பொருள் இஸ்லாமியத் தீவிரவாதம் இல்லவே இல்லை என்று மறுப்பதாகாது.

ஓர் எழுச்சியை எப்போதுமே பிற்போக்குச் சக்திகளும் தக்கமுறையில் பயன்படுத்திப்பெரும் சீரழிவுகளை நிகழ்த்துவதைக் கருத்தூன்றிக் கவனிப்பதன் மூலம் தெரிந்துகொள்ளலாம். இத்தகைய மனவெழுச்சி பலம்வாய்ந்த பிற்போக்குச் சக்திகளின் கைகளுக்குள் முழுவதும் வீழ்ந்துவிட்டதா என்பதையே ஆராய வேண்டும். அவ்வாறாயின், இதன் தாக்கம் ஒட்டுமொத்த சமூகத்தையுமே பாதிக்கும். மாறாக, தேர்ந்த இயக்கமாகச் சமூகத்தின் அவலங்களைக் களைந்தாகவேண்டும் என்கிற லட்சிய தாகத்துடன் எழுவதாகவும் இருக்குமானால், அதன் வழியே இதர அமைப்புகளும் கைகோத்துச்செல்ல முடியும். உலக அளவிலேயே இதை வீரார்ந்த முறையில் செயல்படுத்தமுடியும். இந்த நோக்கை இதுவரை முஸ்லிம் சமூகம் கணக்கில் எடுத்துக்கொள்ளவில்லை.

இவற்றைக் கணக்கில் எடுத்துக்கொண்டால் முஸ்லிம் இளைஞனின் அமைதியின்மையைக் களையமுடியும். அமைதி யின்மை களையப்பட்டால் படைப்பாற்றல் பெருகும். படைப் பாற்றல் சரியாய் உருவாகுமாயின் இந்தச் சமூகமும் தலைநிமிரும். இதில் ஐயம் வேண்டாம்.

இந்தியன் முஸ்லிம் அசோஸியேஷன் (ஈமான்)
வெள்ளி விழா சிறப்பு மலர்

பெண்ணியம்

பெண்களை வீட்டுக்குள் அடைப்பதுதான் தீர்வா?

ஓர் எதிர்வினை

துபாயிலிருந்து வ. கமால் எழுதியிருந்த கடிதம் பார்த்தேன். இஸ்லாமியப் பெண்களின் வாழ்க்கை நிலைபற்றி இப்போதாவது பேசத் துணிந்திருக் கிறோம் என்பதே அவர்களின் சுதந்திரத்திற்கான முதல்படி.

எல்லா மதக்கோட்பாடுகளிலும் பெண்கள் எவ்விதம் பின்நிறுத்தப்படுகிறார்கள்? இது புதிர் அல்ல. ஆராயப் புகுந்தால் பெரும் உண்மைகளைத் தோண்டி எடுக்கலாம்.

பெண்களின் சமூகநிலை மீதான கேள்விக் கணைகள் வரும்போது அதனை எதிர்த்துப் பேச முனைவோர் உடனே அடைக்கலம் தேடி ஓடுவது அவர்களின் வேதநூல்களை நோக்கித்தான். அதிலிருந்தே அவர்கள் பெண்களின் மீதான அநீதி களுக்கும் தாக்குதல்களுக்கும் நியாயம் கற்பிக்க முனைகிறார்கள்.

வேதநூல்களில், மதக்கோட்பாடுகளில் கூறப் படுகிற எத்தனையெத்தனை விஷயங்களை வாழ்வின் இறுதிவரை நமது நடைமுறைகளில் செயல்படுத்தி வருகிறோம்? எத்தனையோ கோட்பாடுகளைக்

காலவெள்ளத்தில் அனுப்பிவிட்டு நாம் புதியவர் களாய், மீண்டும் புதியவர்களாய், மீண்டும் மீண்டும் புதியவர்களாய்க் கரையேறிக் கொண்டிருக்கிறோம். வேதநூல்களில் ஆளுக்கொரு விதமாக, நாளுக்கொரு வகையாக வியாக்யானங்கள் செய்பவர்கள் உண்டு. தத்தமக்கு ஏற்றபடி விளக்கவுரைகள், பொழிப்புரைகள் தொடர்ந்து வெளிப்பட்ட வண்ணமுள்ளன. இதன் மூலம் மட்டுமே நாம் ஓர் அறுதியான முடிவுக்கு வந்துவிட வழியில்லை; அது அவசியமும் அல்ல. இதுவும் போக ஒவ்வொரு கருத்தும் தோன்ற ஒவ்வொரு காலச்சூழ்நிலையே பிரதான இடம் வகிக்கிறது. அந்தக் காலச்சூழல் என்பது அதன் அரசியல் – சமூகப் பொருளா தாரம் ஆகியவற்றின் கருவைக் கொண்டது.

இஸ்லாமியப் பெண்கள் வேலைக்குச் செல்வதை விரும் பாதவர்களும் நவீனக் காலப்போக்குகளை விரும்பாமல் பழங்காலப் பர்தா அணிந்தபடியே சிந்திக்கிறார்கள்.

நபிகளாரின் மறைவுக்குப்பின் அண்ணலாரின் தோழர்கள் ஒரு லட்சத்துக்கும் மேற்பட்ட ஹதீஸ்களைத் திரட்டினார்கள். அவற்றில் பல்லாயிரக்கணக்கான ஹதீஸ்கள் காலப்பொருத்தம் அற்றவை எனக் கைவிடப்பட்டன. ஹதீஸ்கள், தோழர்களின் மனவிருப்பப்படியும் அவர்களின் எண்ணப் போக்குகளுக்கு இசைந்தபடியும் இயற்றப்பட்டிருந்தன. மார்க்கப் பற்று, கண்களை மறைக்க விட்டுவிடுவதால் இவற்றைச் சிந்தித்துப் பார்க்கத் தயாராய் இல்லை. அண்ணலாரின் காலத்திற்குப் பின் நாம் பதினான்கு நூற்றாண்டுகளைத் தாண்டி வந்திருக்கிறோம்;ஆகவே, பரந்த மனப்பான்மையுடன் சிந்திப்போம்.

பலகோடி முஸ்லிம்கள் – பலப்பல முஸ்லிம் நாடுகள் என்று பூமண்டலம் முழுவதும் பரவியிருந்தாலும் நவீன காலத்தில் சமூகம் சாதித்த சாதனைகள் என்ன? பெட்ரோலிய வளம் மிகுந்த முஸ்லிம் நாடுகள் ஏகாதிபத்ய அடிமைகளாய்த் தாழ்வுற்று இருப்பதைத் தவிர கண்ட பலன் என்ன? முஸ்லிம் தீவிரவாதிகள் உலக அளவில் அச்சுறுத்தும் வண்ணம் பெருகிவரக் காரணமாயிருப்பவை என்னென்ன? இன்னும் இருநூறு ஆண்டுகளில் பெட்ரோலிய வளம் முற்றாக வற்றிப்போகும் நிலையில் அரேபிய நாடுகள் தங்களின் வாழ்வுரிமையையும் இருப்பையும் எங்ஙனம் நிலைநிறுத்தப் போகின்றன? மதரஸாக் களில் விஞ்ஞானக் கல்வியைப் போதிக்கவேண்டும் என்பது நபிகள் நாயகத்தின் ஹதீஸாக இருந்தபோதும் இன்றைய உலக விஞ்ஞானிகள் என உலக அரங்கில் முத்திரை பெற்றுள்ள முஸ்லிம் களில் ஒருவராவது, ஒரே ஒருவராவது அரபு நாடுகளிலிருந்து

உருப்பெற்று இருக்கிறாரா? அண்ணலாரின் பொன்மொழி காற்றோடுபோன விதம் எப்படி?

இன்றைய வாழ்க்கைப் போராட்டம் மிகவும் கடினமானது. முஸ்லிம்கள் தமது வீட்டுப் பெண்களை வீட்டிற்குள்ளேயே முடக்கிப்போட விரும்பினாலும் நாள்தோறும் தோன்றும் அபாயகரமான பொருளாதார அச்சுறுத்தல்கள் அவர்களை, வேலை செய்தே ஆகவேண்டிய நிர்ப்பந்தங்களுக்கு இழுத்துச் செல்கின்றன; பெண்கள் படிக்கலாம், ஆனால் வேலைக்குப் போகக்கூடாது என்கிற வாதம், நாம் உணவு தயாரிக்கலாம் – ஆனால் சாப்பிடக்கூடாது என்று சொல்வதைப் போன்றது.

பெண்கள் கல்வி பயில்வதும் வேலைக்குச் செல்வதும் ஆண்கள் கொடுக்க வேண்டிய சலுகைகள் அல்ல. அவை அவர்களின் பிறப்புரிமைகள். பெண்களை அடக்கியாண்ட இந்து மதத்தின் பெண்கள் இன்று முன்னேறி முன்னேறிச் சாதனைகளை எட்டிப்பிடிக்கிறார்கள்; முறியடிக்கிறார்கள். பெண்கள் ஆண்களின் ஓர் உறுப்பாக இருக்கப் பிறந்தவர்கள், கணவனின் இறப்போடு அவர்களும் இறந்துபோக வேண்டியவர்களே என்று கூறியவர்கள், அதற்காகவே உடன்கட்டை ஏறுதலைத் தெய்வீக அறமாக வலியுறுத்தியவர்கள் இன்று புறமுதுகிட்டு ஓடுகிறார்கள். மாணவர்களைக் காட்டிலும் அதிக மதிப்பெண்களுடன் முதலிடங்களை மாணவிகள் தொடர்ந்து ஆக்கிரமித்து வருகின்றனர்.

மேலைநாடுகளில் கிறிஸ்தவப் பெண்களை அம்மதம் கட்டுப்படுத்துவதில்லை. அவர்கள் உலகின் தலைமைப் பீடங் களுக்கு விரைகிறார்கள். புத்தமதம் பரவியுள்ள சீனா, ஜப்பான், கொரியா போன்ற நாடுகளிலும் பெண்கள்தம் வேலைவாய்ப்பு உரிமைகளால் தங்களுடைய நாடுகளை முன்னேற்றுகிறார்கள். பெண்களை முன்னேற்றம் அடையச் செய்வதன் மூலம் தடைக்கற்களைச் சுலபமாகத் தாண்டிவிடமுடிகிறது. ஆனால், முஸ்லிம், அரபு நாடுகள் கல்வி – விஞ்ஞான வளர்ச்சியற்ற ஆட்டுமந்தைகளாய், இஸ்லாமியப் பெயர் தாங்கிகளாய் வாழ்ந்து மடிவதையே உண்மையான மார்க்கப்பற்று என முழங்கி முழுச் சமூகத்தையும் பின்தள்ளிக் கொண்டுள்ளனர்.

தாலிபான் ஆளும் 'இஸ்லாமியமய'மான ஆப்கானிஸ்தான் இன்று அடைந்துள்ள சீரழிவை என்னவென்று சொல்வது? மருத்துவமனைகளில் பெண்களின் பிரவசங்கள் சிக்கலானதும், அந்த துறைகளில் பெண்கள் வேலைக்குச் செல்லட்டும் என்று

தாலிபான்கள் முடிவெடுத்திருக்கிறார்கள். விரைவில் எஞ்சியுள்ள தடைகளும் அங்கு தகரப் போகின்றன.

வரதட்சணை – விவாகரத்து போன்ற கொடுமைகளுக்கு வீட்டிலுள்ள தாயும் சகோதரியுமே காரணம் என்று நெஞ்சறியும் பொய்யைக் கூசாத முறையில் தூக்கி வீசுகிறார் துபாய் அன்பர். அடடா! முஸ்லிம் ஆண்கள், பெண்களைக்கட்டுப்படுத்த முடியாத அளவுக்குப் பலவீனமாகிவிட்டார்கள் என்ற உண்மை தான் இதில் வெளிப்படுகிறதோ? நண்பர் *same side goal* போட்டுவிட்டார்! ஆண்களுக்கு நிகரான சமூகப் பங்களிப்பு இல்லாமல், கேள்வி ஞானம் அற்ற, படிக்காத, கட்டப்பட்ட குதிரைகளாய் வாழும் பெண்களும் ஒரு மூடத் தனமான சூழ்நிலையில் அவ்விதமே பேசவும் நடக்கவும் செய்வார்கள். பேனைப் பெருமாள் ஆக்குவார்கள். ஆணாதிக்கம் அவர்களை வீட்டுக்குள் ஒடுங்கவைத்து ஆமையாக வாழச்செய்த பின், அந்த ஆமைத்தனமான வாழ்க்கையையே காரணம் காட்டி ஒடுக்கமுயல்வது ஆணாதிக்கத்தின் பரம்பரையான ராஜதந்திரப் போக்கு. அவர்களுக்குச் சமஉரிமை கொடுத்துப் பாருங்கள்; பெண்களின் சிந்தனை வளம் எப்படிப்பட்டதாய் இருக்கும் என்று அறிந்துகொள்ள வழிபிறக்கும்.

இஸ்லாமியப் பெண்களைத் தவிர இதர அனைத்து மதப்பெண்களும் வேலைக்குச் செல்வதன் மூலம் தத்தமது குழந்தைகளையும் அறிவார்ந்த சூழலில் வளர்த்து ஆளாக்கும் பெரும்பேற்றினை எய்திவிட்டனர். முஸ்லிம் பெண்களுக்கு இவை மறுக்கப்படுவதன் மூலம் இன்னும் இருண்ட காலத்திலேயேதான் இஸ்லாமியச் சமூகம் வாழ்ந்து முடித்தாகவேண்டும் என்ற அபாயம் எழுகிறது. மதங்களுக்காக மனிதர்கள் அல்லவே! மனிதர்களுக்காக மதங்கள் இருக்கட்டும்.

சார்லஸ் – கமீலா பார்க்கர், அஸாருதீன் – சங்கீதா பிஜ்லானி போன்ற உப்புச் சப்பற்ற வித்தைகளைக் காட்டிக் கொண்டிருக்கிறார் துபாய் அன்பர். கற்பு அல்லது விவாகரத்து போன்ற பிரச்சினைகளையும் பெண்களின் பங்களிப்பைத் தடுப்பதன் மூலமே பேச வேண்டியுள்ளது. இவற்றிற்கு எளிதில் தீர்வு கண்டுவிடமுடியாது. மிகவும் நுட்பமான பிரச்சினைகள் இவை. பெண்களை வீட்டுக்குள் அடைப்பதன் மூலமே மதம் சார்ந்த சிந்தனையாளர்கள் தீர்வு காண்கிறார்கள். பெண்களை வீட்டுக்கு வெளியே அனுப்பிவிட்டு ஆண்கள் நான்கு சுவர்களுக்குள் இருந்து வீட்டுப் பொறுப்பை ஏற்றுக்கொள்வதன் மூலம் கூட நாம் கற்பு, ஒழுக்கம், விவாகரத்து போன்ற அனைத்துக் குடும்பப்

பிரச்சினைகளுக்கும் எளிதில் தீர்வு கண்டுவிடமுடியுமே! இதற்கு ஆணினம் தயாராக இருக்குமா? இத்தகைய கேள்விகள் ஆண்களைச் சுடும் எனில், நாம் ஆயிரக்கணக்கான ஆண்டுகளாய்ப் பேசுபவையும் பெண்களைச் சுடத்தானே செய்யும்? உணர்வுள்ள மனுஷிகளாய் அவர்களை நாம் காண்பது எப்போது?

தத்தமது மதங்களைப் பற்றியும் அதன் கொள்கைச் சிறப்புகள் பற்றியும் அவை வகுத்துத் தந்த பாதைகள் – பயணங்கள் பற்றியும் தினமும் விதந்தோதிப் பேசிக்கொண்டே அவற்றிற்கான செயல்பாடுகளிலிருந்து தன்னை வெகுதூரம் விலக்கிக்கொண்டுவிட்டது நவீன உலகம். அறிவியல் உண்மைகளே நம்மை வழிநடத்தி வருகின்றன. இதே வகையில், பெண்களைப் பற்றியும் நாம் சிந்திக்க வேண்டியவர்களாய் இருக்கிறோம். மதங்களில் இருந்தும் நமக்குத் தேவையானவற்றை எடுத்துக் கொள்வோமானால் பெண்களின் பிரச்சினை பற்றிச் சமூகமாய்ப் பேச வழிகளுண்டு. அதை நோக்கி நடைபோடலாம்.

***தினமணி கதிர்*, ஜூன் 1999**

எது நிஜ நெருக்கடி?

தீவிரமான இறை நம்பிக்கையும் எளிமையான வருவாயும் கொண்ட என் பார்வைக்குட்பட்ட நல்ல மனிதர் ஒருவருக்கு மூன்று பெண் மக்களும் கடைசியாக ஒரு பையனும் உண்டு.

இஸ்லாமிய நெறிமுறைகளின்படி வாழ விரும்புகிற அந்தக் குடும்பத்தின் மூத்த பெண் இஸ்லாமிய ஞானம் கைவரப்பெற்று, ஆலிமா பட்டமும் பெற்றவர். மற்ற இரண்டு பெண்களும் மேல்நிலைப் பள்ளிப் படிப்பை முடித்துவிட்டார்கள்.

ஆலிமா பட்டம் பெற்ற பெண்ணுக்கு வேலை யில்லை; இன்னும் வரனும் வந்து சேரவில்லை. அதற்கான பேச்சுவார்த்தைகளும் இல்லை. அடுத் தடுத்த இரண்டு பெண்களும் வேலைக்குச் சென்று வருவதில் அச்சம் இருந்தது. ஆனால், வாழ்க்கையைக் 'கழிக்க வேண்டிய' அவசியத்தில் வேலைக்குச் சென்று கைக்குள் அடங்கும் சம்பளத்தைக் கொண்டு வருகிறார்கள். இந்தப் பெண்களையும் அடுத்தடுத்துத் 'தள்ளிவிட வேண்டும்.' என்ன செய்வார் அந்த மனிதர்? ஆண்டவனிடம் துஆ கேட்கிறார்.

இஸ்லாமிய மார்க்கத்தில் பெண்கள் பிறந்தால், பெற்றோர்கள் மகிழ்ச்சியடைபவர்களாகவே இருக்க வேண்டும். ஏனெனில், பெண்களுக்கான மஹர் தொகையைக் கொடுத்தே அவர்களைத் திருமணம் செய்தாக வேண்டியது இஸ்லாமிய மணமுறை. இதன்மூலம் பெண்கள் தங்களின் மணவாழ்க்கையை அடைவதில் எவ்விதச் சிரமமும் இருக்கப் போவ தில்லை; இதை அன்றே இஸ்லாம் மார்க்கம்

உறுதிப்படுத்தி விட்டது. ஆனால் அந்த எளிய மனிதரின் குடும்பத்தைத் தேடி இன்னும் மஹர் தொகை வரவில்லை; அது வரப்போவதும் இல்லை. மூன்று பெண்களும் திருமணமாகிச் சென்றால் அது அல்லாஹ்வின் அற்புதத்தில் அவர்கள் கரையேறிச் சென்று விட்டதாகத்தான் நாம் சொல்லப்போகிறோம்; தவிர, இஸ்லாமியத் திருமண நெறிமுறைகளின் வழியாக அந்தப் பெண்கள் தம் மணவாழ்வை அடைந்தார்கள் என்று மார்தட்டிச் சொல்ல வழியில்லை.

நம் வாழ்க்கையை அல்லாஹ்வின் கருணையினாலும் அவன் நிகழ்த்தும் அதிசயங்களினாலும் மட்டுமே நிரப்பிக்கொள்ள விரும்புகிறோம். இஸ்லாமியச் சமுதாயமே கட்டமைத்துத் தந்துள்ள கோட்பாடுகளின் வாயிலாக இந்தச் சமுதாயம் வாழ தக்க வழிகளைக் காணவில்லை. குர்ஆன்–ஷரீஅத் பற்றிய பெருமிதங்களைப் புகழ்வதுடன் நின்றுவிட்டுச் சமுதாயத்தின் உள்நரம்புகளில் அதற்கான இடத்தை நிராகரித்திருக்கிறோமா என்பதை ஆராய வேண்டும்.

இன்றைய நவீனவுலகில் முஸ்லிம் சமூகம் மிகவும் கடினமான சூழ்நிலைகளைச் சந்திக்கிறது. வேறு சமுதாயத்தினர் எளிதாகத் தாண்டிவரக்கூடிய அம்சங்களில் முஸ்லிம் சமுதாயம் அவ்வாறான பெரும் தாவுதல்களை நிகழ்த்தி வர முடியவில்லை. இந்நெருக்கடிகளைச் சந்திக்க இன்னும் முஸ்லிம் சமுதாயம் தயாராகிவிடவுமில்லை. பெரு வெள்ளத்தில் சிக்கிக்கொண்ட நிலையில் அந்த வெள்ளத்தோடு போய்த்தான் தீர வேண்டும்; இந்த அவலமே இதன் இப்போதைய நகர்விற்கான காரணம்.

இஸ்லாம் சந்திக்கும் நெருக்கடிகள் வெறுமனே கலாசார ரீதியிலானது மட்டுமல்ல; சமூக, பொருளதார, அரசியல் ரீதியிலானவை. ஆனால், இந்த நெருக்கடியின் பல்வேறு பரிமாணங்களையும் புரிந்துகொள்ளாமல், வெறுமனே கலாசாரத் தளத்தில் மட்டுமே நின்று தனக்கான அத்தனை சவால்களையும் எதிர்கொண்டு நிற்கிறது முஸ்லிம் சமூகம்.

தன்னுடைய எதிர்ப்பு மனோபாவத்தை வேறுதுறைகளுக்கும் நகர்த்திக்கொள்ளாமல் ஒற்றைப்படையாகச் சுருங்கி நிற்கிறது. உதாரணமாகச் சொல்வதெனில், மேற்கத்திய கலாச்சாரம் உலகம் முழுவதும் பரவிவருகிறது. அச் சமயத்தில் அது தன் பொருளாதார அரசியல் ரீதியிலான ஆதிக்கத்தோடுதான் கால் வைக்கிறது. முஸ்லிம் சமுதாயம் இதனை எதிர்கொள்ளும் தருணங்களில் அது தன் உச்சபட்சச் செயல்பாடுகளாகப் பெண்களுக்குப் பர்தா முறையை அறிமுகப்படுத்துகிறது.

பெண்களுக்கே உரிய இதர வழிகாட்டல்களை முன்வைக்க வில்லை. பெண்கள் வீட்டினுள்ளேயே முடங்கி இருப்பதை விரும்புவதாக இத்தகைய எதிர்கொள்ளல்கள் இருக்கலாம். ஆனாலும், பெண் இனத்தை முழுதடிமைப்படுத்திவிட்டு முஸ்லிம் ஆண் இனம் மட்டும் வெற்றியை அடைந்துவிட முடியுமா?

முஸ்லிம் சமுதாயம் தன் வளர்ச்சிக்காக அதனுடைய அரசியல் சமூகப் பொருளாதாரத் திட்டங்களை முன்வைத்துத் தன்னை வலுவாக்கிக் கொள்ளவில்லை. கலாச்சாரப் பண்புகளை அது முழுமையாக உள்வாங்கிக் கொண்ட அளவுக்கு, இதர வகைகளில் அதன் கவனம் தீவிரம் கொள்ளவில்லை. கலாச்சாரம், சமூகப் பொருளாதாரத்தின் மேல்கட்டுமானம் மட்டும்தான். ஆனால், முஸ்லிம் சமுதாயத்துக்குத் திரும்பத் திரும்ப கலாச்சார ரீதியிலான எதிர்ப்பு நிலைகள் மட்டுமே சாத்தியப்படுகிறது. இதற்கான காரணங்கள் பலப்பல. உறுதியானதாக ஓர் அம்சத்தைப் பற்றிக் குறிப்பிட முடியும்; அது ஜனநாயகப் பின்னடைவு. மற்றொன்று, விஞ்ஞான யுகத்துடன் பொருந்திக் கொள்ளாதிருப்பது. இவை, முஸ்லிம் சமுதாயத்தில் ஆழ வேரோடி யிருப்பதற்குரிய காரணிகளாய் அமைந்திருப்பன அரேபிய நாடுகளின் மன்னராட்சி முறையும் இந்திய நிலப்பிரபுத்துவக் குணாம்சங்களுமே!

மன்னராட்சிகளுக்கேயுரிய சுயநலம், மார்க்க ரீதியில் முஸ்லிம் சமூகத்தின் பகுதியைக் கணிசமாகச் செயலிழக்கச் செய்துள்ளது. மன்னராட்சியின் கீழேயுள்ள அரேபிய நாடுகள் பெட்ரோலியம் சார்ந்த இயற்கை வளத்தினால் ஆனவையே தவிர, இஸ்லாமியப் பொருளாதாரத் திட்டத்தை அமல்படுத்திக் கண்ட வெற்றியினால் ஆனவை அல்ல. இந்த வளம் மூடிப் போகும்போது, எண்ணற்ற அரேபிய நாடுகளும் அங்குள்ள முஸ்லிம் சமூகமும் திக்குதிசை தெரியாமல் சுழன்றாடக் கூடும். இஸ்லாமியக் கலாச்சார ரீதியாக அரேபிய நாடுகளிடம் இருந்து உத்வேகமடைந்துள்ள உலக முஸ்லிம் சமுதாயம் நெருக்கடியில் சிக்கித் தவிக்கக்கூடிய அபாயத்தை மறுக்க முடியாது என்றே தோன்றுகிறது.

ஒட்டுமொத்த உலகின் பிரச்சினைகள், அரசியல் – பொருளாதார வணிக ரீதியாக இருக்கையில் முஸ்லிம் சமூகத்தின் பிரச்சினைகள் அதன் கலாச்சார ரீதியினால் மட்டுமின்றி மார்க்க அனுஷ்டானங்களின் வழியாகவும் உள்ளொடுங்கியுள்ளது. பதினைந்து நூற்றாண்டுகள் ஆனபின்னரும் இன்னும் வணக்க வழிபாடுகள் பற்றிய சர்ச்சைகள் தோன்றுகின்றன; அவை உக்கிரம் பெறுகின்றன. சமூகமே இருகூறாகவோ மூன்று கூறாகவோ

முடிந்தால் இன்னும் அதிகமதிகமான கூறுகளாகவோ பிரிந்து பிளவுபட்டு விடுகிறது. தன்னை வணங்கும் வகைகளிலேயே தன் சமூகம் பிளவுபட்டு நொறுங்குவதை இறைவன் விரும்புவான் என்றா இவர்கள் கருதுகிறார்கள்? போடவேண்டிய எதிர்நீச்சல்களின் திசை இத்தகைய குழப்பங்களால் மாறிப்போகிறது. நிம்மதியற்ற பொழுதுகளில் அது தவிக்கிறது. இதன் பொருட்டு அதிகம் அல்லல்படுபவர்கள் முஸ்லிம் ஏழைகள்.

இஸ்லாமியப் பொருளாதாரத் திட்டத்தின் ஆதாரம் 'ஜகாத்.' ஜகாத் ரீதியாக இன்னின்ன மாதிரியான செயல் திட்டங்களை உருவாக்கி அதன் வாழ்க்கைத் தரத்தை மேம்பாடு அடையச் செய்திருக்கிறோம் என்று சொல்லவும் வழியில்லை. மாற்றுப் பொருளாதார அமைப்புகளை இதன் மூலம் எதிர் கொண்டதாகவோ வெற்றியைப் பெற்று உறுதியாக நிற்பதாகவோ கூற முடியவில்லை.

இந்த நேரடியான தோல்விகள், கலாச்சாரப் பெருமிதங்களைப் பற்றிச் சொல்லவும் செயல்படவும் வாய்ப்பாகிறது.

இன்னும் முஸ்லிம்கள் ஆட்சி அதிகாரத்தில் இல்லாத நாடுகளில் முஸ்லிம்களுக்குண்டான பொருளாதார உறவுகள், ஜகாத் வழங்குதல் போன்றவை எப்படியெப்படி அமைய வேண்டும் என்கிற ஒழுங்குமுறைமைகள் இல்லை. ஆங்காங்கே இதைச் செயல்படுத்தும் பைத்துல்மால் அமைப்புகள் இருந்தாலும் அவற்றின் தாக்கம் சமூக ரீதியாக மிகவும் சிறிய அளவே! நெஞ்சுயர்த்திச் சொல்லும்படியாக இல்லை.

இப்போது மீண்டும் அந்த மூன்று பெண்கள்தான் ஞாபகத்திற்கு வருகிறார்கள். அவர்கள் திருமணக் கனவைச் சுமக்கிறார்கள். தங்களின் துயரம் தீருமா தீராதா என்று தவிக்கிறார்கள்; வருங்கால சுபிட்ச வாழ்வுக்காக ஏங்குகிறார்கள்.

பற்றிக்கொள்ள எந்தக் கொழுகொம்பும் இல்லை. வீட்டில் யதார்த்தமாய் இருப்பது வயதாகிக் கொண்டு வருகிற, வறுமையில் உழல்கிற தந்தை ஒருவர்தான். அவர்கள் எதிர்பார்த்திருக்க வேண்டியது அல்லாஹ்வின் அதியற்புதங்களை மட்டும்தானா?

***தினமணி ஈகைப் பெருமாள் மலர்.* 2002**

இஸ்லாத்தில் பெண்கள்

மதவாதிகளாக , இறை நேசச்செல்வர்களாகத் தங்களை அடையாளப்படுத்திக்கொள்ள விரும்பும் எந்தவொரு மதத்தாரும் பெண்களை அடிமைப் படுத்தி வைப்பதில் மட்டும் ஒரேவிதமான கருத் தோட்டத்திலேயே உள்ளனர். அவர்களுக்கு இடை யிலான விகிதாச்சாரங்களில் பெருமளவு வேறுபாடு இருப்பதில்லை. பெண்களை அடக்கி யாளுவதின் மூலமே தங்களின் மதம் சார்ந்த கோட்பாடுகள் சிறப்பாக நடைமுறைப்படுத்தப் படுவதாகவும் அவர்கள் சிலாகித்துக் கொள்கிறார்கள். மதவாதி களுக்கு எதிரான பொது எதிரியே பெண்ணினம் தானோ என்று நாம் கருதுமளவுக்கு, தமக்குள் சண்டையிட்டுக்கொள்ளும் மதவாதிகள் பெண்ணியக் கோட்பாட்டுக்கு எதிராக ஒரே அணியாக உருவா கின்றார்கள்.

இஸ்லாம்தான் ஆகக்கடைசியாகத் தோன்றிய மிகப்பெரிய மார்க்கம். பெண்களின் நிலைப் பாட்டில் இஸ்லாம் மற்ற மார்க்கங்களை விடவும் பல படிகள் முன்னேறி வந்துள்ளது. பெண்களுக்குச் சொத்துரிமை அளித்தல், விதவை நிலையை அனுமதிக்காமல் பெண்களின் பாலுணர்வுகளைக் கௌரவிக்கும் விதமாக மறுமணத்தை ஊக்குவித்தல், அதேசமயத்தில் ஆணினத்திற்கு விருப்பமான துறவுநிலையை மறுத்தல் போன்றவற்றை முக்கிய மானவையாகக் கூறலாம்.

ஆனால், இஸ்லாமிய ஆட்சியாளர்களும் இஸ்லாமிய மார்க்கவியல்வாதிகளுமாய்ச் சேர்ந்து

இஸ்லாமை முழுக்கவும் ஆணாதிக்கம் சார்ந்த கருத்தியலாகவே படைத்துவிட்டார்கள். மற்றைய சமூகத்திலுள்ள நடைமுறை களைவிடவும் இஸ்லாம் மார்க்கத்திலேயே பெண்கள் இன்னும் மோசமான படித்தரத்தில் இருப்பதாக அனைத்துலகமும் கருதுமளவுக்குப் பெண்ணடிமைத்தனத்தை உக்கிரமாக்கி இருக்கிறார்கள். பெண்களின் மீதான அடக்குமுறைகளைச் செயல்படுத்துவோரைச் சிறந்த இஸ்லாமிய ஆட்சியாளர்களாகப் போற்றுகிறார்கள். ஆப்கானிஸ்தானில் தாலிபான்களின் ஆட்சி முறையைப் பழுதற்றமுறையில் அடிப்படைவாதிகளும் மதவாதிகளும் போற்றியது தக்கசான்றாகும்.

இதர மதங்களில் பெண்ணடிமைத்தனம் பற்றிச் சிந்தித்து, அந்த விலங்குகளை உடைத்தெறியவும் பெண்களைக் கைதூக்கி விடவும் ஆண்களில் இருந்தே பெருந்தலைவர்களும் சீர்திருத்த வாதிகளும் கவிஞர்களும் தோன்றியுள்ளனர். இந்தத் தருணத்திற் காகவே காத்திருந்ததைப் போல, வந்த வாய்ப்பை உடனே கைப்பற்றிக்கொண்டனர் பெண்கள். தங்களின் அறிவையும் திறமைகளையும் தக்கவிதத்தில் பயன்படுத்தி வெகுதூரத்திற்கு முன்னேறிவந்துள்ளனர். ஆணாதிக்கவாதிகளால் பலகாலமாகச் சொல்லப்பட்டுவந்த கருத்துகளைத் தவிடுபொடியாக்கி யுள்ளனர். பெண்கள் இந்தத் தகுதிகளைப் பெற்றதன் மூலமாக அந்தந்தச் சமூகங்கள் ஒட்டுமொத்தமான வளர்ச்சி நிலையை எட்டியுள்ளன. ஆனால், இஸ்லாமியச் சமூகத்தில் மட்டும் இதுபோன்ற எழுச்சிநிலை தோன்றவில்லை. அதற்கான வாய்ப்புகளும் முளைவிடவில்லை. நிலைமை இவ்வாறிருக்கையில் அதற்கான இலக்கியங்கள் தோன்ற ஏது இடம்?

ஆணாதிக்கம், பெண்களின் முன்னேற்றத்தை ஒழுக்க வியலோடு சம்பந்தப்படுத்திப் பார்க்கிறது. ஒவ்வொரு மதவாதக் கருத்தியலுக்கும் பின்னால், பெண்களைக் கட்டுக்குள் வைக்க வில்லையென்றால் அவர்கள் பாலுணர்வு வக்கிரங்களால் உலகை நிலைகுலையச் செய்துவிடுவார்கள் என்கிற செய்தி உள்ளது. கற்றவராயினும் கல்லாதவராயினும் ஐவேளைத் தொழுகைக்கும் சென்றுவருகிற இளைஞர்களிடம் கண்டுகொண்ட உண்மையிது. யதார்த்தநிலை இதற்கு நேரெதிரானது.

அண்ணல் நபிகளின் காலத்தில் பெண்களின் சமூகப் பங்களிப்பு சிறப்புக்குரியதாக இருந்திருக்கிறது. தன்னுடைய 25ஆம் வயதில் 40 வயது கதீஜா நாயகியாரை அண்ணலார் மணம் செய்துகொண்டபோது, அவர் திறம்பட்ட வணிகராக இருந்துள்ளார். பெண்கள் போரிட்டுள்ளார்கள்; மருத்துவச் சேவை

புரிந்துள்ளார்கள்; வெளியே சென்றுவரவும் தாம் சம்பாதிப்பதைக் கணவருக்கு அளிக்காமல் தாமே வைத்துக்கொள்ளவுமான உரிமை படைத்தவர்களாக வாழ்ந்துள்ளார்கள். இஸ்லாமியப் பெண்ணியத்தைக் காலத்தின் தன்மைக்கேற்றாற்போலத் தகவமைத்துக்கொள்ள இவற்றையெல்லாம்விட வேறென்ன சான்றுகள் வேண்டும்? மார்க்கம் ஒன்றை அனுமதிக்கிறது என்றாலேயே அது அந்த 'ஒன்றை' விரும்புகிறது என்றே அர்த்தம். துரதிர்ஷ்டவசமாக, இந்த வழிமுறை வளர்வதற்கு காலம் வாய்ப்பளிக்கவில்லை.

தமிழ்ச் சமூகத்தைப் பொறுத்தவரையில் 1980களில் முளைவிட்ட நஜாத் இயக்கம் பெண்களைப் பள்ளிவாசலுக்கு அழைத்துவந்து ஆண்களோடு ஒரே ஜமாத்தாக நின்று தொழச் செய்தது. இஸ்லாமியப் பெண்களுக்குக் கிடைத்த ஆகப்பெரிய முன்னேற்றமாக இது ஒன்றை மட்டுமே கணக்கிலெடுத்துக்கொள்ள முடிகிறது.

பெண்களின் இறைபக்தியை ஆணாதிக்கம் சார்ந்த கருத்துகளோடு வளர்த்தெடுத்திருப்பதாலும் ஆண்களால் மட்டுமே பெண்களின் ஒழுக்கம் பேணப்படும் எனும் போதனை கொடுக்கப்பட்டிருப்பதாலும் இஸ்லாமியப் பெண்கள் அந்த இடத்திலேயே இன்னமும் நின்றுகொண்டிருக்கிறார்கள்; சமூகமும் அந்த இடத்திலேயே நின்றுகொண்டிருக்கிறது – நகர முடியாமல்!

காலச்சுவடு இதழ் 47, மே - ஜூன் 2003

விபரீத பரிமாணத்தில் ‘தலாக்’

அபூர்வமாகத் தென்பட்டுக்கொண்டிருந்த ‘தலாக்’ இப்போது வீதிகள்தோறும் விரிவடைந்திருக்கிறது. தலாக் முறையில் தாங்கள் சிக்கிக்கொள்ளக் கூடாது என்கிற முன்னெச்சரிக்கை உணர்வுடன் சில குடும்பங்களில் பெண்களைப் பரிமாற்றம் செய்துகொள்கிற வழக்கமும் நடைமுறையில் உள்ளது. இந்தப் பரிமாற்றங்களையும் உடைத்தெறிந்துவிட்டது தலாக். இவ்வகையான திருமணங்களில் தலாக் உடனடியாகவே குறுக்கிட்டு விடுகிறது. (எங்கள் களக்காடு சிங்கம்பத்து ஜமாத்தில் இரண்டு குடும்பங்களுக்கு இடையே நடந்த 3 ஜோடிகளின் திருமணங்களும் அண்மையில் முறிந்துவிட்டன.) தலாக் எப்படிச் சொல்லப்பட வேண்டும் எனத் தெரிந்திருந்தும் அந்த விதிமுறைகள் புறக்கணிக்கப் படுகின்றன. தலாக் அதிரடியான முறையில் மட்டு மல்ல, காமெடித்தனமாகவும்கூடச் சொல்லப்படு கிறது. மாமனார் தன் வீட்டில் நுழைந்தபோது கைக்குழந்தைக்கு நாற்காலியில் இருந்தபடி மருமகள் பால்கொடுத்துக்கொண்டிருந்தாள் என்றும் அவள் எழுந்து நின்று மரியாதை தரவில்லையென்றும் பிரச்சினை தலைவிரித்தாடி, அடுத்த ஒன்றரை மாதத் திலேயே அவள் பிறந்த வீட்டுக்குத் துரத்தப்பட்ட கதை இருக்கிறது. ‘மார்க்க ஞானம்மிக்க’ என் நண்பனொருவன் தன் மனைவியைத் தலாக்

செய்தான் – மனைவி கருப்பாக இருந்தாளாம். வாழ்வின் சகல பரிமாணங்களிலும் குற்றங் குறைகள் காணப்படுகின்றன; அவற்றுக்கான ஒரே தீர்வு 'தலாக்.'

கணவன் – மனைவிக்கிடையே உண்டாகிற பிரச்சினைகளின் பொருட்டு, குடும்ப உறவுகள் விபரீதமான முறையில் சிதைந்து விடக் கூடாது என்பதற்காக 'தலாக்' விதிகள் இருப்பதாக பெருமையாகச் சொல்லிக்கொண்டிருந்தார்கள்; ஆனால் சொடக்குப் போட்ட மாத்திரத்தில் எல்லாம் தலைகீழாகிவிட்டன. தொடர்ந்து மார்க்கப் பணியாற்றும் பெருமக்கள் பலரும் இந்தத் தீமையை நன்றாகவுணர்ந்து கடுமையான எதிர்ப்புப் பிரச்சாரமும் மேற்கொண்டு வருகிறார்கள். ஆனாலும் பலனில்லை. முஸ்லிம் குடும்பங்கள் அனைத்தும் ஜமாத்தாக வலுவாகப் பிணைக்கப்பட்டுள்ளன. ஜமாத்துகளும் இப்போது திணறுகின்றன. பிரிந்துபோகவிருந்த தம்பதியரை இணக்கமாக்கி ஒற்றுமையை நிலைநிறுத்திவிட்டோம் என்று நூற்றிலொரு சம்பவத்தில்கூடக் காட்டமுடியவில்லை. தலாக் என்கிற எண்ணத்துடனேயே எல்லாப் பிரச்சினைகளும் ஜமாத்தின் முன் கொண்டுவரப்படுவதால் அதையன்றி வேறு தீர்வுகளுக்கு எவரும் மனமொப்புவதில்லை. அனுமதிக்கப்பட்ட விஷயங்களில் தலாக்தான் அல்லாஹ்வுக்கு மிகவும் கோபமூட்டக்கூடியது என்பதை ஒவ்வோர் இஸ்லாமிய மனமும் பாலபாடமாகப் பயின்றிருக்கின்றது. ஆயினும் நிலைமை நெட்டித்தள்ளிக்கொண்டு போகின்றது. தலாக் என்ற பதத்தை மூன்று முறை ஒரே இடத்தில் நின்று, ஒரே ஒரு நிமிசத்திற்கும் குறைவான நேரத்தில் கூவிவிட்டு எவ்விதக் குற்றவுணர்வும் இன்றி வெளியேறிவிடுகிற முஸ்லிம் இளைஞர்களும் அவர்களைப் பின்னிருந்து இயக்குகின்ற பெற்றோரும் எப்படி உருவானார்கள்?

பெண்ணினம் பற்றி முஸ்லிம்கள்கொண்டிருக்கின்ற பார்வை மிகவும் அச்சவுணர்வைத் தருகிறது. ஆண்களின் இச்சைகளுக்காகக் கட்டிலில் புரட்டப்பட வேண்டிய ஓர் அற்புதமான சதைத் திரள்தான் பெண்; இதை மீறிவரும் பார்வை நீட்சிகள் இல்லை. முஸ்லிம்களின் சமூக வாழ்வில் முஸ்லிம் பெண்களுக்கான பங்களிப்பு இருக்கக் கூடாது என உறுதி கொண்டுள்ள சமூகமாக இது உருவாகியிருக்கிறது.

'தலாக்' ஆணாதிக்கத்தின் வன்முறைக் கருவி. சிறிதுகால மணவாழ்வுக்காகத் தன் பாரிய வளங்களை இழந்தே வீடு திரும்புகிற பெண்களின் மனவுணர்வுகள் பற்றியோ அவர்களின் எதிர்காலம் குறித்தோ முஸ்லிம் சமூகம் கவலைப் படாது இருக்க முடியுமா?

தலாக் சொல்லப்பட்ட பெண்கள், ஏற்கெனவே திருமணமாகாமல் இருக்கிற கன்னிப்பெண்களுடன் போட்டியிட்டுத்தான் தங்களின் மறுவாழ்வை அடைய வேண்டியுள்ளது. தன் பெண் குலத்தைக் கண்ணீரில் மிதக்கவிட்டு, வெறும் பாவனைத்தனமான பக்தியிலே படம்காட்ட விரும்புகிற இஸ்லாமிய மனோபாவத்தை யாரும் கைக்கொள்ள வேண்டாம்.

தலாக் சொல்லப்படுவது எப்படி என்பதிலேயே பலவிதக் கருத்து முரண்பாடுகளைத் தங்களின் வசதிக்கேற்றபடி கொண்டிருக்கிற கூட்டம், தலாக்கின் அபலைகளுக்கு ஜீவனாம்சம் வழங்குவதில் எத்தனைவிதமான ஷரத்துக்களை அள்ளிவிடும்? ஜீவனாம்சம் கொடுக்கவேண்டிய அவசியம் கண்டிப்புடன் இங்கே இல்லை. ஷாபானு விவகாரத்தின் பின் எழுந்த சிக்கல்கள், பெண்ணியத்தின் உட்கூறுகள், கொடூரமான உலகமயமாக்கலின் பின் எழுந்துள்ள பொருளாதார நெருக்கடிகள், இதனோடு பிணைந்திருக்கிற நுகர்வுவெறி மற்றும் சுயநல மனோபாவம் இன்னும் இது போன்ற அனைத்தையும் ஒருசேர ஆய்வு செய்வதின் மூலமே முஸ்லிம் சமூகம் தன்னைத் தற்காத்துக் கொள்ள முடியும். வெறுமனே கழிகிற ஒவ்வொரு விநாடியும் ஆபத்தானது.

ஏனெனில், நோய் முற்றிவிட்டது.

***காலச்சுவடு* இதழ் 51, ஜன. - பிப். 2004**

தலைகளின் பெருக்கம்

சில ஆண்டுகளுக்கு முன் இந்தியாவில் நடைபெற்ற ஒரு விபரீத நாடகம், இன்னும் தீவிரமாகச் செம்மைப்படுத்தப்பட்ட நிலையில் அதே மாதிரியான காட்சிகளுடன் முஸ்லிம் நாடான பாகிஸ்தானில் நடந்து வருகின்றது. இந்தியில் தயாரான 'நாசர்' என்னும் திரைப்படத்தில் மீரா என்கிற நடிகை முத்தக்காட்சியில் நடித்திருப்பதாகக் கூறி, அதற்கு எதிராக ஆட்சேபம் தெரிவிக்கும் முறையில் பாகிஸ்தான் கொந்தளிக்கிறது. மீராவுக்கு அடுத்தடுத்து மிரட்டல்கள் வந்த வண்ணம் உள்ளன. இந்த மிரட்டல்கள் பற்றிப் பாகிஸ்தானிய ஆட்சியாளர்களிடம் அவர் புகார் அளித்ததின்பேரில், அவருக்குப் பாதுகாப்பும் அளிக்கப்பட்டிருக்கிறது.

பாகிஸ்தான், இஸ்லாமிய நாடாகப் பிரகடனப் படுத்தப்பட்டுள்ளது. இஸ்லாம் வகுத்த நெறிமுறை களின்படியும் குர்ஆன் வலியுறுத்தும் சமூக ஒழுங்கு களின்படியும் 'முஸ்லிம் நடிகை' என்கிற சமூக அந்தஸ்து ஒன்று இருக்கவே இருக்காது. இஸ்லாமிய நாட்டில் இஸ்லாமிய மார்க்கத்திற்கு விரோதமான செயல்களைப் புரிந்தபடியே, தான் வாழ்வதற்கான பாதுகாப்பை ஒருவர் கோரிப் பெற வழியில்லை. இஸ்லாமியப் பாகிஸ்தானின் பாலிவுட் நகரம் 'லாகூர்' என்று வர்ணிக்கப்படுகின்றது. பாகிஸ்தான் முழுமையும் திரையரங்குகள் உள்ளன. பாகிஸ்தானிய ரசிகர்கள் இந்தித் திரைப்படங் களுக்குத் தவமான தவம் புரிகிறார்கள். இந்திப் படங்களில் நடிப்பதற்கு நடிகை மீராவை அனுமதிக்கக் கூடாது என்று சொல்லிக் கராச்சி உயர்நீதிமன்றத்தில் வழக்கும்

தாக்கல் செய்யப்பட்டுள்ளது. 'பாகிஸ்தானின் சமூக, மதநெறி களுக்குப் பொருந்தாத வகையில் மீரா நடித்துள்ள காட்சிகள் அமைந்துள்ளன. எனவே, பாகிஸ்தானில் அந்தப் படம் தடை செய்யப்பட வேண்டும்' என மனு கோருகிறது. பாகிஸ்தானின் மதவிவகாரங்களைக் கவனிக்கும் அமைச்சகம் மனுவுக்கு ஆதரவான நிலைப்பாட்டை எடுத்துள்ளது.

இந்த விவகாரத்தில் எந்த இடத்திலும் இஸ்லாம் இல்லை, இருக்கவும் முடியாது. ஆனாலும் நாடே கொந்தளிக்கிறது. இத்தகைய கொந்தளிப்பை யார் உண்டாக்குகிறார்கள்? எதன் பொருட்டு? இந்த மாதிரியான கேள்விகள் எழுப்பப்படுவதுமில்லை; பதில்கள் பெறப்படுவதுமில்லை. இதன் விளைவாக, இஸ்லாம் இப்பவும் அனர்த்தமாகவே புரிந்துகொள்ளப்படுகிறது.

சில ஆண்டுகளுக்கு முன் ஷபனா ஆஸ்மியின் மீதும் இதே மாதிரியான கண்டனங்கள் ஏவப்பட்டன. தென் ஆப்ரிக்காவிற்கு அவர் சென்றிருந்தபோது ஒரு விழாமேடையில் நெல்சன் மண்டேலாவிற்குப் பகிரங்கமாக முத்தம் கொடுத்தார் என்று அவரை மன்னிப்புக் கேட்கச் சொல்லி மும்பையிலும் தில்லியிலும் பல முஸ்லிம் இளைஞர்கள் ஆர்ப்பாட்டம் செய்தனர். அதன்பின் சரியாக ஓராண்டு கழிந்த நிலையில், தீபா மேத்தா இயக்கிக்கொண்டிருந்த வாட்டர் திரைப்படத்தில் நடிப்பதற்காக அவர் தலையை மொட்டை அடித்ததைக் கண்டித்தும் போராட்டங்கள் நடத்த முஸ்லிம் இளைஞர்கள் தூண்டப்பட்டனர். அனல் பறந்தது. இளைஞர்களின் எழுச்சியைக் கண்டுகொண்ட உ.பி. மாநிலம் தேவ்பந்தியில் அமைந்துள்ள மதரஸா, ஷபனா ஆஸ்மியிடம் விளக்கம் கேட்டு நோட்டீஸ் அனுப்பியது. அவர் இஸ்லாத்தில் இருக்கிறாரா இல்லையா என்கிற கேள்விக்குப் பதில் சொல்ல வேண்டும் என்று கட்டாயப்படுத்தப்பட்டார்; இல்லையெனில் அவர்மீது ஃபத்வா பிறப்பிக்கப்பட்டு இஸ்லாம் மதத்திலிருந்து நீக்கப்படுவார் என்றும் எச்சரிக்கப்பட்டார்.

'வாட்டர்' படத்திற்குமுன் தயாராகி வெளியான 'ஃபயர்' திரைப்படத்தில் ஓரினச் சேர்க்கையாளர் பாத்திரத்தில் ஷபனா ஆஸ்மி நடித்திருந்தார். அந்தப் படம் இந்துக் கலாச்சாரத்தைக் கேவலப்படுத்துகிறது என்று கூறி நாடு முழுவதும் சங்கப் பரிவாரங்கள் வன்முறையில் ஈடுபட்டுத் திரையரங்குகளைச் சூறையாடின; ரசிகர்களையும் தாக்கின. அந்தக் கோபம் தீராத நிலையில் 'வாட்டர்' படத்தை இயக்குநர் தீபாமேத்தா கைகழுவும்படியான நெருக்கடிக்கு உள்ளாக்கி வெற்றிபெற்றது சங்கப் பரிவாரம். சங்கப்பரிவாரத்தின் கண்டனம் என்னவோ, அது

இஸ்லாமியக் கண்ணோட்டத்திற்கும் ஏற்புடையதுதானே! ஆனால் அன்று முஸ்லிம் சமூகம் கொந்தளிக்காமல் அடங்கியிருந்தது ஏன்? மொட்டையடித்தது இஸ்லாமிய விரோதம் என்று கருதப்பட்டு இப்போது போராட்டங்கள் நடைபெற்றுவரும் நிலையில், அதற்கு முன்னர் ஓரினச் சேர்க்கையாளராக ஷபனா ஆஸ்மி நடித்தது இஸ்லாமிய விரோதம் அல்ல என்பதாக ஆகிவிடுகிறது. இஸ்லாத்தை இந்த மாதிரியான வேடிக்கைத் தளங்களுக்குள் இழுத்துச் சென்று அடிப்படையிலேயே அதனைக் கோளாறாகப் புரிந்துகொள்வது சமுதாயத்தை வேகமான வீழ்ச்சிக்குத் தள்ளிவிடும்.

'முஸ்லிம் நடிகை' என்பது ஒரு முரண்தொடர். மீரா வாயினும் ஷபனா ஆஸ்மியாயினும் அவர்கள் நடிப்பையே தங்களின் தொழில்முறையாக ஆக்கிக்கொண்டவர்கள்;அவர்கள் தம்மைமுஸ்லிம்கள்என்றே சொல்லிவந்தாலும் இஸ்லாமிய ஒழுக்கவியல்படி அவர்கள் முஸ்லிம் பெயர்களில் வாழக்கூடிய முஸ்லிம் அல்லாதவர்கள். அவர்கள்மீது யாரும் எவ்வித நடவடிக்கைகளையும் எடுக்க முடியாது – இஸ்லாமியக் கட்டுக் கோப்புகளுக்குள் இருந்தபடி! அவர்கள்மீது நடவடிக்கை எடுக்கப்பட வேண்டுமெனில், அதற்கு முன் இன்னொரு ஃபத்வா பிறப்பிக்கப்பட வேண்டும். "முஸ்லிம் பெண்கள் நடிகைகளாக இருப்பதும் நடிகைகளாக இருந்தபடி ஓரினச் சேர்க்கையாளர் களாக நடிப்பதும் ஆகுமானது; மொட்டையடித்தலும் முத்தம் கொடுப்பதும் மட்டுமே தகாதது," என்கிற ஃபத்வா பிறப்பிக்கப்பட வேண்டும். விதி என ஒன்று இருந்தால்தான் விதிமீறல் என்னும் பிரிதொன்று இருக்க முடியும். திரைப்படம், நடிப்பு ஆகியவை ஹலால் (ஆகுமானது) என இஸ்லாத்தில் இல்லாதபோது, அதற்கான மீறலும் ஹராமானதாக (விலக்கப்பட்டதாக) இல்லை என்பதே இஸ்லாமியப் புரிதல்.

இஸ்லாம் என்பது மதமல்ல, மார்க்கம்! மார்க்கம் ஒருபோதும் தலைகளின் பெருக்கத்தை விரும்புவதில்லை. இஸ்லாம், மதமாக உருப்பெறும் பட்சத்தில் அது தலைகளின் பெருக்கத்தை மட்டுமே ஏற்கும் (ஷபனா ஆஸ்மி, மீராவையும் சேர்த்து). இப்போது நடக்கிற இந்தப் பாகிஸ்தானியக் கேளிக்கைகள் இஸ்லாத்தையும் மதமாக ஆக்கி அதனை வெற்றுத் தலைகளால் நிரப்பிக்கொள்ளக் கூடிய சதித்திட்டம் என்றே தோன்றுகிறது.

***காலச்சுவடு* இதழ் 64, ஏப். 2005**

சொல்லக்கூடாத கதையின் மறுபதிப்பு

உத்தரப்பிரதேச மாநிலம் முஸாபர்பூர் அருகிலுள்ள சர்தவால் கிராமத்தில் வசிக்கும் நூர் இலாஹி என்பவரின் மனைவியான இம்ரானாவை அவரது மாமனார் முகம்மது அலி பாலியல் பலாத்காரம் செய்த விவகாரம் பெரும் சர்ச்சைக்குரிய தீர்ப்பினை எழுதவைத்திருக்கிறது. இச்சம்பவத்தில் சமூக நீதியின் படியும் ஷரியத்தின்படியும் தீர்ப்புகள் சொல்லப்பட்டிருந்தால் அது, அந்த ஊரின் பிரச்சினையாக ஒடுங்கியிருக்கும்! உள்ளூர்ப் பஞ்சாயத்துத் தீர்ப்பின் ஆழம் தெரியாமல் தேவ்பந்த் தாருல் உலூம் மதரஸாவும் முஸ்லிம் தனிநபர்ச் சட்ட வாரியமும் நடந்துகொண்ட முறை, இந்தப் பிரச்சினையை உலகளாவிய தன்மைக்கு வளர்த்து விட்டன. இப்போது தங்கள்மீதான பழியைத் துடைக்க ஊடகங்களின் மீது குற்றம் சுமத்துகின்றன அந்த அமைப்புகள். அதன் ஒரு பகுதியாக, இம்ரானா விவகாரத்தைத் திசை திருப்புகின்றன. வழக்கம்போல, எந்தவொரு பிரச்சினைக்குள்ளும் இழுக்கப்படும் பெண்கள், சாறு உறிஞ்சப்பட்ட சக்கைகளாக வெளித்தள்ளப்படுவது போலவே இம்ரானாவும் களங்கப்படுத்தப்பட்டுத் தண்டனைக்கு உரியவராக ஆக்கப்பட்டுள்ளார்.

அண்மையில் பரப்பப்பட்டுள்ள செய்தியின்படி, இம்ரானா பாலியல் பலாத்காரமே செய்யப்படவில்லை என்றும் தனக்கும் தன் மாமனாருக்குமான சொத்துப் பிரச்சினையில் ஆதாயம் கருதி மாமனார்மீது அவர் அபாண்டம் சொல்வதாகவும் கூறப்படுகிறது. இம்ரானா விவகாரத்தின் அடிமுடியைக் காண முடியாதபடி ஏராளமான வதந்திகளும் அறிக்கை களும் வந்தபடி இருக்கின்றன. உண்மையில் அப்படி ஒரு சம்பவம் நடந்திருந்து, இப்போது அது வேண்டுமென்றே மறைக்கப்படுமானால் முஸ்லிம் சமூகம் தன்னைத் திறந்த மனதுடன் பரிசீலனை செய்து கொள்ள மறுப்பதாகிவிடும். தொலைநோக்குப் பார்வையில் அது தடைக்கல்லாகும். சர்தவால் கிராமத்தில் சம்பவம் நடந்திருந் தாலும் நடந்திருக்காமலே போயிருந்தாலும், அந்தச் 'சம்பவம்' தாருல் உலூம் தேவ்பந்த், சட்ட வாரியத்தின் கவனத்திற்கும் கொண்டுவரப்பட்டுவிட்ட நிலையில், அவை எப்படி நடந்து கொண்டிருக்க வேண்டும் என்பதே இப்போது பிரச்சினை.

மார்க்க மேதைகளாய் இல்லாத, ஆணாதிக்க மனோபாவம் நிரம்பிய நிலையிலுள்ள கிராமப் பஞ்சாயத்து ஊர்ப் பெரியவர்கள் வழங்கியுள்ள தீர்ப்பை இப்போதைக்குப் புறந்தள்ளிவிடலாம். ஏனெனில், மத எல்லைகளைத் தாண்டிகிராமப்புற உளவியல் ரீதியாக எப்பொழுதும் இத்தகைய தீர்ப்புகள் வழங்கப்படுவதை நாமறிவோம். ஆனால் விவகாரம் தாருல் உலூம் தேவ்பந்தின் கவனத்திற்குக் கொண்டுசெல்லப்பட்டபோது, அது உள்ளூர் ஷரீஅத் நீதிமன்றத்தை அணுகுமாறு கூறியுள்ளது. உள்ளூர் ஷரீஅத் நீதிமன்றமோ அதனை விசாரணைக்கே எடுத்துக்கொள்ளவில்லை. இந்தியா முழுவதிலும் இஸ்லாம் தொடர்பாக எழும் பல சிக்கல்களுக்குத் தாருல் உலூம் தேவ்பந்த் அமைப்புதான் சரியான, ஷரியத் அடிப்படையிலான ஃபத்வாக்களை வழங்கியிருக்கிறது; எனவே, இந்த விவகாரத்தின் தன்மை குறித்து அதுதான் உடனே ஃபத்வா வழங்கியிருக்க வேண்டும். எனினும், தாருல் உலூம் மதரஸாவிலிருந்து ஃபத்வா வழங்கப்பட்டதாக ஒரு செய்தியும் அது ஃபத்வா அல்ல, இம்ரானாவின் பெயர் குறிப்பிடப்படாத நிலையில் அது ஒரு கருத்துதான் என இன்னொரு செய்தியும் ஏக சமயத்தில் வந்தன. இவை தாருல் உலூம் தேவ்பந்தின் உறுதியற்ற தன்மையை வெளிப்படுத்தப் போதுமானவை. இந்தத் தீர்ப்பை அல்லது கருத்தைச் சட்ட வாரியத்தின் உறுப்பினர்கள் அங்கீகரித்துவிட்டனர்.

தீர்ப்பின் சாராம்சம்: முகம்மது அலி என்கிற மாமனாருடன் உடலுறவு ஏற்பட்டுவிட்டதால் இம்ரான் என்கிற மருமகள்

முகம்மது அலியின் மனைவியாகிறார். நூர் இலாஹி என்ற பெயர்கொண்ட கணவருக்கு இம்ரானா இப்போது தாயாகி விட்டார். தாயுடன் உறவுகொள்வது ஹராம் (தடுக்கப் பட்டது); ஆகவே, இம்ரானா அவருடைய கணவரை விவாகரத்து செய்துவிட வேண்டும்.

முஸ்லிம் பெண்ணை முஸ்லிம் ஆண் பாலியல் பலாத்காரம் செய்ததை இவர்களால் ஒப்புக்கொள்ள முடியவில்லை. அதிலும் மாமனார் ஸ்தானத்தில் இருப்பவர் மருமகளுடன் உறவு கொண்டதை ஏற்க மறுக்கிறார்கள். இப்படி நடந்திருக்க வேண்டாம் என்பதே அனைவரின் விருப்பமாகும். ஆனால், நடந்துவிட்டபின் ஷரியத் நடைமுறைகள் மட்டுமே முன்வர வேண்டும். அதன்படி, தீர்ப்பு வழங்கப்பட வேண்டும். மாறாக, வில்லங்கமான வழக்கைச் சாதாரண வழக்காக மாற்ற முனையும் காவல் துறையின் தந்திரங்களே இங்கும் கோலோச்சு கின்றன. ஷரியத்தின் கடுமை யான இலக்கினைக் கருதி, குற்றவாளியான ஆணைக் குற்றத்திற்கு அப்பால் கொண்டு செல்ல முயற்சி நடக்கிறது. இப்படி கொண்டு வரும் முயற்சியில் தீங்கிழைக்கப்பட்ட பெண்ணின் மீதே குற்றம்காண விழை கிறார்கள். தன் மார்க்கத்திலேயே ஊறிவளர்ந்த பெண்ணை இதன் பொருட்டு அவதூறு செய்திடவும் ஆணாதிக்க மனம் தயங்குவதில்லை. அதுதான் இப்போது மார்க்கப் புரிதலற்ற உள்ளூர் மனிதர்களிலிருந்து மார்க்க மாமேதைகள் வரை இவ்வாறு செயல்பட வழிவகுக்கிறது.

இம்ரானா விவகாரத்தை அறிந்திராத சில முஸ்லிம் இளைஞர்களிடம் தனித்தனியான முறையில் இதுபற்றிப் பேசினேன். இம்ரானா பலாத்காரம் செய்யப்பட்ட நிகழ்ச்சியுடன் பேச்சை நிறுத்திவிட்டு, இனி என்ன செய்வது என்கிற கேள்வியை முன்வைத்தேன். அத்தனை இளைஞர்களுமே சொன்ன பதில் ஒன்றே ஒன்றேதான்: “அவர கல்லால அடிச்சுக் கொல்லணும்.” இந்தக் கட்டுரையை வாசிப்பவர்கள் இப்போதும் கூட ஏதாவதொரு முஸ்லிம் இளைஞரை அணுகி, சம்பவத்தை மட்டும் விவரித்துவிட்டு (தாருல் உலூம் ஃபத்வா பற்றி எதுவும் கூறாமல்) என்ன செய்யலாம் என்கிற கேள்வியை முன்வைத்தால், தண்டனையைப் பற்றித்தான் கூறுவார்களே தவிர, வேறு எதைப் பற்றியும் யோசித்துக்கொண்டிருக்கமாட்டார்கள். இஸ்லாமியச் சிந்தனை மரபு என்பது இப்படிப்பட்டதுதான். ஆனால், தேவ் பந்தும் சட்டவாரியமும் வழக்கின் முதல் குற்றம்

என்னவென்று கணக்கில் கொள்ளவில்லை. மாறாக, நீண்ட தொலைவுக்குத் தாண்டிக் குதித்து, விக்கிரமாதித்தன் கதையில் வரும் வேதாளம்போல யார் யாருக்கு என்ன உறவுமுறையாகப் பரிமாணித்திருக்கிறார்கள் என்கிற விடுகதைக்குள் புகுந்துவிட்டன.

தேவ்பந்தின் தீர்ப்பில் ஹராம் என்ற சொல் சேர்க்கப் பட்டுள்ளது. அதாவது தாய் என்ற உறவுமுறைக்குள் வந்து விட்டவள், மகன் என்கிற ஸ்தானத்தில் இருக்கிற கணவனுடன் உறவுகொள்வதனால் அது ஹராம் என்கிறது. எனில், வழக்கின் முதல் நிலையிலுள்ள குற்றம் (பாலியல் பலாத்காரம்) அல்லது சம்பவத்தின் முதல் காட்சியானது, ஹலால் தன்மை (மார்க்க அனுமதி) கொண்டதா? உறவு முறையில் ஏற்படுகிற பாலியல் பலாத்காரங்கள் சிறப்புரிமை கொண்டவையா? இந்தக் கேள்விகள் தவிர்க்க முடியாதவை. ஏப்ரல் மாதம் முஸ்லிம் சமுதாயத்திற்கு ஆலோசனைகள், சட்ட விளக்கங்கள், நிக்காஹ்நாமா என நீண்ட அறிக்கைகளை விடுத்துத் தன்னைப் பெரிய ஆகிருதியாக சிருஷ்டித்துக்கொண்ட சட்ட வாரியம், இரண்டே மாதங்களில் காற்றுப்போன பலூனாகிவிட்டது. முக்கியமான தருணத்தில் தன் மார்க்கக் கடமைகளை அது கைவிட்டுவிட்டது. "முட்டை திருடும் திருடனை அல்லாஹ் சபிக்கிறான்; அவன் கை வெட்டப்பட வேண்டும்; மேலும் கயிற்றைத் திருடுபவனையும் (சபிக்கிறான்) அவனுடைய கையும் வெட்டப்பட வேண்டும்" என்று நபி (ஸல்) கூறினார்கள் என அபூஹுரைரா (ரலி) அறிவிக்கிறார் (ஆதார நூல்கள்: புகாரீ, முஸ்லிம்). முட்டை, கயிறு ஆகியன திருடப்படு வதற்கு இஸ்லாம் காட்டும் கடும் கோபம் ஒரு பெண்ணின் மானம் பறிக்கப்படும்போது இல்லாமல் போகுமா? சாதாரண மனிதனும் அறிந்துகொண்டுள்ள பிரச்சினையின்மீது இஸ்லாமிய அமைப்புகள் வேறு நுணுக்கங்களைத் தேடியலைவது அநீதியானது. கற்பழிப்புக்கான தண்டனை உயிரிழப்பு. உயிரை இழக்கவேண்டிய குற்றவாளிக்கு மனைவியாக மாறு என தீர்ப்பு வழங்கப்படுமாயின் அதை எங்ஙனம் நிறைவேற்றிக்கொள்ள முடியும்?

நபிவழித்தீர்ப்பு மிகத்தெளிவானது. "திருமணம் ஆனவன், திருமணம் ஆனவளுடன் விபச்சாரம் செய்தால் அதற்குரிய தண்டனை நூறு கசையடியும் கல்லெறிந்து கொல்வதுமாகும்" (இதனை அறிவிப்பவர் உபாதா இப்னு ஸாமித் (ரலி). நூல்: முஸ்லிம்). இங்கு கவனிக்கப்படவேண்டிய சொற்றொடர்கள் திருமணமான ஆண், திருமணமான பெண் என்பவையே.

உறவுமுறைகள் குறித்த விலாசம் ஏதுமில்லை (இந்தத் தீர்ப்பு இன்று எந்த அளவிற்குப் பொருந்தும் என்பது வேறு விஷயம்). மார்க்கத் திசைகாட்டி இவ்விதம் இருக்க, இல்லாத ஊருக்கு வழிகாட்டி இருளுக்குள் புதைந்துவிட்டன தேவ்பந்தும் சட்ட வாரியமும்!

தலைமைப்பீடங்கள் சரிந்துவிட்ட நிலையில் பெரும்பாலான முஸ்லிம் அறிஞர்கள் அவற்றைக் கண்டிக்கத் தயங்கவில்லை. வேறு பல அறிஞர்கள் கருத்துக் கூற மறுத்துள்ளார்கள்; ஃபத்வாக்கள் சரிதான் எனச்சொல்ல முடியவில்லை.

வழங்கப்பட்ட தீர்ப்பு வருங்கால மாமனார்களுக்கான 'வழிகாட்டி'யாக அமைந்திருப்பதே அதன் சிறப்பம்சம். நிகழ்ச்சியின் கன பரிமாணத்திலிருந்து உடனடியாகத் தப்பிப்போக நினைத்த பதற்றமும் முன் – பின் விளைவுகள் பற்றிய தீர்க்க தரிசனமின்மையும் இந்தச் சிறப்பம்சத்தின் மூலகாரணங்கள்.

***காலச்சுவடு* இதழ் 68, ஆகஸ்ட் 2005**

காலாவதியான மத விதிகள்

கற்பனைகளின் எல்லை எந்த அளவுக்குப் பெரிதோ, அந்த அளவுக்குப் பெரிது மூடநம்பிக்கைகளின் எல்லையும். அதிலும் மதங்களை அடிப்படையாக வைத்து ஒரு விஷயத்தை எடை போடப் பார்த்தால் அது குபீரென்று சிரிப்பை வரவழைக்கும் அளவிற்கு நகைச்சுவையாக இருக்கும். “இந்த நாட்டில் உன்னால் மட்டும்தான் முட்டாள்தனமாக நடக்க முடியுமா? என்னாலும் நடக்க முடியும்!” என்று இந்துத்வா சக்திகளுக்கு சவால் விட்டுள்ளது அல்–மஹதா–அல்–உல் என்ற அமைப்பு. இஸ்லாமிய மதவாதிகளை மூட்டை கட்டி ஓரமாக வைக்கின்ற காலம் வந்திருப்பது இந்த சக்திகளுக்கு இன்னும் புரியவில்லை. அறிவை உட்செறிக்கும் முன்பே வடிகட்டுகிற இத்தகைய அறிவாளிகளால், தேசத்தின் அமைதி கெடுகிறது. மதம் – சாதீயம் சார்ந்த இன்னல்களைச் சமூகம் இன்னும் ஒரு நூற்றாண்டுக்கு சுமக்க வேண்டும் என நிர்ப்பந்திப்பது கொடுமையானது.

ஷபானா ஆஸ்மியும் ஷாருக்கான், சல்மான் கான்களும் திரையுலகில் இருந்து விலகிவிட்டால், அந்த நிமிடமே சுத்த சுயம்பிரகாசமாக இஸ்லாம் சுடர்விட ஆரம்பித்து விடும் என்பதே இத்தகையவர்களின் மூடநம்பிக்கை. ‘கலை’யின் மூலம் பலவிதச் சீர்கேடுகள், ஆபாசங்கள் நிகழ்வதாக முஸ்லிம்கள் நம்புவது சரியானதுதான். ஆனால், நவீன உலகம் பல்வேறு துறைகளின் மூலமும் சீர்கேடு அடைந்துள்ளதைக் காணும்போது ‘கலை’யின் மீது மட்டும்

தீண்டாமை பாராட்டுவது சரியல்ல. கலைத்துறையை எவ்விதம் இஸ்லாமிய வளர்ச்சிக்குச் சாதகப்படுத்துவது என்பதையே சிந்திக்க வேண்டும்.

ஒரு விஷயம் தெளிவு. மத அடிப்படைவாதிகள் தங்கள் அதிரடித் தாக்குதலைப் பெண்களின்மீது பிரயோகிப்பதில் இருந்தே தொடங்குகிறார்கள். இதன் மூலம் தங்களின் மதப்பற்றை நிரூபிக்கும் நல்ல வாய்ப்பைப் பெறுகிறார்கள். ஆண்கள் எப்போதுமே மதக் கோட்பாடுகளில் நீதி நெறி வழுவாது இருப்பார்கள் போலும்.

சில ஆண்டுகளுக்கு முன் நெல்சன் மண்டேலாவை விழா மேடையில் ஷபானா ஆஸ்மி பகிரங்கமாய் முத்தமிட்டதற்காகச் சில அமைப்புகள் சீறிப் பாய்ந்தன. இப்போது தலைமுடி மழித்ததற்காகப் பாய்கின்றனர். இவை மார்க்க விரோதமானவை என்று இந்த ஞானிகள் கண்டுபிடித்துள்ளனர். அப்படியாயின், இதுவரை பல்லோர் முன்னிலையில் முகமும் அங்கங்களும் வெளிப்படத் தோன்றியதும் பல நடிகர்களுடன் இணைந்து நடித்ததும் நடிப்பையே வாழ்க்கையாக அமைத்துக் கொண்டதும் இஸ்லாமிய விரோதம் அல்ல என்று ஆகிவிடுகிறது. ஒரு சிரட்டையின் கொள்ளளவுக்குக்கூட இவர்கள் மார்க்கப் புரிதல் அற்றவர்கள் என்பதை இவ்வளவு ஒய்யாரமாகவா வெளிப்படுத்துவது? இந்த இடத்தில் நாம் தாலிபான்களின் மார்க்க அமலை நினைவுகூரலாம். "கை வெளியே தெரிய" காரோட்டிய பெண் கொல்லப்பட்டார். "உறவுமுறையற்ற ஆணுடன் வெளியே வந்ததற்காக" இன்னுமொரு பெண்ணும் தீர்த்துக் கட்டப்பட்டார். அவர்களின் வாழ்வைப் பறித்தவை ஆண்கள் வீசிய கற்களே! வீட்டுக்கு வந்த குருடரின் முன்பும்கூட நிற்க வேண்டாம் என ஆயிஷா (ரளி) அவர்களை நபிகள் நாயகம் (ஸல்) கேட்டுக் கொண்டுள்ளார்கள். இவற்றை அளவுகோல்களாய்க் கொண்டால், நர்கீஸ், மும்தாஜ், சைரா பானு, ஜீனத் அமன், குஷ்பூ, அமலா, நதியா போன்றோரை முஸ்லிம்களே என இதுவரை இவர்கள் நம்பிய விதமென்ன? இஸ்லாமியக் கொள்கைகளால் ஈர்க்கப்படாமல் முஸ்லிம் நடிகர்களைக் காதலித்ததால் மட்டுமே இஸ்லாம் மதத்தை நாடிய நடிகைகளுக்கு, முல்லாக்கள் ஓடோடிச் சென்று கலிமா சொல்லி மதத்துக்குள் இழுத்துக்கொண்டது எப்படி?

மார்க்கச் சட்டங்களை நுணுகி ஆராய்ந்தால் விஷயம் தெளிவாகத் தெரிகிறது: ஷபானா ஆஸ்மியோ ஷாருக்கானோ முஸ்லிம்களே அல்லர்; முஸ்லிம் அல்லாதவர்கள் மீது இஸ்லாமிய ஃபத்வா விதிப்பது குரூரமான பேதைமை. மதத்தின் புனிதத்தைக்

காக்க விரும்புபவர்கள், "நடிக்கின்ற எவருமே முஸ்லிம்கள் அல்லர்" என விலகிக் கொள்வதே சிறந்த வழி.

ஔரங்கசீப் இசைக் கருவிகளை உடைத்து நொறுக்கித் தனது மதப்பற்றை நிரூபித்தவர். இந்த வகையில், ஏ.ஆர். ரஹ்மான், நாகூர் ஹனீபாவில் இருந்து ஜாகீர் ஹுசேன், பிஸ்மில்லா கான் உள்ளிட்ட தபேலா, சாரங்கி, ஷெனாய் கலைஞர்கள் வரை பலரும் ஃபத்வாவின் பாய்ச்சலுக்கு இரையாக வேண்டும். திரைத்துறையில் பெயரை வெள்ளித் திரையில் காட்ட முடியாத அளவுக்கு குரூப் டான்ஸ் ஆடும் ஏராளமான முஸ்லிம் ஜூனியர் நடிகைகள், தியேட்டர் அதிபர்கள், திரைப்பட விநியோகஸ்தர்கள், முதலீட்டாளர்கள் (வட்டியுடன்தான்) என ஒரு பெரும் கூட்டமே உள்ளது. ஃபத்வா நாயகர்கள் இவர்களில் எத்தனை பேருக்கு வலை வீசப் போகிறார்கள்?

மத விசுவாசங்களை ஃபத்வாவின் மூலம் கோரிப் பெற முடியாது. அவரவர் மனசாட்சியே இதில் நீதிபதி. ஃபத்வாவை விடுவிப்பவர்கள் எந்த அளவு தங்கள் மார்க்கத்தில் ஈடுபாடு உடையவர்கள்? கலைத்துறையின் மீது இஸ்லாம் கொண்டுள்ள கறாரான விதிகளின்படி, நடிக - நடிகையர் உள்ளிட்ட திரைப்படத் துறையினர் மீதான அக்கறை காலவிரயமானது. இதையும் மீறித் தங்களின் மேலாண்மையைச் செலுத்த அவர்கள் துடித்தால் விரும்பத்தகாத கேள்விகளும் கொந்தளிப்புகளுமே பீறிடும். வல்வினைகளை வலிய வாங்கிக்கொள்வதா? வேண்டவே வேண்டாம்.

இந்தியா டுடே, மார்ச், 2009

இஸ்லாமியப் பெண்ணியம்

இஸ்லாமியப் பெண்ணியம் இன்று ஒரு சிந்தனைமுறையாகவும் படைப்பாகவும் நடைமுறைக் கோட்பாடாகவும் வீறுகொண்டு எழுந்திருக்கின்றது. இப்போது அது மேடை முழக்கமாகவோ பட்டிமன்ற விவாதப் பொருளாகவோ இருப்பதில்லை. மதங்களிலேயே பெண்களின் உணர்வுகளுக்கும் உரிமைகளுக்கும் இஸ்லாம் அதிக முன்னுரிமைகளை வழங்கியிருக்கின்றது; அதே சமயத்தில் முஸ்லிம்கள் தான் பெண்களை அடக்கியாள்வதிலும் சர்வதேச ரீதியில் முதலிடம் பெற்றுள்ளார்கள். பெண்களுக்கு எதிராக ஒவ்வொரு முஸ்லிமின் எண்ணத்திலும் உருவாகும் கருத்துகளுக்கு ஏற்ப, குர்ஆனையும் ஹதீஸ்களையும் மனம்போன போக்கிலெல்லாம் விளக்கிக்கொண்டிருக்கிறார்கள்; இதற்காக அருவருப்பான சிந்தனைகளைத் தாங்கிய நூல்களும் வெளிவந்துள்ளன. இஸ்லாம் சர்வதேச நெருக்கடியைச் சந்தித்து வருகின்ற சூழலில், அது தன் பிடிப்பைப் பலப்படுத்த பெண்ணியத்திற்கு எதிரான தனது முதல் பாடத்தையே திரும்பவும் வாசிக்க முனைந்திருக்கின்றது. இந்தப் பழமைவாத முயற்சிகளுக்கு எதிராக வீசப்படும் நெருப்புத் துண்டமாக ஹெச்.ஜி. ரசூல் எழுதிய ‘இஸ்லாமியப் பெண்ணியம்’ என்கிற நூல் வெளியாகியுள்ளது. நூல் சிறியதென்றாலும் ஹெச்.ஜி. ரசூலின் பெரிய உழைப்பை உள்வாங்கியுள்ளது.

பொதுவாகவே, மதங்களின் நிறுவனர்கள் அவரவர் காலத்தின் கிளர்ச்சியாளர்களாகவும் புரட்சிக்காரர்களாகவுமே இருந்தார்கள் என்று கூறுகிறார் அஸ்கர்அலி எஞ்சினீயர். அரேபிய நிலமானியச் சமூகத்தின் எதிர்முகமே இஸ்லாம். இந்த மத நிறுவனர்களை, அவர்களின் கருத்துகளை நவீன காலத்தின் சமூகப்பார்வைகளோடு பார்க்க நேர்ந்தால், முன்னாளைய புரட்சியாளர்கள் இந்நாளின் பழமைவாதிகளாக மாறிப்போவதைக் காணலாம். புனித நூலாக இருப்பினும் மதமாக இருப்பினும் அவற்றிற்குரிய காலத்தின் தோற்றுவாயோடு ஒப்பிட்டுப் பார்த்தே இன்றைக்குத் தேவையான கருத்துகளைப் பெறவேண்டும். ஏனெனில், அவர்கள் தங்கள் சமூகத்தின் மீது உறைந்துபோயிருந்த அநீதிகள் – சமூக அவலங்கள் – பசிக்கொடுமைகள் – விழுமியங்களுக்கு எதிரான போராளிகள். இதன் வழியாக நவீன காலத்திற்கு அந்நிறுவனர்களின் புரட்சிகரப் பங்களிப்பை ஏந்திவரும்போது, காலத்திற்கேற்ற நடைமுறை மாற்றங்கள் உருவாகித்தானே தீர வேண்டும்? அநீதிக்கு எதிரான நீதி, அடக்குமுறைக்கு எதிரான விடுதலை, வறுமைக்கு எதிரான வளமை என்கிற இந்த எதிர்வுநிலைகள்தான் முக்கியமே தவிர, அன்றையக் காலத்தின் பிடிமானங்களும் நடைமுறைகளும் அல்ல.

இன்று நவீனத் தொழில்நுட்பங்களும் நவீன வசதிகளும் நுழைந்துவிட்டன; கருத்தியல்களும் புரிதல்களும் மட்டும் அறியாமைக் காலத்தின் தன்மைகளோடுதான் இருக்கவேண்டும் என்று நினைப்பது நியாயமாகுமா? புனிதக் கண்ணோட்டத்தில் முதல் வாசிப்போடு நிறுத்திக்கொண்டுவிட்ட ஒருவனால் அடிப்படை வாதத்தின் புவிஈர்ப்பை மீறி ஓரடிகூட நகர்ந்துவிட முடியாது. இப்படிப்பட்ட நிலையில்தான் இன்றைய இஸ்லாமிய வுலகம் சிக்கியுள்ளது. சற்றே நாகரிகமான கருத்தினை முன் வைத்தாலும் ஒரு முஸ்லிமின் மனம் சுளுக்கிக்கொண்டுவிடுவது இதனால்தான். அப்படிப்பட்டவர்களை இந்த நூல் படாதபாடு படுத்தும்.

ரசூல் மார்க்சியச் சிந்தனையாளராக இருக்கப்போய், சமூக விஞ்ஞானக் கண்ணோட்டத்தோடு புனிதநூலை வாசிக்கிறார். இதனால் அவர் முன்வைக்கிற மாற்றுக் கருத்துகள் இஸ்லாமிய வடிவிலேயே நமக்குக் கிடைத்துவிடுவதைப் பேரதிர்ஷ்டம் என்றே சொல்ல வேண்டும்.

காலத்தின் தேவைக்கேற்ப ஷரீயத் என்கிற இஸ்லாமியச் சட்டகள் நடைமுறை மாற்றம் பெற்றன. ஷரீயத், தேவைகளுக்கேற்ப

புரிந்துகொள்ளப்பட்டது. இதற்கான முன்னோடியாக நபிகள் நாயகமே திகழ்ந்துள்ளார்கள்.

இஸ்லாமிய மார்க்க மேதைகள் இவற்றைச் சமூகக் கண்ணோட்டத்தோடு பொருத்திப் பார்த்துவிட்டால், இஸ்லாமானது புத்தொளி படரத் தன்னை உயிர்ப்பித்துவிடும். ஆனால், அதற்கேற்ற சிந்தனை மரபு நபிகள் நாயகத்தின் பின் ஆட்சிப் பொறுப்புக்கு வந்த கலீபாக்களின் காலத்தோடு முற்றுப்புள்ளியைப் பெற்றுவிட்டது. ரசூல் இதிலிருந்து எவ்வாறு மாறுபடுகிறார்? நான்கு மனைவிகள்வரை வைத்திருப் பதற்கு முஸ்லிம்கள் உரிமை பெற்றுள்ளதாகக் கூறப்படும் வசனத்தில் வரும் பெண்கள் என்கிற வார்த்தையை ரசூல் அடிமைப்பெண்கள், அனாதைப் பெண்கள், மற்ற பெண்கள் என்று பிரித்தெடுத்துவிடுகின்றார். இந்தப் பகுப்பின் மூலம் அந்த வசனம் இறக்கப்பட்டதற்கான தேவையை இன்னும் நுட்பமாகப் பார்க்க முடிகின்றது.

ஒவ்வொரு வார்த்தையும் பயன்படுத்தப்பட்டுள்ள நுட்பத்தை விளங்கிக் கொள்வது அவசியம். தன்னுடைய ஆய்வு முறைக்கு அவர் செய்யக்கூடிய தர்க்க நியாயம் இதுதான். ஒரு நூல் வாசிப்பிற்குரிய அடிப்படைத்தன்மைகள் கவனத்தில் கொள்ளப்பட வேண்டும்; அவ்வாறு இல்லையென்றால் நாம் புரிந்துகொள்வது எதுவோ, அதுவே அதன் நோக்கத்திற்கு மாறானதாக இருக்கும். மார்க்க மேதைகளின் சிந்தனைகளில் நிலவுகிற இஸ்லாம் இப்படிப்பட்டதுதான். இதற்கான அண்மைக்காலத்திய உதாரணங்கள் ஏராளம். (இம்ரானா விவகாரம், ஷப்னா ஆஸ்மி – பாகிஸ்தான் நடிகை மீரா ஆகியோருக்கு எதிரான போராட்டம், தலாக், பர்தா போன்றவை).

பலதார மணம், தலாக், ஜீவனாம்சம், ஒழுக்கவிதிகள், மொழி அரசியல், தர்கா கலாச்சாரம், சொத்தில் பங்கீடு போன்ற தலைப்புகளில் ரசூல் பல மாற்றுச் சிந்தனைகளை முன்வைக்கின்றார். தர்கா கலாச்சாரத்தில் வகாபிகள் என்று சொல்லப்படுவோர் முன்வைக்கும் கருத்துகள், அவர்கள் பெண்ணுரிமைக்கு அளிக்கின்ற முக்கியத்துவத்தைக் கேள்விக் குட்படுத்துகிறது. வீடு x தர்கா என்கிற எதிரும் புதிருமான நிலைகள் பெண்ணியத்தின் அடிப்படையில் நோக்கப்பட வேண்டும் என்கிறார். பர்தா, இன்று ஓர் அடிமை முறைக்கான சாதனம். ஆனால், அரபுப் பழங்குடி இனச்சமூகத்தில் அது இஸ்லாமியப் பெண்களுக்கு உரிமை சம்பந்தப்பட்ட பிரச்சினையாகும். பர்தாவின் இன்றைய நிலை அரேபிய வகைப்பட்ட பாவனைச் செயலாகும் என்றும் தெளிவுபடுத்துகிறார். தலாக், தலாக்கின்

நடைமுறைகள் பற்றிய விவகாரங்கள் இஸ்லாமியவுலகில் இன்னும் தீர்க்கப்படவில்லை. இதற்கான வெளிச்சமும் வந்தபாடில்லை. ஆனால், மனைவிக்கு மாறுசெய்யும் கணவனுக்கு என்னவிதமான தண்டனை என்பது குறித்து அதிகபட்சமும் மௌனமே பதிலாகக் கிடைக்கிறது என்ற ரஃூலின் கருத்து நியாயமானதுதான்.

பல தார மணம், உரிமைபோலச் சொல்லப்படும் நிலையில், அதற்காக விதிக்கப்பட்ட நிபந்தனைகளின் மூலம் இஸ்லாம் ஒரு தார மணத்தையே மையப்படுத்தியுள்ளது. இஸ்லாத்தின் அடிப்படையான இறைக்கோட்பாடு மாறாத்தன்மை கொண்டது என்றால், ஷரீஅத்தின் அடிப்படை இயங்கியல்தன்மை கொண்டது என்று ரஃூல் காலத்திற்கேற்ற புரிதல் முறையை முன்வைக்கிறார். இந்தத் தெளிவினாலேயே அவர் பலவித மான குழப்பநிலைகளுக்கும் மாற்றான வழிமுறைகளை முன்னிலைப்படுத்துகிறார். ரஃூல், இஸ்லாமியச் சட்ட நூல்களிலும் இஸ்லாமியத் தொன்மங்களிலும் ஆழமும் அகலமும் மிக்க வாசிப்புகளைக் கொண்டிருப்பவர். யாதொன்றையும் அவர் தன்னுடைய விருப்பத்திற்கு ஏற்றமுறையில் வாசிக்கவில்லை. திருமறை வசனத்தைச் சூழல், சமூகக் கலாச்சாரத்தின் கீழ்வைத்து ஆய்ந்து முடிவுகளைக் காண்கிறார்.

ஷாபானு விவகாரமாக இருந்தாலும், இம்ரானா விவகாரமாக இருந்தாலும் இந்திய முஸ்லிம் சமுதாயம் தன்னை திறந்தநிலையில்வைத்துப் பரிசீலனை செய்திருக்க வேண்டும். திருக்குர்ஆன், ஹதீஸ்களில் பிரச்சினைக்கு முடிவுகிடைக்காதபோது மார்க்க அறிஞர்கள் ஒன்றுகூடிச் சிந்தித்து தீர்வு காணலாம். குர்ஆனிலும் ஹதீஸ்களிலும் சொல்லப்படாமல் எந்த ஒரு பிரச்சினையும் விட்டுவைக்கப்படவில்லை என்று அறிஞர் குழாம் கருதுகிறது. இவ்வாறிருந்தும் உணர்ச்சிமயமான நிகழ்வுகளில் பெரிய மத அமைப்புகள் கோளாறான ஃபத்வாக்களை (மார்க்கத் தீர்ப்புகளை) வழங்குகின்றன. இதற்கு மாற்றமாகத் தனிநபர்கள் சிந்தித்துள்ளார்கள். ஆதிமனிதரான ஆதாமின் விலா எலும்பிலிருந்தே அவருக்கு ஜோடியான ஹவ்வா படைக்கப் பட்டார் என்று இந்நாள் வரையிலும் வாசித்து வருவோர்க்கு எதிராக ஈரானியச் சமூக அறிஞர் அலிஷரி அத்தி முன்வைக்கும் கருத்துகள் பீதியை உண்டு பண்ணும்.

திருக்குர்ஆனின் மூலமொழியில் முதல் மனிதர்கள் இருவரும் ஒரேவிதமாக இயற்கையிலிருந்தே படைக்கப்பட்டுள்ளதாகச் சொல்லப்பட்டுள்ளது என்கிறார் அலிஷரி அத்தி. இந்த விலாஎலும்பு விவகாரம் இஸ்லாமியப் பெண்களின் அடிமை நிலைக்கு மூலகாரணமாகவுள்ளது. பெண்களின் மீதான ஒழுக்கக்

கண்காணிப்பாளர்களாக முஸ்லிம் ஆணாதிக்கம் தன்கையில் பிரம்பு, சவுக்குகளை வைத்திருக்கிறது. தீவிரப் பெண்ணியம் என்கிற தலைப்பில் ரசூல் இந்த தகவல்களைச் சொல்கிறார். அவர் அவற்றை மேலும் விவரித்திருந்தால் சிறப்பாக இருந்திருக்கும்.

மேற்கத்திய உலகம் தன் ஆதிக்கத்தை உலகளாவிய முறையில் நிறுவிட, இஸ்லாத்திற்கு எதிரான கருத்தியல்களையும் கட்டமைத்து வருகின்றது. இதனால் உண்டாகின்ற குழப்பநிலைகள் இஸ்லாமியச் சமூகத்தைப் பிளவுபடுத்தி வருகின்றன. எது குர்ஆனின் கருத்து, எது மேற்கத்திய கருத்து என்று கண்டுணர முடியவில்லை. மார்க்க அறிவு ஜீவிகள் இந்த நெருக்கடியை எதிர்கொள்வதைவிட, ரசூல் போன்றவர்களும் அஸ்கர்அலி எஞ்சினியர் போன்றவர்களுமே இவற்றை எதிர்கொள்ள வேண்டும். எல்லா கருத்துகளும் மென்மையான முறையில் மட்டுமே எழுதப்பட்டுள்ளது, இந்த நூலின் சிறப்புத்தன்மை.

இன்னும் விரிவாகப் பேச வேண்டியவற்றில் தகவல்களைத் தந்துவிட்டு ஆசிரியர் அடுத்த கட்டத்திற்கு நகர்ந்துவிடுகிறார். ரசூலுக்கு உண்டான நெருக்கடி அப்படிப்பட்டது. ஆனாலும் அவர் எதையும் மூடிமறைக்கவில்லை. மீண்டும் அதிதீவிரமாகப் பேசியே தீரவேண்டும் என்கிற அவசியத்தை முஸ்லிம் சமூகத்தின் மீது இந்த நூல் சுமத்தியுள்ளது. இதற்கு முகம் கொடுத்துத் தன்னைத் திறந்துகொள்ள வேண்டியது முஸ்லிம் சமூகத்தின் கடமையாகும்.

நியூ செஞ்சுரியின் உங்கள் நூலகம்
ஜூலை - ஆகஸ்ட் 2006

இலக்கியம்

ஆலிம்களுக்கு வசப்படுமா சுந்தரத் தமிழ்?

ஆலிம்களாய்ப் பணிபுரிந்து வருபவர்களிடமும் ஆலிம் பட்டம்பெற்று வெளியேறும் மாணவர்களிடமும் சாதாரணத் தமிழும் தகராறுக்குரிய மொழியாக இருக்கிறது. மேடைகளில் மணிக்கணக்கில் நல்ல தமிழில் பேசும் ஆலிம்கள் இருக்கிறார்கள். இரு கைவிரல்களுக்குள் அவர்களும் அடங்கிவிடுகிறார்கள். அந்தச் சிலரிலும் சிலரே தமிழ்க் கவிதைகளை மேடைகளில் மந்த மாருதமாக வீசச் செய்கிறார்கள். பிற ஆலிம்கள் தமிழ்க் கவிதைகளை நெஞ்சால் நினைத்துப் பார்ப்பதும் கிடையாது. இதன் தாக்கம் மௌலவி பட்டம் பெற முனையும் அரபுக் கல்லூரி மாணவர்களைப் பாதிக்கிறது. இவர்கள் அரபு மொழியில் மட்டுமே ஓதி, சற்றுத் தேர்ச்சி பெற்று மார்க்கச் சேவை ஆற்றிவிடலாம் என்ற கருத்துச் சிமிழுக்குள் அடைபட்டுத் தவிக்கிறார்கள். இந்தப் பலவீனத்தை அவர்கள் அறிந்து கொள்வதில்லை.

இவர்கள் அரபு மொழியைக் கசடறக் கற்று வெளிவருவது அரபு நாடுகளுக்குச் சென்று பணிபுரிவதற்காக அல்ல; அது கொல்லன் தெருவில் ஊசி விற்க முனைவதாகும். இந்த ஆலிம்கள் தமிழகத்தின் நகரங்கள், கிராமங்கள் எனத்தொடங்கி பட்டி தொட்டிகளுக்கும் பணிபுரியச் சென்றாக வேண்டும். அங்கு வாழ்வோர் அரபுகளல்ல; படிப்பறிவுமில்லா ஏழைகள். அவர்களிடம் ஆலிம்கள் என்ன மொழியில் பிரசங்கம் புரிவார்கள்? தமிழைப்

பேசத் தெரிந்த ஆலிம்கள், பிரசங்க மேடைக்குப் பொருத்தம் அற்றவர்களாய்த் தடுமாறுகிறார்கள். ஒருமையும் பன்மையும் அறியாதவர்கள். நாலு வார்த்தைகளைக் கோவையாய்ப் பேசி முடிப்பதற்குள் கிலி பிடித்துக் கொள்கிறது. பள்ளிவாசல்களில் இருப்போரின் மனஓர்மையைச் சிதறடித்துச் சிறகடிக்கச் செய்து வானில் அலைபாய விட்டுவிடுகிறார்கள். லகரமும் ழகரமும் உச்சரிக்கத் தெரியாத ஆலிம்கள் தங்களின் பேச்சாற்றலை வளர்த்துக்கொள்ளும் உணர்வற்றுக் கிடப்பது வேதனையைத் தருகிறது. எனக்குத் தெரிந்த ஓர் ஆலிம் நறுக்காகப் பேசுவார்; திக்கல் திணறல் இல்லாமல், சொல்ல வரும் கருத்தை – குர்ஆனின் கவித்துவ வரிகளை லாவகமாகப் பயன்படுத்திச் சொல்லி எதிரே இருப்போர் அனைவரையும் கவர்ந்துகொள்கிறார். ஆனாலும் அவருக்கும் "இருக்குகின்றது" என்ற வார்த்தைதான் கை கொடுக் கிறது. அவரது பிரசங்கத்தில் சொக்கிக்கிடப்போரை இந்த வார்த்தையால் கழுத்தை இறுக்குகின்றார். ஒரு நாளாவது அவர் படிக்கும் தமிழ் நூல்களில் "இருக்கின்றது" என்ற வார்த்தையைப் படித்தறியாமல் இருப்பாரா? ஆறாண்டு காலமாக "இருக்கின்றது" என்ற வார்த்தையே அவரிடம் "இருக்குகின்றது."

ஆலிம்கள் செய்யும் பிரசங்கங்களை விடவும், அவர்கள் எழுதும் கட்டுரைகள் மகா அபத்தங்களாகும். அவர்கள் என்ன சொல்ல நினைக்கிறார்களோ, அதற்கு எதிர்மறையான கருத்து களை அந்தக் கட்டுரைகள் சிரமமின்றி உருவாக்குகின்றன.

இவர்கள் தமிழுக்குச் சேவை செய்ய வேண்டாம்; தமிழுடன் ஐக்கியமாகிவிட வேண்டும். அரபு மொழியைக் கற்பதில் உள்ள ஆர்வம், தமிழ்மொழியை அறிந்துகொள்வதில் இல்லை. அவர்களின் மார்க்கச் சேவை, பூஜ்யத்தில் பலன் காணக்கூடியதாக இருக்கும். தமிழ் இலக்கியங்கள், கவிதைகள், சிறந்த நடை கொண்ட நூற்களை அவர்கள் அரபுமொழிக்கு நிகராக வாசித்தல் வேண்டும். பாரதி, பாரதிதாசன், சுரதா, கண்ணதாசன், இன்குலாப், அப்துல்ரஹ்மான் கவிதைகளோடும் அவர்கள் பயணம் செய்ய வேண்டும். தமிழ் நூல்கள் தங்கள் கைகளில் இருப்பது தமது அந்தஸ்துக்குக் குறைவானவை என்று அவர்கள் கருதக்கூடாது. விந்தைமொழி அரபும் சுந்தரத் தமிழும் கைகோத்தால் அதனால் உண்டாகும் பயன்கள் என்னென்ன என்று சிந்தித்துப் பார்த்தாலேயே போதும்; பல அரிய பொக்கிஷங்கள் தமிழுக்குக் கிடைக்கும்.

ஆலிம்களின் பிரசங்கங்கள் பற்றிப் பல முஸ்லிம் இளைஞர் களுக்கும் கோபதாபங்கள் உள்ளன. இவற்றை ஆலிம்கள் புரிந்து கொள்ள மறுக்கிறார்கள். "ஒரு தவளை வருகின்றன" என்று

கூறுகின்றார்கள். "மக்கள் கூடி செய்தான்" என்றெல்லாம் கூட ஒலிபெருக்கியின் முன் முழங்குகிறார்கள். "உங்களைத் தூய்மையாக்கிக் கொல்லுங்கள்" என்று இறை நேசர்களைத் தற்கொலை செய்யக் கோருகிறார் ஓர் ஆலிம். இதைச் சொல்ல பள்ளிவாசலுக்கு வருவானேன்? அரபு மொழியில் மட்டும்தான் நாக்கு திருத்தமாக வளைய வேண்டுமா? தமிழுக்கும் நாக்கு வளைய வேண்டும். அல்லாது போனால் எல்லோரும் தற்கொலை புரிவதற்கான அறைகூவலே கிடைக்கும்.

ஆலிம்கள் தங்களுக்கென்று தனித்த நீரோட்டம் இருப்பதாகக் கருதிக் கொள்கிறார்கள். இந்த அரைகுறைத் தமிழ் அவர்களின் நோக்கத்தையே சிதறடித்துவிடும்.

ஆயினும், முற்றிலும் நம்பிக்கை இழந்துவிட வேண்டாம் என்று ஆறுதல்படுத்துவது மாதிரியும், நம்பிக்கை ஒளி உண்டாகிற மாதிரியும் அண்மையில் மகத்தான நிகழ்ச்சி ஒன்று நடைபெற்றுள்ளது. அது ஆனந்தமயமானது. தஞ்சை மாவட்டம் அதிராம் பட்டினம் ஸலாஹிய்யா அரபுக் கல்லூரியின் நூற்றாண்டு விழாக் கொண்டாட்டங்களிலிருந்து இந்தப் புதிய காற்று வீசத் தொடங்கியுள்ளது. முதல் நாள் விழாவில் ஆலிம்கள் மட்டுமே பங்கேற்ற கவியரங்கம் தூள்கிளப்பிற்று. ஆலிம்களைப் பற்றியும் அவர்கள் கொண்டிருந்த தமிழ் உறவு பற்றியும் நல்ல சேதி இது. ஆலிம் கவிஞர் தேங்கை மு. ஷறபுத்தீன் மிஸ்பாஹி தலைமைக் கவிஞர். தமிழ்க் கவிதைகளும் அரபுக் கவிதைகளும் நாஞ்சில் மண்ணின் மணத்தோடு அவரிடமிருந்து பொழிந்ததைக் கேட்கக் கேட்கப் பரவசமாக இருந்தது. தொடர்ந்து கவிதைகள் வாசித்த சூளைமேடு இமாம் ஆ. அப்துல்லாஹ் பாகவி. அயனாவரம் இமாம் ஆ. ஷம்சுல் ஹுதா ரஷாதி, *மறைச் சுடர்* ஆசிரியர் முஸ்தபா கமால் மிஸ்பாஹி ஆகியோரின் நாவுகள் சுந்தரத் தமிழில் கவிதை பாடின. ஆலிம்களுக்கு மேலே போர்த்தப்பட்டிருந்த ஒரு மௌட்டீகம் உடைந்து போனது. அவர்கள் அண்மைக்கால அரசியல் நிகழ்வுகள், திரைப்படங்கள் முதலானவற்றைச் சம்பந்தப்படுத்தி இயல்பான மனுஷ தோரணைக்கு இறங்கி வந்து, கவித்திறனை எட்டியபோது விழா அரங்கம் கலகலப்பாயிற்று.

அவர்கள் வெளிப்படுத்திய உணர்வுகள் வாசகர்களைத் தங்குதடையின்றிச் சேர்ந்தன. ஆலிம்கள் தமிழுக்கு அந்நியப்பட்டிருக்கும் நிலை உடைபட்டு நொறுங்கியது.

இரண்டாம் நாளின் இறுதி நிகழ்ச்சியாக நடைபெற்ற பட்டிமன்றமும் முழுக்கமுழுக்க ஆலிம்களின் பங்கேற்பிலேயே நடந்தது. குர்ஆன் ஆயத்துக்களும் ஹதீஸ்களும் தமிழ்மொழியுடன் கைகோத்து வாதப் பிரதிவாதங்களில் சூடேற்றின. கடும் குளிரிலும்

இரவு 11 மணி வரை கூட்டம் கலையாது இருந்து கேட்டதே அவர்களின் தமிழ்ப் பேச்சுக்குக் கிடைத்த வெற்றியாகும். இரண்டாம் நாள் நிகழ்ச்சிகளைத் தொகுத்தளித்த *சிந்தனைச் சரம்* ஆசிரியர் அ. பீர்முஹம்மது பாகவி அவ்வப்போது தமிழ்க் கவிதைகளையும் வாரி வழங்கிக்கொண்டிருந்தார். நல்ல தமிழ் கேட்க முடிந்தது. இப்படி ஆலிம்களே பங்கேற்ற பட்டிமன்றமும் கவியரங்கமும் அதிரையில்தான் முதன்முதலாக நடைபெற்றுள்ளன. இதற்காக ஸலாஹிய்யா அரபுக் கல்லூரி நிர்வாகிகளுக்கும் விழாக் குழுவினர்க்கும் நன்றி கூறுவது அவசியம். இந்த மாதிரி, ஆலிம்களே பங்கேற்கும் அரங்கங்களைத் தமிழகத்தில் முதன்முறையாக அறிமுகம் செய்து வெற்றிக்கனியைப் பறித்திருக்கும் அதன் தாளாளர் ஏ.எம். சம்சுத்தீன் அவர்களைப் பாராட்டுவது அவசியம். தமிழ்கூறும் நல்லுலகம் ஏ.எம்.எஸ். அவர்களுக்கு மிகவும் கடன்பட்டுவிட்டது.

மேடையில் ஏறிய இவர்களையும் இன்னும் சிற்சில ஆலிம்களையும் தவிர பிற ஆலிம்கள் தமிழை அந்நிய மொழியாகவே கருதுகிறார்கள். அவர்கள் தங்கள் பார்வையைக் கண்டிப்பாக விட்டொழிக்க வேண்டும்.

வெவ்வேறு மதங்களைச் சேர்ந்தவர்களாக இருந்தாலும் கடவுள் நம்பிக்கையற்ற நாத்திகவாதிகளாக இருந்தாலும் அவரவர்களின் நூலகங்களில் தவறாமல் இடம்பெறும் நூல் ஒன்று உண்டு. அது "பைபிள்." தெருமுனையில் கூவிக் கூவி இலவசமாகக் கொடுக்கப்படுவதால் மாத்திரமே அது நூலகங்களை அடைத்துக் கொண்டிருக்கவில்லை; அது தமிழுக்கு வகுத்துக் கொடுத்த தனித்துவமிக்க நடைக்காகவும்தான். அதன் விளைவைக் கிறிஸ்தவப் பிரச்சாரக் கூட்டங்களில் வெண்கல நாதம்போல ஒலிக்கும் குரல்களில் உணரமுடியும்.

குர்ஆனும் நன்கு மொழி பெயர்க்கப்பட்டிருப்பினும் அதனை ஆலிம்கள் உள்வாங்கிக் கொள்வதில்லை. அவர்கள் நேரடியான மூலத்திலேயே அனைத்தையும் பாடம் பண்ணிக்கொள்கிறார்கள் என்றுதான் எண்ணத் தோன்றுகிறது.

ஆலிம்கள் தத்தமது ஆர்வங்களுடன் மதத்தை நோக்கும்முன், தங்களது கால்கள் ஊன்றி நிற்கும் மண்ணை நோக்கட்டும் முதலில்; அல்லாது போனால் அவர்களின் தனித்த நீரோட்டம் அவர்களைத் தனியே அடித்துச் சென்றுவிடும். இந்த விபத்தை ஆலிம்கள் கண்டிப்பாகத் தவிர்க்க வேண்டும்.

***சிந்தனைச்சரம்* பெருநாள் சிறப்பிதழ், ஜனவரி 2000**

நுரை பொங்கும் புதுவெள்ளம்

இஸ்லாமிய இலக்கியவுலகை 1980க்கும் முன்னால் யாரும் ஏறெடுத்தும் பார்க்கவில்லை. அதை இலக்கிய உலகமும் ஒதுக்கிவைத்தது. இஸ்லாமிய இலக்கியங்களும் ஒதுங்கிநின்றன. அதற்கென்று தனி விளையாட்டுக் களம் இருந்தது. அங்கே ஓட்டப் பந்தயத்திற்குத் தகுதியற்றவர்கள் விளையாடிக்கொண்டிருந்தார்கள். இஸ்லாமிய எழுத்தாளர்களும் வெளிக்காற்றைச் சுவாசிக்க மறுத்தார்கள். எனவே, எவரும் கண்டடைய முடியாத இருட்டுப் பகுதிக்குள் அது அனாதையாக நின்றது.

இஸ்லாமிய இலக்கியம் என்றால் உமறுப் புலவர் ஞாபகத்தில் தோன்றுவார். குணங்குடி மஸ்தானும் ஞாபகத்திற்கு வருவார். தக்கலை பீர்முஹம்மது அப்பாவுக்குத் தனியிடம் இருந்தது. இஸ்லாமிய இலக்கியம் என்றதுமே ஒருவனின் ஆராய்ச்சி வாகனம் பழைய திசையை நோக்கி ஓடிப் போகும். நவீன இலக்கிய கர்த்தாக்கள் எந்த சந்துபொந்துகளிலும் இருந்ததாகத் தெரியவில்லை. கைவிளக்கும் தேவைப்படவில்லை. குர்ஆனின் மீதும் ஹதீஸ்களின் மீதும் நம்பிக்கை கொண்ட, இலக்கிய ஆர்வமும் படைத்த முஸ்லிம்கள் பலரிடம் படைப்புலகப் பேனாக்கள் இருந்தன. அவர்கள் இஸ்லாமிய மார்க்க இதழ்களின் பக்கங்களை நிரப்பிக்கொண்டிருந்தனர்; அல்லது குர்ஆனுக்கும்

ஹதீஸ்களுக்கும் விளக்கவுரைபோல கதைகளை உற்பத்தி செய்தார்கள். யதார்த்த வாழ்வுக்கு முரணான சம்பவங்களையும் பொருந்தாத பாத்திரங் களையும் உண்டு பண்ணி, இலக்கிய அனுபவத்திற்குத் தடைக் கற்களை ஏற்படுத்தினார்கள். சில தீவிரமான பிரச்சினை களைத் தொடுவதுபோல் வேகம் காட்டிய பேனாக்கள் ஓரிரண்டு பக்கங்களின் பின் பாசாங்குத் தனத்தைக் கொட்ட ஆரம்பித்தன. இஸ்லாமியச் சமூகம் காலத்தாலும் வளர்ந்து வரும் நாகரிகப் போக்கினாலும் சிதைவுறாமல், அரசியல் தாக்குல்களில் பொருளாதாரத் தாக்கங்களில் சேதாரம் அடையாமல், எதிர்த் தாக்குதல் நடத்தி வெற்றி கண்டு, தன்னைச் செழுமைப்படுத்திக் கொண்டிருப்பதாகக் கற்பனைச் சித்திரங்களைத் தீட்டிக் காட்டினார்கள். எங்காவது ஓரிடத்தில் குர்ஆனின் ஆயத்துக்களை, ஹதீஸ்களை ஒவ்வொரு முஸ்லிம் பாத்திரமும் பேசிக்கொண்டிருந்தன; அவ்வாறு பேசவில்லை என்றால் முஸ்லிம் கதைகள் என்ற முத்திரையை அவை இழந்துவிடலாம் என்றோ பூரணத்துவம் அடையாது என்றோ ஒரு நிலையை உருவாக்கி இருந்தனர். அல்லது சுயம்புவாய் உருவாகி இருந்தது. எனவே, இஸ்லாமியச் சிறுகதைகள் தங்களுக்கென்று தனித்த இலக்கிய வடிவத்தையும் பேணின.

முஸ்லிம் இதழ்களும் சிறந்த கதைகளை வெளியிடுவதில் ஆர்வம் காட்டவில்லை. கதைகளை வெளியிட்டாலும் அதற்கேற்ற ஓவியங்களுக்கு வாய்ப்பளிக்கவில்லை; உருவப் படங்கள் வரைவது மார்க்க நெறிமுறைகளுக்கு மாறானது என்று கருதப்பட்டதால் இந்நிலை; ஓரளவுக்கு இந்தத் தயக்கத்தை முஸ்லிம் முரசு உடைத்தெறிந்தது. ஏனைய இஸ்லாமிய இதழ்கள், கதைகள், கவிதைகளை வெளியிடுவதில் தீண்டாமைக் கொள்கையைக் கடைப்பிடித்தன. பிரசுரமான கதைகள் மார்க்க நெறிகளுக்கு உட்பட்டனவாக இருக்குமாறு பார்த்துக்கொள்ளப்பட்டன. ரமலான் – பக்ரீத் பெருநாள்களை ஒட்டிக் குமுதம், ஆனந்த விகடன், வாராந்தரி ராணி, தினத்தந்தி போன்ற பெரும் வணிக இதழ்களில் வந்த சிறுகதைகள் அப்பட்டமான கொழுக்கட்டைகள். வாசகர்களை ஈர்த்துக் கொள்ளும் நடை இல்லை; கருக்கள் இல்லை. குறுகிய ஒற்றையடித் தடத்தில் அக்கம்பக்கம் பார்வையைச் செலுத்தாமலே வரிசையாக வெளிவந்தன அவை.

இலக்கியம்தான் சமூகத்தைக் காட்டும் கண்ணாடி என்று சொல்கின்றோம். அந்தக் கண்ணாடியின் மீதும் கருப்பு பர்தாவைத் தொங்கவிட்டார்கள். இலக்கிய ரீதியாக சமூகத்தின் உள்ளார்ந்த பலவீனங்களை, கோளாறுகளை விமர்சிக்கவும் கண்கொண்டு பார்க்கவும் தயங்கினால் அந்தச் சமூகமும்

மக்கள் இயக்கமும் நொய்மைப்பட்டு விடும். மார்க்கத்தின் மீது கொண்ட விசுவாசத்தையும் படைப்பிலக்கியத்தையும் ஒரே தட்டில் வைத்ததால், நிறைகளும் குறைகளும் என்னென்ன என்று அறிய முடியாமலே போயின. யதார்த்த வாழ்வில் காணப்படும் பல சம்பவங்களும் நிராகரிக்கப்பட்டன. நான்கு பக்க அளவிலான கதை தொடங்கி முடிவதற்குள், ஓர் இஸ்லாமியக் கதாபாத்திரம் உலகின் கொடுமையான துன்பங்களை எதிர்கொள்வதிலிருந்து, நேரடியாகக் குபேர வாழ்வுக்குள் பொருந்திக்கொள்ளும் தீர்வுகள் காணப்பட்டன. தீயவர்கள் உடனே தண்டனை பெற்றனர்; நல்லவர்கள் மேன்மை அடைந்தனர். நாளது வரை இதே ரீதியிலான இலக்கியப் போக்கு கள் நீடிக்கின்றன. இன்று இஸ்லாமிய இதழ்களில் அறிமுகம் ஆகும் இளந்தலைமுறையினரும் தங்களது மூத்த குடியினரின் நிழலிலேயே ஒதுங்கிக்கொள்கின்றனர்.

எண்பதாம் ஆண்டுகளுக்கு முன்னால் இஸ்லாமியச் சிறுகதைகளை யதார்த்தமாக எழுதியவர்கள் என ஜியாவுதீன், இன்குலாப், நாகூர் ரூமி, தோப்பில் முஹம்மது மீரான் போன்ற ஒரு சிலரே காணப்படுகிறார்கள்.

எண்பதுகளில் இஸ்லாமியச் சிறுகதைகளில் ஒரு புதிய அலை தோன்றியது. அதன்வழி இஸ்லாமியச் சிறுகதைகளின் பரப்பளவு நீண்டது; செழுமையடைந்தது. தயவு தாட்சண்யம் இல்லாமல் இஸ்லாமிய வாழ்க்கை முறை பதிவு பெற்றது. இன்றளவும் அதில் புதிய எழுத்தாளர்களின் பிரவேசம் நிகழ்ந்தபடியே உள்ளது. களந்தை பீர்முகம்மது, ரோஜாகுமார், கீரனூர் ஜாகிர்ராஜா, ஃபிர்தௌஸ் ராஜகுமாரன், களந்தை சாகுல் ஹமீது, கயஸ், கழனியூரன், மீரான் மைதீன், முஹம்மது முஸ்தபா, இளசை மதினா போன்றவர்கள் பல அரிய சிறுகதை களைப் படைத்து வருகின்றனர். இதுவரையில் வெளித் தெரியாமல் அடக்கிவைக்கப்பட்டிருந்த மனிதர்கள், இந்த எழுத்தாளர்களின் கைகளைப் பிடித்துக்கொண்டு வருகின்றனர். சொல்லத் தயங்கிய கருக்கள், பயன்பாட்டுக்கு மறுக்கப்பட்ட வார்த்தைகள், இருட்டறையின் முணுமுணுப்புக்கள் இன்றைக்குக் கால் பதித்துள்ளன.

தத்தமது சுயநலத்துக்காக குர்ஆனையும் ஹதீஸ்களையும் பயன்படுத்திக்கொண்ட பெரும் புள்ளிகள், அமைப்புகள், 'ஜமாஅத்'கள் இன்று கேள்விக்கு உட்படுத்தப்படுகின்றன. ரத்தமும் சதையும் உணர்வும் மிக்க மனிதர்களில் பெண்களின் போராட்டங்கள் ஓயவில்லை; அவை கூர்மையடைந்து வருகின்றன என்பதை இன்றைய இஸ்லாமியச் சிறுகதை, நாவல்களிலும்

காணமுடிகிறது. மார்க்கத்தின் பெயரால் கல்வி, வேலைவாய்ப்பு, சம அந்தஸ்து ஆகியன மறுக்கப்படும் முஸ்லிம் பெண்களின் அவலநிலைகள், பிற சமூகத்தோடு முஸ்லிம்கள் கொள்ளும் உறவு முறைகள், வணிகத் தொடர்புகள், வரதட்சணைக் கொடுமைகள், தலாக் சித்ரவதைகள், மூடநம்பிக்கைகள், கல்வியின்மை போன்ற இஸ்லாமிய வாழ்வைச் சீர்குலைக்கும் சகலமும் இன்றைய எழுத்தாளர்களின் இலக்குகள்.

பழமைக்கும் புதுமைக்குமான மோதல் இது. உள்வட்ட எழுத்தாளர்களுக்கும் வெளிவட்ட எழுத்தாளர்களுக்கும் இடையில் மௌன யுத்தமே மூண்டிருப்பதுதான் இன்றைய இஸ்லாமியப் படைப்புலகின் யதார்த்தமாகும். முன்பு பட்டுத் துணியால் போர்த்தப்பட்ட அழுகல்கள்; அதற்கான எதிர்வினையாக இன்று சல்லாத் துணி நீக்கப்பட்டு முழுமூச்சான அறுவை சிகிச்சை. ஆயினும்கூட இந்த ஒரு சிலர் மட்டுமே போதுமா? ஏனெனில், தமிழ் மொழிக்கே உரிய பாரம்பரியப் பெருமைப்படி நவீன எழுத்தாளர்களில் முக்கால் வாசிப்பேர் தென்மாவட்டங்களைச் சேர்ந்தவர்கள். இவர்கள் ஒரே மண்ணின் தன்மையை மட்டுமே தங்களின் படைப்புகளில் பிரதிபலிக்க முடியும். மாநிலம் தழுவிய அளவில் மண்ணுக்கேற்ற முஸ்லிம் எழுத்தாளர்களும் தோன்றி வரவேண்டியது அவசியமாகும்.

பாபர் மசூதி இடிப்பும் கோவை குண்டு வெடிப்பும் சமூகத்தின் இருபெரும் பிரிவுகளிடையே ஐயுறவைத் தோற்றுவித்துள்ளது. சிறுபான்மை இனத்தவரின் மீது தேசவிரோதப் போக்குகள் ஒரு கூட்டத்தாரால் சுமத்தப்படுகின்றது. இதுவும்போக, இஸ்லாமியச் சமூகம் உள்பிளவுகளால் பலவீனமடைந்துள்ளது. ஆதலால், பரந்த இலக்கிய அணுகுமுறைகளுக்கான சமூக நிர்ப்பந்தம் உருவாகியுள்ளது. இதனைப் பயன்படுத்திக் கொள்வதில் இஸ்லாமிய இலக்கியகர்த்தாக்களின் வெற்றி அடங்கியுள்ளது. இஸ்லாமிய நாவல்கள் பல வெளிவந்துள்ளன. சரித்திர நவீனங்களும் எழுதப்பட்டுள்ளன. ஆனால் அவை இன்றும் உள்வட்ட வாசகர்களைப் போய்ச் சேரவில்லை. அதனைப் பற்றிய விவாதங்கள் இல்லை. தோப்பில் முஹம்மது மீரானின் நாவல்களே தமிழகம் தழுவிய அளவில் வாசகர்களின் கவனத்தை ஈட்டியுள்ளது. அந்த நாவல் தமிழ்நாடு கலை, இலக்கியப் பெருமன்றத்தின் விருதுபெற்ற ஒரு புயல்காற்று போல இலக்கியவுலகை ஆட்டிப் படைத்தது.

முதன்முதலாக இஸ்லாமிய வாழ்க்கை பற்றிய படைப்புக்கு சாஹித்ய அகாதெமி விருது கிடைத்தது. முன்பிருந்த நிலை மாறிவிட்டது. இஸ்லாமிய இலக்கியங்கள் இப்போது எட்டுத்

திசைகளிலும் கவனிக்கப்படுகின்றன. முன்பு இஸ்லாமியப் படைப்பிலக்கியங்களுக்கு இஸ்லாமிய இதழ்கள், அமைப்புகள் மட்டுமே பரிசளித்துப் பாராட்டின. ஆனால் இன்று இலக்கியச் சிந்தனை, ஜோதி விநாயகம் நினைவுப் பரிசுத் திட்டம், கோவை லில்லி தேவசிகாமணி நினைவு இலக்கியப் பரிசு, தமிழ்நாடு முற்போக்கு எழுத்தாளர் சங்கம், தமிழ்நாடு கலை – இலக்கியப் பெருமன்றம் போன்ற இலக்கிய அமைப்புகள் இன்று பரிசுகளை வழங்கிவருகின்றன. சாஹித்ய அகாதெமி, நேசனல் புக் ட்ரஸ்ட் வெளியிடும் நூல்களில் சிறுகதைகள் இடம்பெற்றுள்ளன. 'ஓம் சக்தி' ஆன்மீக – இலக்கிய இதழ் அடுத்தடுத்த ஆண்டுகளில் வெளியிட்ட தீபாவளி மலர்களில் தோப்பில் முஹம்மது மீரான், களந்தை பீர்முகம்மதுவின் சிறுகதைகள் இடம்பெற்றன. 1980களுக்கு முன் இந்த நிலை மருந்தளவுக்குக்கூட இல்லை.

தமிழ் இலக்கியவுலகில் இத்தகைய மாற்றம் ஏற்பட கலை, இலக்கியப் பெருமன்றமும் த.மு.எ.ச.வும் தீவிரமாகப் பாடுபட்டன என்று கூறுவது மிகையானதல்ல.

நீதிநெறிக் கதைகள் போல, ஒவ்வொரு ஹதீஸ்க்கும் ஒரு கதை உற்பத்தி செய்யும் நிலை இனி இல்லை. இது எமக்கும் இலக்கியவுலகுக்கும் பெரும் ஆறுதலைத் தருகின்றது.

த.க.இ.பெ.ம. - 7வது மாநில மாநாட்டு மலர்,
ஆகஸ்ட் 2000

நூலிழைத் தடம்

இந்தியச் சமூகத்தின் பல மூடுண்ட நிலைகளுக்கு எதிரான புயலாக வீசி, சாதியக் கட்டுக் கோப்பையும் தகர்த்துத் தன்னை நிலைநிறுத்திக் கொண்ட சூஃபித்துவம், தன் சமூகத்துக்குள்ளேயே இன்று கடும் எதிர்ப்பினைச் சந்திப்பதை ஒரு கால விளையாட்டாகத்தான் கொள்ள வேண்டும். சூஃபித் துவத்துக்கு எதிரான வஹாபியக் கோட் பாடுகள் இஸ்லாத்தின் அடிப்படைகளைச் சேதமுறாமல் காக்க முற்படுகின்றன. ஆனால், இஸ்லாம் உலகெங்கிலும் வலுவாகப் பரவிட சூஃபித்துவமே பெரும் பங்காற்றியுள்ளது. இஸ்லாம் மார்க்கத்தை அந்தந்த மண்ணின் கலாச்சார இயல்புகளுக்கு ஏற்றபடியும் பன்மைத் தன்மை யுடனும் இறுக்கமற்ற எளிமையுடனும் இயங்கச் செய்தது சூஃபித்துவமே. சூஃபித்துவத்தின் பரவல் பல மார்க்க மேதைகளைத் திக்குமுக்காடச் செய்தது. சூஃபித்துவம், நபிகள் நாயகத்தின் காலத்தில் இல்லாதது எனவும், அது இதர சமயக் கூறுகளை உள்வாங்கிக்கொண்டிருுப்பது எனவும் வஹாபியமேதைகள் கூறினார்கள். “இறைவனை நீங்கள் பார்ப்பதாக நினைத்து இறை வணக்கம் செய்யுங்கள்; இந்த நிலை உங்களுக்கு ஏற்படாவிடின் இறைவன் உங்களைப் பார்க் கிறான் என்று நினைத்தாவது வணங்குங்கள்” என்று அஸ்ஹாபுல் ஸீஃப்ஃபா என்கிற திண்ணைத் தோழரிடம் நபிகள் நாயகம் கூறியதே சூஃபித் துவத்தின் மூலப் பாதை. சகல உயிர்களின் மீதும் அன்பு செலுத்துவது சூஃபிகளை இயக்கிய விதி. இஸ்லாமிய ஆன்மிகத்தையும் சகோதரத்துவத்

தையும் உலகிற்கு உணர்த்தியது சூஃபித்துவம்; இதனடியாகச் சகமதத்தினர் மீதும் மாற்றுக் குறையாத நேச உணர்வுகளைப் பரிமாறியது. சூஃபிகள் மருத்துவச்சேவைகளைப் புரிந்ததுடன், அன்பினாலும் மக்களை ஈர்க்கும் நல்லொழுக்கத்தாலும் தங்களின் வாழ்வை நிறுவிக்கொண்டனர். சங்கரரின் அத்வைதமும் பசவேசருடைய வீரசைவமும் சித்தர்களின் கோட்பாடும் சூஃபித்துவத்தின் தாக்கம் கொண்டவை என்று 'இந்தியக் கலாச்சாரத்தில் இஸ்லாத்தின் பங்கு' என்கிற தன்னுடைய நூலில் டாக்டர் தாராசாந்த் கூறியிருக்கிறார். சூஃபிகளின் அடக்க ஸ்தலங்களாகிய தர்ஹாக்கள் பல்வேறு சமயத்தினரின் வழிபாட்டுக்குரிய இடங்களாக மாறியிருப்பது மேலே குறிப்பிடப்பட்ட செய்திகளினால்ஆகும்.

தவறாகப் புரிந்துகொள்ளப்பட்ட இஸ்லாம் வழியாக முஸ்லிம்கள் இன்று சர்வதேச ரீதியான நெருக்கடியைச் சந்திக்கின்றனர். முன்னொரு காலத்தில் இறையச்சமும் ஐந்து கடமைகளைப் பேணிவருவதும் முஸ்லிம்களுக்குப் போதுமானதாக இருந்தன. சமீபகாலமாக இந்நிலைமை அப்படியே தலைகீழாக மாறிவிட்டது. பிழைப்பு தேடி வளைகுடா நாடுகளுக்குப் போனவர்களின் மூலம், அரேபியநாட்டுக் கலாச்சாரமும் கருத்தாடல்களும் தமிழகத்திற்குக் கொண்டுவரப்பட்டன. அரேபியக் கலாச்சாரத்தைப் பேணுவதின் மூலமே இஸ்லாத்தையும் பேணமுடியும் என்பதான மயக்கம் ஊடுருவியது. இதன்மூலம் வஹாபியிசக் கோட்பாடுகள் காலூன்றின. இஸ்லாத்திற்குள் மண்டிக்கிடக்கிற மூடநம்பிக்கைகளை வஹாபியிசம் ஒழித்துக்கட்டுவதான பாவனையில், மார்க்கத்தை ஒரு நூலிழைத் தடமாக்கிவிட்டது. மீண்டும் இறுக்கம் தோன்றுகிறது. இதன் வழியே முஸ்லிம் உலகுக்குத் தலைமைதாங்கச் சவுதிஅரேபியா முயற்சி செய்கிறது. இந்தச் சூழ்நிலைகளைக் கணக்கில்கொண்டு சூஃபியிசத்தை அணுக வேண்டிய அவசியம் உண்டாகிறது.

சூஃபித்துவம் சற்றே பின்னோக்கிய தன்மையில் தோன்றினாலும் அது ஜனநாயகத்தன்மையுடன் இயங்கி வருகிறது. அந்தந்த மண்ணுக்கேற்ற இஸ்லாமிய நடைமுறைகளுக்கு அது வழிகாட்டுகிறது. 'சூஃபிகள், தர்ஹாக்கள் – சில மாற்று உரையாடல்கள்' என்கிற இந்நூல், பொருத்தமான கால கட்டத்தைத் தேர்ந்தெடுத்து வெளிவந்திருக்கிறது. இஸ்லாம் சந்திக்கிற நெருக்கடியை மனம்திறந்து விவாதிப்பதுடன், இனி அடையவேண்டிய இலக்கு என்ன என்பதையும் தெளிவு படுத்துகிறது. ந. முத்துமோகன், டி. தருமராஜன் ஆகியோரின் கட்டுரைகள் மிகமிக முக்கியமானவை. நூலைப் படிக்கத்

தொடங்கும்போது ந. முத்துமோகன், டி. தருமராஜன், ஹெச்.ஜி. ரசூல் என வரிசைப்படுத்திப் பிறகு இதரக்கட்டுரைகளை வாசிப்பதன் மூலம் சூஃபியிசத்தைப் புரிவதற்கான பெரும்வெளி ஒன்று கிடைக்கும். இஸ்லாம் என்றால் அமைதி, சமாதானம், பணிவு என்று கூறப்படுவதின் காரணத்தை வரலாற்று நோக்கில் ஆய்வு செய்திருக்கிறார் முத்துமோகன். இந்தப் பொருள்கூறல்கள் ஏன் தேவைப்பட்டன என்பதற்கு அராபியச் சூழலில் வாணிபம் மற்றும் தனியுடைமை உறவுகள் பற்றிய ஆய்வாக விரிந்தளாவுகிறது அவர் கட்டுரை. கூடவே, இஸ்லாமியச் சமூகத்தின் தோற்றக் காலத்தையும் சங்ககாலத் தமிழ்ச் சமுதாயம் வணிக வளர்ச்சியை முன்னிறுத்திய இருவமான அறவியலுக்கு மாறிச்சென்ற காலத்தையும் ஒப்பிடும் முறை வியப்பூட்டுகிறது. ஏகத்துவ இறைக்கொள்கை பழந்தமிழகத்தில் தோன்றுவதற்கு அவசியமில்லாத சூழலில் அரேபியாவில் அது தோன்றிய விதம் பற்றிய நுட்பமான ஆய்வும் இக்கட்டுரையில் தென்படுகிறது.

டி. தருமராஜனின் கட்டுரையானது தமிழ் இஸ்லாமியச் சமூகத்துக்குள் நாட்டார் மரபுகள் ஊடுருவிய விதத்தை விளக்குகிறது. பின்பு இவை இஸ்லாமியச் சமூகமரபுகளாகின்றன. இந்த மரபுகள் வலுவாக ஊன்றிக்கொள்ளச் சூஃபித்துவம் இடமளிக்கும்போதே, அந்த மரபுக்குள் சூஃபித்துவமும் இரண்டறக் கலந்துவிடுகிறது.

இந்த வரலாற்று ஒளியினூடாகக் கான்சாகிபுவின் (மருதநாயகம் என்றழைக்கப்படுபவர்) சமாதி, தர்ஹாவாக மாறிய பின்னணியை விளக்குகிறார். கான்சாகிபு சாதிய அடையாளம் இல்லாத வாழ்க்கையை வாழ்ந்து காட்டியவர். வர்ணாஸ்ரம கர்மம் வேரூன்றிய சாதியச் சமூகத்தில் அந்தத் தளைகள் இல்லாமல் கான்சாகிபு வாழ்ந்திட இஸ்லாம் காரணமாக இருந்ததை தருமராஜன் விளக்குகிறார். ஆனாலும் தமிழ் மரபுகளை இன்னும் தெளிவான சித்தத்துடன் இஸ்லாமும் பேச மறுக்கிறது என்கிற தருமராஜனின் கூற்று கவனத்தில் கொள்ளப்பட வேண்டியது ஆகும். அதே சமயத்தில், இதை முஸ்லிம்கள் முன்னெடுத்துப் பேசுவதைவிடவும் தருமராஜன், முத்துமோகன் போன்றோர் முன்னெடுப்பதே சிறப்பாக இருக்கும். வரலாற்றியல் முறையில் இப்படியான ஆய்வுகளைச் செய்யக்கூடிய தளம் இன்னும் தமிழ் இஸ்லாமியத்தில் இல்லவே இல்லை. மேலும் முஸ்லிம் அறிஞர்கள் இதைப் பேச முனைந்தால் ஏற்கெனவே தேர்ந்தெடுத்துக்கொண்ட முடிவுக்குச் சாதகமான அம்சங்களை மட்டுமே தேடிச் செல்வார்களே தவிர, புதிய திசையைத் தேடிச் செல்ல அவர்களால் முடியாது. தங்களது தேர்வுக்கு மாறான

செய்திகள் கிடைத்தால் அவற்றைக் கைநழுவ விட்டுவிடும் அபாயமும் இருக்கிறது.

ஹெச். ஜி. ரசூலின் கட்டுரை வஹாபியிசத்தின் அராஜக முகத்தை வெட்ட வெளிச்சமாக்குகிறது. நபிகளின் அடக்கத் தலத்தை அகற்றுவிக்கும் விதமாக வஹாபிய வம்சத்தைச் சேர்ந்த அரசர், பிரிட்டிஷ் படையினரின் (இதனை மத ரீதியாகக் கிறிஸ்தவர்கள் என்று அடையாளப்படுத்திக்கொள்வது நல்லது.) துணையுடனே அவ்வாறு செயல்பட்டுள்ளார். ஆதாரபூர்வமான ஹதீஸ்களை முன்னும்பின்னுமாகக் கத்தரித்துத் தங்களுக்கேற்ற வகையில் வஹாபிகள் திரித்துக்கொண்டனர். இந்தக் கட்டுரையையொட்டி உரூஸ்களின் புனிதம் பற்றிய கட்டுரை இடம்பெற்றுள்ளது. சமூகச் சூழல்களில் இறுக்கம் அடைந்த மனோநிலை சற்று ஆசுவாசம் கொள்வதற்கான சாத்தியப்பாடுகள் உரூஸ்களில் அதிகம் தென்படுகிறது எனவும், நம்பிக்கைவாதியானவன் விழாவின் உட்பகுதியான ஆதிகாலத்துக்குள் சென்றுவிடுகிறான் எனவும் கட்டுரையில் கூறப்படுகிறது. இது விவாதத்திற்குரியதே. தர்ஹாக்களின் தரவுகளோடு உரூஸ்களையும் அவை மீதான கொண்டாட்டங்களையும் இணைப்பதால் வேறுவிதமான சூழல்கள் உருவாகின்றன. உரூஸ்களின் மீதான சமூக மனோ நிலையைப் புரிந்துகொள்வது சிரமமல்ல; என்றாலும் அது விவாதத்திற்குரியதே!

சூஃபித்துவத்தின் தேடலில் தமிழ் மரபில் நிலவும் பல கருத்தாடல்கள் கையாளப்படுகின்றன. சக்தி – சிவன் என்று பயன்படுத்தப்படும்பொழுது அதுபற்றிய பார்வையை இந்துக்களின் வழிபாட்டு மரபுகளோடு இணைத்துப்பார்க்கிற போக்கு நிலவுகிறது. "சக்தியுஞ்சிவனென்று சொல்லுவது என்னடி கண்ணே / அது தகதகவென்று வரும் அகார உகரம் பொன்னே / அகார உகாரமென்று வஸ்தைச் சொல்லலாம் கண்ணே / அது அன்பான லாமலி பாகிய முச்சுடர் பொன்னே!" என இப்பாடல் சரக்கலை பல்லார் பீரப்பாவின் மெய்ஞான அமிர்தகலையில் இடம்பெற்றுள்ளது. அரபு மொழி வார்த்தைகளை ஞானத்தின் வழியாகவே தமிழ்க் கருத்தாடல்களின் மூலம் விளக்க முடிகிறது. ஞானத்தேடல் சமயம் கடந்த நிலைக்கு அழைத்துச்செல்கிறது. இவ்வாறாக சூஃபியிசமும் தர்ஹாக்களும் சமூகத்தில் நிலை நிறுத்திக்கொண்டுள்ள சகல பரிமாணங்களையும் மிக விரிவாக ஆராய்வதற்கும் பல வரலாற்றுச் செய்திகளை அறிவதற்கும் இந்நூல் உதவுகிறது. சூஃபித்துவத்தின் மீது எழுந்துள்ள கேள்விக் குறிகளையும் இச்சிறிய நூல் ஒதுக்கித் தள்ளிவிடுகின்றது.

***காலச்சுவடு* இதழ் 55, ஜூலை 2004**

வெளிச்சத்தை நோக்கி

'ஜாஹிலிய்யா' எனப்படும் அறியாமைக் காலத்தின் பின்னர் தோன்றிய இஸ்லாம், பெண் சமூகத்தின்மீது தன்னுடைய கவனத்தைச் செலுத்தியது. ஜாஹில்லியாவின் வழக்கம் எப்படி இருந்ததெனில், தந்தையின் சொத்துக்களை வாரிசுரிமையின் அடிப்படையில் மகன் பெறுவதைப் போல, தந்தையின் மனைவியர்களில் ஒருவரையும் தன்னுடைய வாரிசுரிமைப் பொருளாகப் பெறலாம்; அவரைத் திருமணமும் செய்து கொள்ளலாம்; இஸ்லாமைப் பற்றிய புரிதல்களை இந்த அறியாமைக் காலத்தின் விடுபடலில் இருந்துதான் ஆரம்பிக்க வேண்டும். ஆனால், முஸ்லிம் சமூகமும்அப்படி விடுபடாமல்தான் இருக்கின்றது. இந்த இரண்டு நூல்களும் அதைத் தெளிவுபடுத்துகின்றன. இஸ்லாமியப் பெண்களின் சமூகப் பங்களிப்பு அதன் முதன்மைப் புள்ளியிலிருந்தே தொடங்கிவிடுகின்றது. இறைத் தூதரை உண்மைப்படுத்தியதன் மூலம் அன்னை கதீஜாவும், இஸ்லாமியப் பாதையின் முதல் போராளியாக (ஆண்களையும் உள்ளடக்கியே) ஆனதன் மூலம் சுமையா உம்மு அம்மாரும் நிலைத்த இடம்பெற்றுவிட்டார்கள். இப்படிப்பட்ட உயர்வான தளங்களிலிருந்து இன்றைக்கு எப்படி இஸ்லாமியப்

பெண்கள் கீழிறக்கப்பட்டுவிட்டார்கள் என்கிற உண்மையை இந்த நூல்கள் ஆய்வுக் கண்ணோட்டத்தின் அடிப்படையில் கூறுகின்றன. விபச்சார முறையைத் தடுப்பதற்காக விதிக்கப்பட்ட சில கட்டுப்பாடுகள், பின்னர் ஒட்டுமொத்தப் பெண்களுக்குமான கட்டுப்பாடுகளாக ஆகிவிட்டன. அவற்றிலும் சில இஸ்லாமியச் சட்டங்கள் முழுமைபெறாத காலத்திலானவை.

எந்த ஆண் வர்க்கம் தார்மீக ஒழுங்குகளைக் குலைக்கிறதோ, அந்த ஆண் வர்க்கமே மறுமுனையில் நின்று பெண்களின் தார்மீக ஒழுக்கங்கள் குறித்துப் பதைபதைக்கிறது. அதனால்தான் பெண்களைச் சமூக நீரோட்டத்திற்குள் அழைத்துவர முடியாத மனத் தடைகள் இயல்பாகவே எழுந்துள்ளன. நபிகளாரின் காலத்தில் ஆண்களுக்கு முன் வரிசையில் தொழுகை நடத்த அனுமதிக்கப்பட்ட பெண்கள், பின்னர் பள்ளிவாசல்களில் நுழையவும் அனுமதிக்கப்பட்டதில்லை. அதற்குப் பின் வந்த உமர் கத்தாப்பின் ஆட்சிக் காலத்தில்தான் பெண்களின் மீதான தடைகள் ஏற்படுத்தப்படுகின்றன. இவ்வாறு முஸ்லிம் சமூகத்தின் உடனொட்டியே பயணித்த ஓர் இருட் படலம் மூன்று நூற்றாண்டுகளில் பொது வழக்காகவே ஆகிவிட்டது. சமூகத்திற்கு மிகவும் நன்மை பயக்கக்கூடியது என அன்றும் இன்றும் கருதப்படுகிற இந்தப் புறக்கணிப்புதான், இன்றைய முஸ்லிம்களின் அவலநிலையின் முக்கியக் காரணம் ஆகும்.

ஆனால், இறைவனின் அழைப்பும் இறைத்தூதரின் அழைப்பும் ஆண் – பெண் என இருபாலார்க்குமான பொதுவான அழைப்புகளாகவே இருந்துள்ளன. அரபு மொழியில் ஆண்பால் பன்மை கிடையாது; ஆனால், பெண் பால் பன்மை உண்டு. இதன்படி நம்பிக்கையாளர்களைப் பள்ளிகளிலிருந்து தடுப்பது கடும் தண்டனைக்குரியது எனப் பல வசனங்களின் மூலம் குர்ஆன் எச்சரித்தபடியே இருக்கிறது. இந்த நிலையில், பெண் பால் நம்பிக்கையாளர்கள் பள்ளிவாசலிலிருந்து எப்படி விலக்கி வைக்கப்பட்டனர்? புரியாத புதிர் அது. இந்தப் புதிருக்கு எதிரான வாதங்களையும் பெண்களின் பள்ளிவாசல் நுழைவுக்கு ஆதரவான வாதங்களையும் யூசுப் அல் கர்ளாவி மற்றும் நெவின் ரேடா ஆகியோரின் நூல்கள் முன்வைக்கின்றன. கர்ளாவி இஸ்லாமியவுலகின் சட்ட வல்லுநர். நவீன இஸ்லாமியச் சிந்தனைப் புனரமைப்பில் அவருக்குப் பெரும் பங்களிப்பு இருக்கின்றது. நெவின் ரேடா டோராண்டோ பல்கலைக்கழக மாணவி. இருவரின் நூல்களும் ஆய்வுரீதியிலானவை.

பெண்கள் நாடாளுமன்றத்திலும் இடம் பெறலாம் என்கிற கருத்தை யூசுப் அலி கர்ளாவி தெரிவிக்கின்றார். பெண்களின் பங்கேற்பு, ஆண்களின் மீதான தலைமைத்துவத்தை உருவாக்கும் என்கிற பேதைமை அவரிடமில்லை. இஸ்லாம் விதித்த வரம்புகளுக்கு உட்பட்டே பெண்கள் அனுபவிக்கக்கூடிய பல உரிமைகள் இன்னும் நிலைநாட்டப்படாமல் உள்ளன. பண்டைய நடைமுறைகளை முன்வைத்து நாளைய இஸ்லாமியப் பெண்ணின் உலகமும் இந்த நூல்களில் விவரிக்கப்படுகின்றன.

நவீனத் தொழில்நுட்பப் புரட்சியின் உள்வாங்கல்கள் இந்த நூல்களில் இல்லை. சில சட்டங்களையும் ஃபத்வாக்களையும் பொறுத்தவரையில் அவற்றின் காலப் பிரிவுகளையும் சூழ்நிலைகளையும் விட்டுப் பிரித்து நோக்க முடியாது என்கிறார் யூசுப் அலி கர்ளாவி. இவற்றை ஒழுங்குபடுத்தி, பிரச்சினைகளுக்குத் தீர்வு காண்பதற்கு "இஜ்திஹாத்" என்று பெயர். நவீன காலத்தின் இஸ்லாமியப் பெண்குலத்தை வடிவமைக்க இஜ்திஹாத் முறையை இஸ்லாமிய மார்க்க அறிஞர்கள் பயன்படுத்தினால் மேலும் பல சாத்தியங்களைக் கண்டடைய முடியும். அதற்கான வாய்ப்புகளை இந்த நூல்கள் தருகின்றன.

***இந்தியா டுடே*, டிசம்பர் 2005**

தத்துவ வெளிச்சத்தில் நபிகள்

இதர மதங்களுக்கும் இஸ்லாத்திற்குமான வேறுபாடுகளில் முக்கியமானது, இறைவழிபாட்டைச் சமூகநீதி, பொருளியல், ஆட்சியதிகாரம் சார்ந்த கூட்டு வாழ்க்கையோடு பிணைத்து தன் ஆன்மிக வடிவத்தை இஸ்லாம் சமைத்திருந்ததில் அடங்குகிறது. அதற்கான ஏற்பாடாக நபிகள் நாயகத்தின் வாழ்வை ஒரு முன்மாதிரியாக மனித சமூகத்தின் பார்வைக்கு நகர்த்திவைத்திருக்கின்றது.

இந்த வாழ்க்கை இல்லாமல் போனால் இஸ்லாமிய வேதமானது, வெற்றுக் கோஷமாகக் காற்றில் அலைவுற்றபடியே இருந்திருக்கும். நபிகள் நாயகத்திற்கு முன்னரே பல இறைத்தூதர்கள் தோன்றியிருந்தாலும், ஒரு முஸ்லிம் என்ற அடையாளம் இறுதித்தூதரின் வாழ்க்கையின் மூலமே தொடங்குகிறது. ஒவ்வொரு நாளிலும் நிகழ்ந்த நபித்துவச் செயல்பாடுகளும் இஸ்லாமிய பூரணத்துவமும் ஒன்றையொன்று ஆரத் தழுவியபடியே மலர்ச்சி பெறுகின்றன. ஒருவேளை இஸ்லாம் என்று தனிப்படுத்தி யாரேனும் விவரித்துக் கொண்டு போனால், அது நபிகளின் சரித்திரமாகத்தான் விரியும். இவ்வாறு சமூகத்திற்குப் பயன்படவும் வழிகாட்டவும் என நபிகள் நாயகத்தின் சொல்லும் செயலும் ஹதீதுகளாகத் திரட்டப்பட்டுள்ளன.

நில மானியச் சமூகத்திற்கும் முற்பட்ட காலம் என்பதால், தான் வாழ்ந்த சமூக அமைப்பில் இருந்தபடியே சமநிலைச் சமுதாயத்தைக் காண நபிகள் நாயகம் விரும்பினார். அதற்கான இறைக்

கட்டளைகள் வந்துவிட்டன. ஆனால், பொருளாதார ஏற்றத்தாழ்வு களையும் அது உண்டாக்கும் ரணங்களையும் அதனைச் சீர்படுத்திச் செம்மையாக்க வேண்டிய வழிமுறைகளையும் தத்துவார்த்தரீதியாக அணுகிச் செல்ல வழி இல்லாத காலம் அது. மந்திரக்கோல் அசைவுற்றதும் நிகழும் அற்புதம்போல, பெரும் சாதனை மிக விரைவாக நடந்தேறியது. பிறப்பைக் காரணமாகக் கொண்டோ வேறெதையாவது முன்வைத்தோ மனிதர்களுக்குள் உயர்வு – தாழ்வு இல்லாமல் அனைவருமே சமம் என்ற நிலை உண்டாயிற்று. ஒரே வரிசையில் நின்று இறைவழிபாடு நடத்துவதுடன், முந்திக்கொண்டோர்க்கு மட்டுமே முதல் வரிசை என்கிற தன்மையும் நிலைபெற்றது. கூட்டுச் சமூக வாழ்வுக்கான இந்த நடைமுறை, உலகின் வேறு பாகங்களில் உணரப்படுவதில் சற்றே மெத்தனங்கள் இருந்திருக்கலாம். ஆனால், இஸ்லாம் இந்தியாவில் கால் வைத்ததும் பெரிய சமூகப் புரட்சியை அது உண்டுபண்ணிவிட்டது. இதனால்தான் மதங்களைப் புறக்கணித்து மார்க்ஸீயத்தையும் பெரியாரியலையும் ஏற்றுக்கொண்டவர்கள், இஸ்லாமிய நோக்கங்களில் மட்டும் மனநெகிழ்வான போக்குகளைக் கைக்கொண்டுள்ளார்கள். அவர்களில் ஒருவராகப் பின்னை நவீனத்துவவாதி என்கிற கூடுதல் தகுதியையும் பெற்றுள்ள அ. மார்க்ஸ் இருக்கிறார்.

நபிகளின் குணாம்சங்களைப் புகழ்வது, அவருடைய மானுடத் தன்மையைப் போற்றுவது என்ற குறுகிய வரம்புக்குள் நின்றபடி மார்க்க மாமேதைகள் வைத்துவிட்ட முற்றுப் புள்ளியை, ஒரு கால் புள்ளியாக்கி, தத்துவார்த்த வெளிச்சத்தில் நபியை அணுகுகிற சமூகவியல் ஆய்வினை அ. மார்க்ஸ் விரிவுபடச் செய்துள்ளார். விசுவாசத்திற்குள் மூழ்கி நபிகள் நாயகத்தை அணுகவேண்டிய அவசியம் இல்லையாதலால், தனக்குக் கிடைத்த சுதந்திரவெளியின் உயரத்திலும் அகலத்திலும் அ.மார்க்ஸ் சஞ்சரிக்கிறார். அவரின் பார்வையில் முரண்படுகிற அல்லது சங்கடப்படுகிற முஸ்லிம்கள் (மேற்கூறிய காரணங்களினால்) இருக்கக்கூடும். ஆனால் அதையும் மீறி இந்த நூல் முஸ்லிம் அல்லாதவர்களையும் ஈர்க்கும். “எங்களுக்குரிய வழக்கமான சொல்லாடல்கள் குறித்த கவனங்களையெல்லாம் தவிர்த்து, தன்னிலை மகிழ்வோடு இந்தப் பிரதியை உங்களுக்கு அளிக் கிறோம்” என்று முன்னுரையில் கூறியுள்ளார்கள்; அப்படியே நடந்துள்ளது. எனவே சுலபமான வாசிப்புக்கு உகந்தது.

இந்தியா டுடே

கருத்துச் சுதந்திரத்தின் எல்லைகள்

டென்மார்க் நாட்டின் பிரபல நாளிதழான *ஜிலாண்ட்ஸ் போஸ்ட்டன்* அண்மையில் நபிகள் நாயகம் பற்றிய கேலிச் சித்திரங்களை வெளியிட்டுள்ளது. இது முஸ்லிம்களின் மத்தியில் அமைதியின்மையை உருவாக்கியுள்ளது. கார்ட்டூன்கள் வெளியிடப்பட்டு அநேக நாட்கள் கடந்த பின்னரே உலகெங்குமுள்ள முஸ்லிம்கள் வீதிகளில் இறங்கி ஆர்ப்பாட்டம் செய்கிறார்கள். கார்ட்டூன்கள் செப்டம்பர் 30, 2005இல் பிரசுரமாயின. இந்த இடைப்பட்ட நாள்களில் கார்ட்டூன்களை வெளியிட்ட இதழுக்கும் டென்மார்க் நாட்டுக்கும் முஸ்லிம் நாடுகள் மற்றும் அமைப்புகள் சார்பில் மன்னிப்புக் கேட்கும்படி வேண்டுகோள்கள் விடுக்கப் பட்டன. அந்த வேண்டுகோள்கள் கவனத்தில் கொள்ளப்படவில்லை. இன்றைய ஆவேச மிக்கப் போராட்டங்கள் படிப்படியாக மேற்கொள்ளப்பட்ட முயற்சிகள் தோல்வியடைந்ததால் ஏற்பட்ட விளைவுகளாகக் கருதப்படுகின்றன. இந்தக் கார்ட்டூன்கள் வெளியிடப்பட்டது தன்னிச்சையான செயல்பாடு அல்ல என்னும் முடிவுக்கு சமூகம் வந்துள்ளது

இஸ்லாமிய வரலாற்றின் 1427 ஆண்டுகளில் நபிகள் நாயகத்தின் உருவப்படம் பாதுகாக்கப்படவில்லை; அவருடைய மறைவுக்குப் பின் அந்த தேவையும் எழவில்லை. இது இஸ்லாமியக் கோட்பாட்டின் மையம். இந்த மையத்திலிருந்து உருவான புரிதலே சிலை வணக்கத்தைப் புறக்கணிக்கிறது. தொழுகையாளிகளின் இறைபக்தியை மனவெளியில் உருவமற்ற நிலையோடுதான் இஸ்லாமிய ஆன்மிகம் உருவாக்குகிறது.

நபிகள் நாயகத்திற்கு உருவம் கொடுப்பதை முஸ்லிம்கள் ஏற்பதில்லை. அதிலும் இப்போது டென்மார்க் நாளிதழ் வெளியிட்ட கார்ட்டூன்கள் நிகழ்கால அரசியல் உலகத்துடன் சம்பந்தப்பட்டுள்ளன. நபிகள் நாயகத்தின் வரலாற்றில் அமைதியும் கருணையும் நிரம்பியுள்ள பகுதிகள் அலட்சியப்படுத்தப்பட்டுள்ளன. இன்றைய இஸ்லாமியப் பயங்கரவாதம் என்பது மேலை நாடுகளின் திட்டமிட்ட பிரச்சாரம். இஸ்லாமிய உலகத்தை அந்தப்பாதைக்கு இழுத்துச் செல்லவே மேலைநாடுகளும் அதன் கலாச்சாரமும் விரும்புகின்றன. அவர்களின் விருப்பத்தை நிறைவாக்கும் கருத்தியல் ரீதியான முயற்சிகளின் ஒரு பகுதி இந்தக் கார்ட்டூன்கள். அரசியல் – பொருளாதார ரீதியாக முஸ்லிம் நாடுகளை வீழ்ச்சியடையச்செய்யும் சதித்திட்டங்கள் நிகழ்ந்த படியே உள்ளன. டென்மார்க் நாளிதழின் ஆசிரியர் நபிகள் நாயகத்தின் கார்ட்டூனை வரையும் நோக்கில் நாற்பதுபேரைத் தொடர்புகொண்டுள்ளார். அவர்களில் பன்னிரண்டு பேர் கார்ட்டூன்களை வரைந்துள்ளனர். முஸ்லிம்களின் அதிருப்திக்கும் கோபத்திற்கும் ஆளாக நேரிடும் என்றே இதர கேலிச் சித்திரக் காரர்கள் ஒதுங்கியிருக்கிறார்கள்.

நபிகள் நாயகத்தின் சித்திரம் ஒசாமா–பின்–லேடனை மனத்தில்கொண்டு தீட்டப்பட்டுள்ளது. அவர் அணிந்துள்ள தலைப்பாகை எறிகுண்டு வடிவத்தில் இருக்க, அதில் அல்லாஹ்வைத் தவிர வணங்குவதற்குத் தகுதியானவன் வேறு யாருமில்லை என்கிற குர்ஆனிய வசனமும் எழுதப்பட்டுள்ளது. இது முதலில் டென்மார்க் முஸ்லிம்களின் கோபத்திற்கு இலக்கானது. முஸ்லிம் நாடுகளின் தூதர்கள் குழு ஒன்று தங்களின் அதிருப்தியைக் கூறி டென்மார்க் அரசுக்குக் கண்டனக் கடிதங்களை எழுதியுள்ளனர். இவற்றையெல்லாம் ஓர் அரசு என்ற முறையில் டென்மார்க் நாடு கவனத்தில் கொண்டு உடனடியாகச் செயல்பட்டிருக்க வேண்டும். ராஜீய உறவுகளைப் பராமரிப்பதற்கான எளிமையான இலக்கணம்

இதைத் தவிர வேறென்ன இருக்க முடியும்? டென்மார்க் நிர்வாகமும் ஜிலாண்ட்ஸ் போஸ்ட்டன் நாளிதழும் இந்தச் செயல்பாடுகளுக்குக் கருத்துச் சுதந்திரமே காரணம் என்று கூறித் தப்பிக்கப் பார்த்தன. அரசு இதில் தலையிட வழியில்லை என்று டென்மார்க் பிரதமர் ஆண்டர்ஸ் ஃபோக் ரஸ்முஸ்ஸென் கூறினார்.

இதன் பின்னரே முஸ்லிம் நாடுகள் தங்கள் தூதர்களைத் திரும்பப் பெற்றுக்கொள்வது, டென்மார்க் தூதரகத்தை மூடுவது முதலான காரியங்களில் இறங்கின. இந்த நடவடிக்கைகள் டென்மார்க் அரசையும் நாளிதழையும் அசைக்கவில்லை. கடைசியாக மேற்கொண்ட முயற்சி டென்மார்க்கை அதிர வைத்தது. உடனடியாக அந்த நாட்டின் பொருள்களைப் புறக்கணிக்கும்படி இஸ்லாமிய மார்க்க அறிஞர்கள் கேட்டுக் கொண்டனர். புறக்கணிப்பு வேலைகள் தொடங்கியதும் டென்மார்க் பல மில்லியன் டாலர்களை இழக்கலாயிற்று. டென்மார்க் நிறுவனங்கள் பெரும் இழப்புகளைச் சந்திக்கலாயின. இதன் பின்னர் டென்மார்க் அரசும் நாளிதழும் தங்கள் மன்னிப்பை முன் வைத்தன. மனித இனத்திற்கேயுரிய அந்த நாகரிகமும் புரிந்துணர்வும் மென்மையான வழிமுறைகளின் மூலமே பரிணமித்திருக்க வேண்டும். ஆனால் நெடிய, கடினமான முயற்சிகளின் மூலம் அல்லது நடவடிக்கைகளின் மூலம் ஒரு நாடு தன் கறையைத் துடைத்தெறிய வேண்டியுள்ளது வருத்தத் திற்குரியது.

கார்ட்டூன் விவகாரம் பல போராட்டங்களுக்கு இட்டுச் சென்றது. வன்முறைகளில் சிலர் உயிரிழந்துள்ளனர். முஸ்லிம்கள் இதைக் கண்டுகொள்ளாமலேயே நகர்ந்திருக்கலாம். ஒருவருடைய இழிவில் இஸ்லாம் தேய்ந்துவிடாது. கலைக்கண்ணோட்டம் விரிந்திருந்தால் இந்தக் கொந்தளிப்பு எழுந்திருக்க வாய்ப்பில்லை. ஆனால், மதவாதிகளின் தொழில்வளம் என்னாவது? முஸ்லிம்களை மீண்டும் மீண்டும் மதரீதியான போராட்டங்களுக்குள்ளேயே சிக்கவைக்கின்ற தந்திரங்கள் இவ்வாறு செல்லுபடியாகி வருகின்றன. இஸ்லாமிய நாடுகளுக்குள் எழக்கூடிய அரசியல் – சமூக விழிப்புணர்வுகளை மட்டுப்படுத்தவும் இதுபோன்ற விவகாரங்கள் உதவுகின்றன. ஒருவகையில் முஸ்லிம் மன்னர்களுக்கு இவை பெருத்த ஆதாயங்கள்தான். எப்படியெனில், அரசுக்கு எதிரான மனநிலைகள் உருவாகிவிடாமல் பொதுச் சமூகத்தைக் கட்டுப்படுத்திவிடலாம். தொடர்ந்து மத விவகாரங்

களுக்குள்ளேயே முஸ்லிம்களை மூழ்கடித்து வைப்பது ஆளும்வர்க்கத்திற்கு நல்லது.

கார்ட்டூன்கள் வெளியிட்ட இதழின் 'கருத்துச் சுதந்திர'த்திற்காக வாதிட்ட டென்மார்க் நாட்டின் பிரதமருக்கு அந்த நாட்டின் அரசியல் சட்டத்திலுள்ள 140ஆவது விதியும், 266ஆவது விதியும் எதிர்நிலையில் உள்ளன. அந்த விதிகள் எந்தவொரு இனத்திற்கும் மதத்திற்கும் நம்பிக்கைகளுக்கும் எதிரானநடவடிக்கைகளுக்கு அபராதமும் சிறைத்தண்டனையும் உண்டு என்று கூறுகின்றன.

டென்மார்க் நாட்டின் 'சுதந்திர'த்திற்கு வேறுபரிமாணமும் உள்ளது. இராக்கைத் துவம்சம் செய்யக்கூடிய அமெரிக்க –பிரிட்டிஷ் படைகளின் ஆக்கிரமிப்புகளுக்கு ஒத்துழைக்கும்படி தனது நாட்டுப் படைகளையும் அங்கு நிறுத்திவைத்திருப்பதிலிருந்து அதைப் புரிந்துகொள்ளலாம்.

காலச்சுவடு இதழ் 75, மார்ச் 2006

பிஞ்சுக் கவிதைகள்

நம் வயதையொத்த ஒரு பெண் நமக்கும் முன்பே பெரிய மனுஷியாக ஆகிவிடுகின்ற விசித்திரத்தை இந்த வாழ்க்கை செய்து காட்டும். 'பெரியமனுஷி' என்கிற அந்தப் பெரிய மரியாதைக்குள் அவள் முதலில் இழப்பது தன் நண்பர்களை அல்ல, தன் சுதந்திரத்தைத்தான். அதுமுதற்கொண்டே அவளைக் குடும்பப் பொறுப்பிற்குள் வேகமாக இழுத்துக் கட்டி, நுகத்தடி மாட்டி அவளின் பால்யத்தையும் பறித்து விடுகின்றது சமூகம். கூடவே வளர்ந்த பையன் கன்றுக்குட்டியாகவே இருப்பான்; அவன் வீட்டுக்கு வெளியே விளையாடும் களம் அப்போதும் பத்திரமாக இருக்கின்றது; எப்போதும் அப்படியே இருக்கவும் செய்யும். இலாகுபாரதியின் கன்னுக்குட்டி கவிதை இப்படித்தான் சமப்பருவகால ஆணையும் பெண்ணையும் இயல்பாகப் படம்பிடித்துக் காட்டுகிறது. இருவருக்கிடையிலான பாசப்பிணைப்புகள் சின்னச்சின்னக் காட்சிகளாய் நகர்ந்து சென்று, இனி இணைய முடியாததான இடைவெளியொன்றில் கவிழ்ந்துவிடுகின்றன. அவள் பெரிய மனுஷியானது ஒரு வரமல்ல, சாபமே என்கிறது வாழ்க்கையனுபவம். இப்படி யான துயரங்களை அதன் நேர்ப்பொருளில் சொல்லி, உள்ளூறைந்து கிடக்கின்ற ஆணாதிக்கச் சமூகத்தை அம்பலப்படுத்துகிறது கன்னுக்குட்டி கவிதை. முற்போக்கு முகாம் கவிஞனின் பணி திட்ட மிடப்பட்டதுதான். தன் கொள்கைக்கேற்ற கவிதை வடிவத்தை அழகியல் தன்மையுடன் வார்ப்பது

அவனுடைய பணி. அந்தப் பணியைத் தெரிந்துகொண்ட இலாகுபாரதி அகலக்கால் வைக்காமல், தன் சக்திக்கேற்ப கடக்க முயல்வது மகிழ்ச்சி தருகின்றது. விடலைப்பருவம் கழியும் தருணத்தில் இருக்கின்ற கவிஞனுக்குரிய இயல்பான உணர்வுகள் என்னென்னவோ, அவையே கவிதை களாக மலர்ந்துள்ளன. அதற்கான சான்றாகத்தான் 'கன்னுக்குட்டி' கவிதைக்கடுத்த சில பக்கங்களிலேயே 'திரைச்சீலை' கவிதையைக் காணமுடிகின்றது. பெரிய துயரத்தைப் பிசிறில்லாமல் நேரடியாக விவரிக்கும் சிறிய கவிதை அது.

மனித இனத்தின் வேகமான வளர்ச்சி நுகர்வு வெறியுடன், சுயநலத்துடன் இசைவு கொள்கின்றது; அங்கு நற்பண்புகள் தேய்வு நிலைக்குச் செலகின்றன. இதன் வழியில் மனிதனின் கூட்டு இயக்கமும் தகர்க்கப்பட ஏதுவாகின்றது. இந்த நிலை ஐந்தறிவு ஜீவன்களின் உயர்நிலைக்குக் கொண்டுசெல்வதைத் தலைப்பில்லாத கவிதை ஒன்று எளிமையான முறையில் சொல் கின்றது. காக்கையின் பிணத்திற்குக் கிடைக்கின்ற மரியாதை கூட மனிதனின் பிணத்திற்குக் கிடைப்பதில்லை. அதிகார அமைப்புகள் தொடர்ந்து நடத்திவருகின்ற மனித உரிமை மீறல்கள் ஏன் என்பதற்கான விளக்கமாக இந்தக் கவிதை அமைந்துள்ளது. காகம் கரைதல் என்பதால் விருந்தினர் வருகைக்கான முன்னறிவிப்பு என்கிற நம் நம்பிக்கையைக் கடுமையாகக் கேலிசெய்கிற இன்னொரு கவிதை செறிவாக இருக் கின்றது. குடியில்லாது பாழடைந்துபோன வீட்டுக்கூரை அது என காகத்திற்கு யார்சென்று உணர்த்துவது? பகுத்தறிவு மனித இனத்திற்குப் பகுத்தறிய இயலாத உயிரினங்களை முன்னோடி யாகக் கொண்டால் இப்படியும் " சீப்பட" வேண்டியதுதான்.

மழையின் கோரத்தாண்டவம் இந்த முறை அதிகப் பிரபல்யத்தைப் பெற்றுவிட்டது. கச்சிதமாக வீடுகட்டி, பத்திரமாக வாழுகிறோம் என்று நினைத்திருந்த மேதாவிகளையும் குடிசைவாழ் மக்களின் வரிசையில் கொண்டுபோய் நிறுத்திவிட்டது சமீபத்திய மழை. பொதுவாக, கவிஞர்கள் அனைவருமே மழையின் ரசிகர்கள்தான். ஆனால் அது, அதுவாகப் பெய்தால் தான் கலாரசனைக்கு உட்படும். தன் இயல்பிலிருந்து அது சற்றே பிறழ்ந்தாலும் கவிஞனின் சாபம் தவிர்க்க முடியாமல் தீண்டிவிளையாடும்! மழைப்பெண் கவிதையில் "முன்பு தீர்மானித்திருந்த / ஒரு பெண் / இப்போது ராட்சசியாகியிருந்தாள்" என்கிற வரி கவிச்சாபம்தான். மழைப்பெண் இவ்வளவு கொடும் கோபத்திற்கு ஆளாகியிருக்க வேண்டாமே என்கிற பரிதாபம் மழையின்மீது நமக்கே உண்டாகும் அளவிற்கு மழைப்பெண் வசையாடலில் விழுந்துவிட்டாள்.

மரணக்குறிப்புகளை எழுத முனைந்தால் ஒவ்வொருவருக்கும் ஒவ்வொரு விதமாய் அமையும். இலாகுபாரதியும் அதனை எழுதிப்பார்க்க முயன்றதில் கிடைத்த அந்தக் கடைசி வரி துயர அலையை முழுவீச்சாக எழுப்புகின்றது. இளம் கவிஞர்களின் இத்தகையப் பார்வைகள் கவிதையின் உச்சத்தை எட்ட உதவும். 'நகர நாகரிகம்' கவிதையில் "தீர்மானமாகவே எழுதியிருப்பார்கள்" என்கிற வரியும் அதுபோன்றதே. மழை, இரவு, பால்யம், நினைவு என்பன திரும்பத்திரும்பச் சொல்லப்படுகின்ற இந்தத் தொகுப்பில் அவற்றையும் மீறி கங்கையம்மன், மழை, நகர நாகரிகம் உள்ளிட்ட சில கவிதைகள் இந்தத் தொகுப்பை கனமுடையதாக ஆக்குகின்றன.

ஆனாலும் அவர் செல்ல வேண்டிய தூரமும் தேடல்களும் அதிகம்தான். தூரத்தைக் கடக்கும் வலிமையான கால்கள் கொண்டவர்தான் என்பதற்கு இந்தக் கவிதைகளே அத்தாட்சி. நவீன கவிஞர்களால் கவிதைவெளி பிரம்மாண்டம் கொண்டுள்ளது; அதனையும் இலாகுபாரதி கவனிப்பது நல்லது.

***புதிய காற்று*, மார்ச் 2006**

ஊர் விலக்கம்

அண்மையில் மதுவருந்தல் குறித்த கட்டுரை எழுதியமைக்காக இஸ்லாத்திலிருந்தும் தக்கலை அஞ்சுவன்னம் முஸ்லிம் ஜமாத்திலிருந்தும் விலக்கி வைக்கப்பட்டிருக்கிறார் கவிஞர் ஹெச். ஜி. ரசூல். அவரை இஸ்லாத்திலிருந்தும் நீக்கிவைத்த குமரி மாவட்ட ஜமாஅத்துல் உலமா சபையின் முடிவினை, மாநில ஜமாஅத்துல் உலமா சபை உடனடியாக ஏற்றுக்கொள்ளவில்லை. இது குறித்து விசாரிப்பதற்காக மூன்று அறிஞர்களைக்கொண்ட உயர்மட்டக் குழுவை மாநில அமைப்பு நிறுவியுள்ளது. இந்தக் கட்டுரை எழுதப்படும் நாள்வரை, அந்தக் குழுவின் முடிவு தெரியவரவில்லை. இந்தத் தருணத்தை நல்லதொரு வாய்ப்பாகக் கருதி மேலும் கொஞ்சம் பேசலாம் எனத் தோன்றுகிறது.

சர்வதேச அளவில் இஸ்லாமும் முஸ்லிம் சமூகமும் ஓரங்கட்டப்பட்டு வருகின்றன. வாழ்வுரிமையின் நியாயத்தை அவர்கள் பேச முடியவில்லை. அவர்களுக்குரிய நாடுகள்கூடப் பாதுகாப்பின்மையில் சிக்கியுள்ளன. அமெரிக்கா நினைத்துவிட்டால், அது ஐ.நா. சபையே முடிவெடுத்துவிட்டாற்போல! முஸ்லிம்களின் காலடிகளின் கீழே உள்ள கனிம

வளங்களைக் கொள்ளையடித்துச் செல்ல இஸ்லாமியப் பயங்கரவாதம் அல்லது தீவிரவாதம் என்னும் கருத்து மிகவேக மாகப் பரப்பப்படுகின்றது. இந்தக் கருத்துக்கு இஸ்லாமிய ஆட்சியாளர்களும் உடன்படுகிறார்கள். அமெரிக்காவின் பாது காப்பில் மட்டுமே சுகபோகத்தையும் ஆட்சியதிகாரத்தையும் அனுபவிக்க முடியும் என்கிற நிலையில், அரபுலக மாமன்னர்கள் அடிமைப்பட்டுள்ளார்கள். இஸ்லாம் மார்க்கத்தை அதன் சுதந்திர வெளியில் உலவிடச் செய்வதற்காக அரபுலக மன்னர்கள் தங்களை ஈகம் செய்துவிடுவார்கள் என்பது எட்டாத கற்பனை. முஸ்லிம் நாடுகளின் உண்மையான வளர்ச்சிக்காக உதவிய நாடுகள், இப்போது விலகிச் செல்கின்றன. இதில் இந்தியாவும் உண்டென்பது கவனத்திற்குரிய சேதி. பிறிதொன்று, முஸ்லிம்கள் இன்னமும் போதிய அரசியல் விழிப்புணர்வைப் பெறவில்லை. அவர்களுக்கு மார்க்க ரீதியான விழிப்புணர்வு மட்டுமே உண்டு. பல்வேறு சித்தாந்தப் பிரிவுகளால் பிளவுபட்டுள்ளனர். சர்வதேச அளவில் முஸ்லிம்களுக்கான ஒட்டுமொத்தக் குரல் எதுவுமில்லை.

முஸ்லிம் நாடுகளின் நியாயமான இருத்தலுக்காக அயராது பாடுபட்ட சோவியத் யூனியனும் தகர்க்கப்பட்டு விட்டது; சோசலிச முகாமும் மறைந்துவிட்டது. இதனைத் தொடர்ந்து ஏற்கெனவே கம்யூனிச அபாயத்தைப் பூச்சாண்டி காட்டிய மேற்குலகம், இப்போது இஸ்லாமியப் பூச்சாண்டியை முன்வைக்கின்றது. இவற்றை முஸ்லிம் சமூகம் இன்னமும் தர்க்கரீதியாக உணர்ந்து கொள்ளவில்லை. இஸ்லாமிய மார்க்க அறிவை மேலோட்ட மான முறையிலேயே பரப்பிக் கொண்டிருப்பதால் ஆழத்தில் பொதிந்துள்ள அபாய முடிச்சுகளை இச்சமூகம் அவிழ்க்கவில்லை, இதுபோன்ற ஏராளமான மவுடீகங்களால் முஸ்லிம் சமூகம் மெத்தனமாகவே இருந்து வருகின்றது. இந்தப் போக்குகளால் வெறுப்புற்ற, அரசியல் உணர்வுபெற்ற முஸ்லிம் இளைஞர்கள் தான் வேறுவழியின்றித் தீவிரவாத மனப்பான்மைக்கு ஆளாகி யிருக்க வேண்டும் என எண்ணத் தோன்றுகிறது. மிகச்சுலபமாக அரசியல் உணர்வை முஸ்லிம்கள் மத்தியில் கொண்டு வந்துவிட முடியாது என்றும் இந்த இளைஞர்கள் கருதியிருக்கலாம். எனவே, தங்களையே வெடிகுண்டுகளாக மாற்றிக்கொள்கிறார்கள். இன்று இராக்கிலும் ஆப்கனிலும் அமெரிக்க ஆக்கிரமிப்பை எதிர்த்துப் போராடுகிறவர்கள் உள்ளூர் முஸ்லிம்கள் மாத்திரமல்ல, வெளிநாட்டு முஸ்லிம்களும் சேர்ந்துதான். இதனை மேலும் பரிசீலித்தால் இன்னும் பல உண்மைகள் தெரியவரலாம். இஸ்லாமியப் பயங்கரவாதமோ ஒரு சுயம்புவாய் முளைத்ததல்ல;

அமெரிக்கா முன்வைக்கும் அரசியல் – பொருளாதாரப் பயங்கரவாதத்திற்கு எதிரான மாற்றீடே அது.

ஆனால், இத்தகைய தீவிரச் செயல்பாடுகள் முஸ்லிம் களுக்கு நிலையான பாதுகாப்பைத் தரமாட்டா. இந்தப் போக்கு வளர்வதும் கடும் ஆபத்து. முஸ்லிம்களை ஜனநாயகப் பாதைக்கு அழைத்து வருவது கடுமையான பணி. இதற்கு உலகளாவிய முயற்சி தேவை. ஆனால், அது மலைப்புத் தருவது. எனவே, வேறொரு வழி தேடலாம். இஸ்லாமிய மார்க்கத்தினுள்ளேயே அடங்கியிருக்கின்ற சிந்தனை மரபுகளை உள்வாங்கிக்கொள்வதால் நமக்குள்ளே ஒரு வெளிச்சக் கீற்று உருவாகும். அது தருவது இஸ்லாமிய சூஃபிகளின் ஞானமரபுதான். அது முஸ்லிம் சமூகத்தைப் பீடித்துள்ள பிணிகளுக்கான மாற்று மருந்து. இஸ்லாமியப் பண்பாட்டின் பன்முகத் தோற்றங்களை இணைக்கும் நல்ல ஒற்றுமைக் கயிறும் அதுதான்.

இஸ்லாமிய சூஃபிகள் பல அற்புதங்களை நிகழ்த்தியிருப்பதாக நம்பப்படுகின்றது. அவர்களின் அடக்கத்தலங்கள் பல்வேறு சமயத்தினரால் மட்டுமல்ல, முஸ்லிம்களாலும் வழிபடப்படுவது. அவர்களில் ஒரு பகுதியினர்க்கு நிறைய மனச்சங்கடங்களை உருவாக்கியுள்ளது. வஹாபியக் கொள்கைகளைத் தீவிரமாகக் கடைப்பிடிக்கும் அரபு நாடுகளில் பணியாற்றிவிட்டுத் திரும்புகிற முஸ்லிம் இளைஞர்களால் இந்தப் போக்குகளை ஏற்றுக் கொள்ளவும் முடியவில்லை. (அதே அரபுநாடுகள் அமெரிக்காவின் கைப் பாவைகளாய் இருந்து, முஸ்லிம் சமய ஒற்றுமைக்கே பெரும் ஆபத்தாய் விளங்குகின்றன என்கிற உண்மையை இளைஞர்கள் உணர்ந்துகொள்ளவுமில்லை). சூஃபியிசத்தை ஏக இறைத் தத்துவத்திற்கு எதிரான பண்பாட்டு நடவடிக்கை என்று அவர்கள் கருதுகிறார்கள். சூஃபிகளின் கருத்துகளை மக்கள் மத்தியில் கொண்டுவருவதில்லை. அதனால் அவர்களது படைப்புகளின் மீதான தேடல்கள் இல்லை; அந்த இலக்கியங்களை அவர்கள் இரு கைகளாலும் ஒதுக்கித்தள்ளுகிறார்கள்.

இந்த ஒதுக்கித்தள்ளுகிற கைகளுக்கு மாற்றான கைகள் ஹெச்.ஜி. ரசூலினுடையவை. மக்களின் அன்றாட அல்லற்பாடுகளைக் கவனம்கொண்டு, சமயசமரச மனப்பாங்கோடு இஸ்லாத்தினைப் பொருத்திவைத்த எண்ணற்ற இஸ்லாமியத் தமிழ் சூஃபிகளின் இலக்கியங்களில் தேர்ந்த ஞானம் படைத்தவர் ரசூல். அவருடைய சொந்த ஊர் தக்கலை. எனவே, தக்கலை பீர்முகம்மது அப்பாவின்

ஞான இலக்கியங்களின் மீது அவர் தீவிர ஆர்வம் படைத்த வர். தமிழ்நாடு கலை இலக்கியப் பெருமன்றத்துடனான அவருடைய தொடர்பு தக்கலை பீரப்பாவின் மீதான சமூகப் பார்வையை இன்னும் செழுமைபெறச் செய்தது. தொடர்ந்து ஏராளமான கட்டுரைகளை எழுதிப் பழுத்திருக்கும் சூஃபித்துவச் சிந்தனையாளர் அவர். இன்று ரசூல் நிர்க்கதியாக்கப்படுவது நம்மீதே நாம் தாக்குதல் நிகழ்த்துவதற்கு ஒப்பானது.

"சமுதாயத்தில் காலங்காலமாகத் தொடர்ந்துவரும் விசயங்களை விமர்சனக் கண்ணோட்டமில்லாமல் ஒப்புக் கொள்ளாதவர் முகம்மது நபிகள்" என்று முஸ்லிமல்லாதவரான ராகுலசாங்கிருத்தியாயன் தன்னுடைய 'இஸ்லாமியத் தத்துவ இயல்' நூலில் கூறுகிறார். ரசூலும் நபிகள் நாயகத்தின் மரபுகளைப் பேணியே இத்தகைய ஆய்வுகளைச் செய்கிறார். தனிப்பட்ட விருப்பு வெறுப்புகளுக்குட்பட்டு அவருடைய ஞானத்தேடல் அமைந்ததில்லை. அது அழைத்துச்சென்ற பாதையை நோக்கிய பயணம் மாத்திரமே. ஓர் இலக்கியவாதியின் சமூகத்தரிசனம், விரிவான – நீளமான கிளைகளைக்கொண்டது. அது அழகுக்காகக் கத்தரிக்கப்பட்ட அலங்காரச் செடியல்ல. ஒரு படைப்பின் மீது வாசகனுக்குக் கிடைக்கின்ற பிரதி (ஒரு வசதியின் பொருட்டாக இதை "பொருள்" அல்லது "அர்த்தம்" என்பதாக நாம் விளங்கிக்கொள்வோம்.) அவனுடைய மனத்துக்கு இசைவானதாகவும் இருக்கலாம்; முரண்பாடுகளைத் தரக்கூடியதாகவும் இருக்கலாம். அவ்வாறான பார்வையைத்தான் ஹெச்.ஜி. ரசூல் நம்முடன் பகிர்ந்துகொள்கிறார். என்றாலுங்கூட, அவருடைய பார்வையை அப்படியே ஒப்புக்கொள்ள முடியவில்லை. ஏற்பதும் நிராகரிப்பதும் நமக்கான உரிமை. ஆனால், அது விவாதத்திற்கான தளம் என்கிற அளவில் நாம் சுருக்கிக்கொள்ளலாம். இலக்கியமறியாப் பாமரர்களுக்கு மட்டுமே உண்டாகும் எண்ணப் போக்குகள் மார்க்க அறிஞர்களுக்கு உண்டாகலாமா?

ஓர் ஊரின் ஜமாத், மார்க்க அறிஞர்களால் நிரம்பியதல்ல. செல்வந்தர்கள் அல்லது செல்வாக்கு மிக்கவர்களின் அதிகாரச் சபையாகவே அது பெரும்பாலும் செயல்படுகின்றது. நுட்பமனம்கொண்ட படைப்பாளியின் தேடலுக்கும் அதிகாரம் கட்டமைத்த தலைவர்களின் தேடலுக்கும் பொருந்திவரும் புள்ளிகள் எவையுமில்லை. மாநில ஜமாத்துல் உலமாசபை இதை நன்கு புரிந்து கொண்டுள்ளது.

இதில் இன்னும் பரவலான கவனத்தைக் கோரி கடந்த 7.9.2007இல் சென்னையில் தமிழ்ப் படைப்பாளிகளின் முன்னணி ஒரு கூட்டத்தை ஏற்பாடு செய்தது. மூத்த எழுத்தாளர் பா. செயப்பிரகாசம் தலைமையேற்ற இக்கூட்டத்தில் அவரும் அதில் பங்கேற்ற இந்தியக் கம்யூனிஸ்ட் கட்சியின் மாநிலத் துணைச் செயலாளர் தோழர் சி. மகேந்திரன், கவிஞர் இன்குலாப், வ. கீதா,'ஸ்டெப்ஸ்' டி. ஷெரீஃபா பேகம், எழுத்தாளர் அழகிய பெரியவன் ஆகியோரும் பல விமர்சனங்களை முன்வைத்துப் பேசினார்கள். இதில் கலந்துகொண்டவர்கள் அனைவரும் முஸ்லிம்களின் நேசசக்திகள் என்பது வலிந்து கூறப்பட வேண்டிய முக்கிய விஷயமாகும். அவர்களின் விமர்சனங்கள் முஸ்லிம்களின் நடைமுறைக் கோளாறுகள், புரிதல்களில் உள்ள போதாமை பற்றியே இருந்தன. அவை இஸ்லாத்தின் மீதோ அதன் சமூகப் புரட்சியின்மீதோ தொடுக்கப்பட்ட விமர்சனங்கள் அல்ல. முஸ்லிம்களின் பாதுகாப்பு அரணாய்த்திகழும் அவர்களது ஆதங்கங்களையும் வருத்தங்களையும் மாநில ஜமாத்துல் உலமா சபை கவனத்தில்கொள்ள வேண்டும். முஸ்லிம்களின் சமூகநிலை குறித்த சச்சார் கமிட்டி அறிக்கையின் விளைவுகளிலிருந்து எழுந்துவந்த விமர்சனக்குரல்கள் அவை.

மது இன்றைய இஸ்லாமிய நாடுகளில் எந்த அளவிற்குத் தடுக்கப்பட்டுள்ளது என்பது முக்கியமான கேள்வி. இதுபற்றி அஸ்கர்அலி எஞ்சீனியர் எழுதியுள்ளவற்றையும் பரிசீலிக்க வேண்டும்; என்னவாய் இருந்தபோதிலும் ஊர் விலக்கம் என்பது ஏற்றுக்கொள்ள முடியாத நடவடிக்கை; அதற்கு இஸ்லாத்தில் வழிமுறையில்லை. "அல்குர்ஆனை அதன்மீது உங்கள் உள்ளங்கள் ஒற்றுமைப்பட்டிருக்கும்வரை ஓதுங்கள்; நீங்கள் கருத்துவேறுபாடுற்றால் எழுந்துவிடுங்கள்" என்று நபிகள்நாயகம் கூறியுள்ளார்கள் (ஆதாரம்: ஸஹீஹ் புஹாரி, முஸ்லிம்.)

முஸ்லிம்களின் ஒரே வேதம் குர்ஆன். ஆனால், அதன்மீது கருத்து வேறுபாடு உண்டாகுமேயானால் எழுந்துவிடுங்கள் என்று இறைத்தூதரே கூறுகிறார்கள். வேதத்தையே முதலும் முடிவுமாய் ஏற்றுக்கொண்டு மனத்தையும் வாழ்வையும் அதற்கே ஒப்படைத்துவிட்ட ஒரு முஸ்லிம், அந்த வேதத்திலேயே கருத்து வேறுபாடுகொள்ள முடியுமா? அதை இறைத்தூதரே சொல்லவும் கூடுமா? நபித்தோழர்கள், தாபிஈன்கள் மத்தியிலேயும் கருத்து வேறுபாடுகள் தோன்றியுள்ளன. "இஃலாமுல் முவக்கயீன்" என்ற இமாம் இப்னுல் கையும் அவர்களின் நூலில் நபித்

தோழர்களுக்கு இடையே ஏற்பட்ட கருத்து வேறுபாடுகள் சொல்லப்பட்டுள்ளன. இங்கே நாம் சொல்ல விரும்புவது கருத்து வேறுபாடுகள்பற்றி மாத்திரமல்ல; எவ்வளவு கருத்து வேறுபாடுகள் தோன்றியபோதும் அவர்கள் ஒருவருக்கொருவர் பிளவுபட்டுப்போய் விடவில்லை. அவர்கள் இஸ்லாமிய உணர்வின் மீதூறி நின்ற சகோதரத்துவ மனப்பான்மையுடன் தொடர்ந்து அவர்கள் நேசம் பூண்டவர்களாகவே திகழ்ந்தார்கள். கருத்து வேறுபாடுகளை முஸ்லிம் சமூகத்துக்கான அருள் எனக் குறிப்பிடுவோரும் உண்டு. அதனை எவ்வாறு அணுகவேண்டும் என்பதே கவனத்திற்குரியது. இதுபோன்ற விளக்கங்கள், இஸ்லாத்தில் ஊர் விலக்கத்திற்கு அனுமதியில்லை என்பதாகவே பொருள் கொள்ளப்பட வேண்டும். அதிகாரப் புள்ளியுடன் இழைந்தோடும் ஊர் ஜமாஅத்திற்கு இத்தனை ஆய்வுகளும் பரிசீலனைக்குப் போயிருக்கமாட்டா என்பது நிச்சயம். எனவே, மாநில ஜமாஅத்துல் உலமா சபை குமரி மாவட்ட ஜமா அத்துல் உலமாவிற்கும் தக்கலை ஜமாத்தார்க்கும் தக்க அறிவுரை வழங்கி வழிகாட்டுவது, அது இதுகாறும் கடைப்பிடித்த பொறுமைக்கான பலனாகும்.

***காலச்சுவடு* இதழ் 95, நவம்பர் 2007**

புனத்தில் குஞ்ஞப்துல்லாவின் படைப்புலகம்

(நாவல்கள்)

மனிதர்களுக்கும் மார்க்கத்திற்குமான உறவுகளை மனிதர்களுக்கும் மனிதர்களுக்குமான உறவுகளாக மாற்றத் துடிக்கிற கதையே மீஸான் கற்கள். மீஸான் கல் என்றால் சமாதியின் மீதான அடையாளப் பலகையாகும். மரணத்தின் பல்வேறு தன்மைகளையும் அதன் வலிகளையும் சொல்லுகிற கதைக்கு இதைவிடப் பொருத்தமான பெயர் வேறு இல்லை. மரணத்திற்கான சுவடுகளை எந்த இடத்திலும் அறியக்கூடிய வாய்ப்புகளை இந்நாவல் தருகின்றது; அதற்காகக் கதை சொல்லப்படுவதிலோ சம்பவங்கள் அடுக்கப்படுவதிலோ படைப்பாளிக்கு எவ்விதப் பதற்றமுமில்லை.

கதைக்களத்தில் நுழைகின்ற யாராயினும் குறிப்பிட்ட பங்களிப்பிற்கு உரியவர்களாக இருக்கிறார்கள். வளையல்காரி மாதவிச்செட்டி ஓர் இடத்தில்தான் குறிப்பிடப்படுகிறாள். ஆனால், அதிர்வலையை ஏற்படுத்தியபடி காட்சிப் புலனிலிருந்து மறைகிறாள். அறக்கல் இல்லத்தின் மகிமை அது. இதுபோல எண்ணற்ற மனிதர்களுக்கும் அறக்கல் இல்லத்திற்குமான உறவுகள் வலுவடைந்திருக்கின்றன. ஆனாலும், மரணம் எல்லாவற்றையும் தட்டிப் பறிக்கிறது.

கதையின் நடுநாயகமான பூக்கோயா தங்ஙளின் வாழ்க்கை அதிசயங்களும் மர்மங்களும் நிறைந்தது.

எல்லா மனிதர்களையும் அவர் தன் கட்டுக்குள் கொண்டுவருவது அதிகாரத்தினால் அல்ல. கிராமத்தின் பெரிய வீடு என்பது, அந்தக் கிராமத்தை ஆட்சி செய்கின்ற அதிகார மையமாகவும் உள்ளது. அறக்கல் இல்லமும் அதிகார மையம்தான்; ஆனால், அந்த அதிகாரம் பலவீனமான நிலையில் இருக்கின்றது. பூக்கோயா தங்ஙளின் அதிகார வரம்பு ரசிக்கும்படியாக இருக் கின்றது. அவருடைய நம்பிக்கைக்குரிய கணக்கர் பப்புக் கன்னாரனின் மனைவிக்குக் குப்பாயம் மாட்டும் நிகழ்ச்சி அது. மார்பை மறைக்க வேண்டும் என்கிற எண்ணமில்லாத கணக்கரின் மனைவியிடம் இரண்டு பசங்களை ஏவிவிட்டு அவள் முலைகளைக் கசக்கவைக்கிறார் தங்ஙள். அதன்பின் தான் அவள் குப்பாயம் மாட்டுகிறாள்.

கதையின் போக்கு அலாதியானது. நம்மிடையே காலங்காலமாகப் புனையப்பட்ட தொன்மங்களிலிருந்து வேர் பிடித்துக் கிளைபிரிகிற நாவல். மலையாள நாவல்கள் முற்போக்கு இலக்கியங்களின் ஆதர்சமாக இருப்பவை. வர்க்க உணர்வுகள், முரண்பாடுகள், மோதல்கள் எனும் வளர்ச்சிப் போக்குகளைக் கொண்டவை. ஆனால், மீஸான் கற்கள் புனைவாக விரியும்போது, சமூகப் பொருளாதாரத்தின் முரண்களோ மோதல்களோ நேரடியான எழுத்துகளில் சொல்லப்படவில்லை. நாவலில் கம்யூனிஸப் புரட்சி பற்றிய அத்தியாயம் திடீரென்று குறுக்கிடுகின்றது. புரட்சியின் வேகம் சொல்லப்படும் சமயம் இது என்று வாசகன் நினைக்கும்பொழுதே, அந்தப் புரட்சி நசுக்கப்பட்டு, விட்டதற்கான அறிவிப்புடன் நாவல் மீண்டும் தன் பழையதளத்திற்கே திரும்புகின்றது.

இந்த நாவலில் ஒலிக்கும் முதல் குரல் மரணத்தைப் பற்றிய அறிவிப்புதான். தலைப்புக்கேற்றபடி நிறைய மரணங்கள் நிகழ்ந்தபடியுள்ளன. அனேகமாக நாம் காணும் பாத்திரங்களில் நிறையபேர் மாண்டு போகிறார்கள். மரணம் பொது. அது வந்து சேரும் வழிகள் பல. அப்படியாகத்தான் விதவிதமான மரணங்கள். அவை நம் சொந்த இழப்புகளாக மாறுகின்றன. கொண்டாடப்படும் மரணம் என ஏதுமில்லை. வாழ்க்கையின் முடிச்சுகளில் உயிர்விடுகிற தருணங்கள், அவற்றின் விசித்திரங்கள் என அவையெல்லாம்தான் இந்தப் படைப்புக் கலைக்கு ஜீவத்துடிப்பை வழங்குகின்றன. நேரிடும் பிற மரணங்களை யூகித்துக்கொள்ள நமக்கிருக்கும் வாய்ப்பு, பூக்கோயா தங்ஙளின் மரணத்திற்கு மறுக்கப்படுகின்றது. கதையின் நாயகம் வீழ்ந்த பின்னும் நாவலின் பயணம் முடிவுறவில்லை. கதையின் முடிவை அடைவதற்குள் நாம் பலவித அதிர்ச்சிகளாலும் சுருண்டுவிடு கிறோம்.

நாவலின் முக்கிய அம்சம், கேரளக் கலாச்சாரத்துடன் இஸ்லாம் மார்க்கம் பின்னிப் பிணைந்துள்ளதை ஒவ்வொரு வாசகனும் உணர்ச்சிகொள்ளும்படியாகச் சொல்லப்பட்டிருப்ப தாகும். பூக்கோயா தங்ஙள் வாழ்க்கையின் நெடுகிலும் இஸ்லாமும் மலையாள மண்ணும் கலந்துறவாடுவதைக் காணலாம். பூக்கோயாவைப் பற்றிய மக்களின் கருத்து, அவர் கொலை யுண்டதற்கான காரணத்தைக் கொண்டும் மாறவில்லை. இஸ்லாமிய வாழ்க்கை நெறிமுறைகளைத் தன் கிராமத்தினரோடு அவர் பலவழிகளிலும் பொருந்திக்கொள்கிறார். இருப்பினும் எல்லா மனிதர்களுக்கும் உரிய பலவீனத்தில் இருந்து மட்டும் அவரால் மீளமுடியவில்லை. அது அவருடைய சாவையே வேண்டி நின்றிருக்கின்றது.

தங்ஙள், நவீன உலகின் பணக்காரர் போன்றவர் அல்ல. வாப்பா இறந்தபின் அவருடைய சிங்கப்பூர் வியாபாரத்தைக் கவனிக்கச் செல்கிற தங்ஙள் அந்த வியாபாரத்தை அமோகமாக விருத்தி செய்கிறார். ஊருக்குத் திரும்பும்போது, காடும் மலையுமாக வாங்கிப்போடுகிறார். அவருடைய கணக்கர் பப்புக் கன்னாரனின் வேண்டுகோளின்படி சிங்கப்பூர் வியாபாரத்தை மூட்டை கட்டிவிட்டு, தான் சம்பாதித்தது போதும் என்று சொந்த ஊருக்கே திரும்புகிறார். வாழ்க்கையை அனுபவிக்க மட்டுமே வந்தவர் என்பதால் அவருடைய நிலப்பிரபுத்துவ ஆதிக்கம் சொல்லப் படாமல், துண்டுதுண்டாய் நிகழும் சம்பவங்கள் மட்டுமே சொல்லப்பட்டுள்ளன. ஆனாலும், தங்ஙளின் கொலைக்குப் பின்னர் உண்டாகும் கதைப்போக்கில் சமூக மோதல்களும் ஆணாதிக்க முயற்சிகளும் பேசப்படுகின்றன. தங்ஙளின் மனைவி ஆற்றபீவி, அவருடைய மரணத்திற்குப்பின் அறக்கல் இல்லத்தை நிர்வகிக்க முன்வருகிறாள். திடீரென்று உள்ளே நுழையும் பட்டாளத்தான் இபுறாகியும் அதே நோக்கில்தான் வருகிறான். ஆரம்பத்தில் அவனைச் சற்று எட்டவே நிறுத்தி அவனது அதிகாரம் மேலெழும்பவிடாமல் தடுக்கிறாள் ஆற்றபீவி. ஆயினும் அவனுடைய ஒத்துழைப்பு அவளுக்கு வேண்டும். இது இபுறாகி தலையெடுக்க உதவுகிறது. ஓர் ஆணின் நிழலிலிருந்து அதிகாரத்தைப் பிரயோகிக்க முனைந்தால், அந்த நிழலும் பெண்ணை அடிமைப்படுத்துகிறது. ஆற்றபீவி – இபுறாகி இணை மூலம் இது அற்புதமாகச் சித்தரிக்கப்பட்டுள்ளது. இந்நாவலின் எண்ணற்ற கதாபாத்திரங்களிடையே கடைசியில் எஞ்சியிருப்பவர்களும் இந்த இருவர்தான். அறக்கல் இல்லத்தின் வாரிசு பூக்குஞ்ஞி பீவியின் மரணத்துடன் நிறைவடைகிறது நாவல். வேறு சிலரின் வாழ்க்கை முடியவில்லை. ஆனால், அறக்கல் இல்லத்துடனான தங்ஙளின் உறவைத் துண்டித்தபடியே வெளியேறிவிடுவதால் அதுவும் மறைவாகவே கருதப்படும்.

மீஸான் கற்கள் நாவலின் இடைவெளிகளை நிரப்பி வைக்கிறது மஹ்ஷர் பெருவெளி. காலத்தால் சற்றே பிந்திய நாவல் இது. உலகின் எந்த மூலையிலிருந்தாலும் ஒரு பெரிய குடும்பம் சிதைவது நடக்கும். மீஸான் கற்களின் தளத்திலிருந்து இந்தக் கதை நேரடியாகவே வியாபாரம், அதனோடு மனிதர்களின் பிணைப்பு, வாழ்க்கைப் பரப்பைச் சூதாட்டக்களமாக விரிவுபடுத்துவது எனக்கதை நேர்க்கோட்டில் பயணித்தபடி உள்ளது. இந்த மோதல்களில் உண்டாகும் சிற்றலைகள் ஒவ்வொருவரையும் வெவ்வேறு திசைகளில் வெவ்வேறு குணாம்சங்களுடன் ஒதுக்கித் தள்ளுகின்றன. நல்ல குணங்களுடன் யாரும் தனித்துவமாக வாழ முடியவில்லை. தீமையையும் இரக்கமின்மையையும் கொண்டுள்ள வர்களை வாழ்க்கை தானே கைப்பிடித்து அழைத்துச் செல்கிறது. கண்ணுக்குத் தெரியாமல் வருகின்ற சூத்திரக் கயிறுகளின் அசைவுகள் கற்பிதம் செய்ய முடியாதவையாய் இருக்கின்றன. அவை பெண்களைப் போகப்பொருள்களாக ஆக்குவதில் திறம்படச் செயல்புரிகின்றன. இந்த வாழ்வின் சூட்சுமங்களைத் தொட்டுப் பார்க்காத பெண்களுக்கே தெரிகின்றது, தாங்கள் போகப் பொருளாகத்தான் இருக்க முடியும் என்பது. அதனால் தான், எல்லா வலியகரங்களுக்கும் தங்களை ஒப்படைத்துக் கொள்கிறார்கள் பெண்கள்.

யாக்கோபு தாத்தாவும் அவருடைய சகோதரர்களும் கதையின் முக்கியக் கதாபாத்திரங்கள். இஸ்மாயில், ஏலியா, மாமோன் என்று முக்கியமான பலர் நடமாடுகிறார்கள். ஆனாலும் வாழ்க்கையை இன்பமயமாகக் கழிக்கிற மூஸாமேனின் மூலம்தான் நாவல் நகர்கின்றது. மலையாளச் சமூக வாழ்வின் யதார்த்தத்தில் காலூன்றியும் பல தொன்மங்களின் வழியாக அந்தரத்தில் மிதந்தும் இந்த நாவல் நம்மை வசீகரிக்கின்றது.

யாக்கோபின் தம்பி இஸ்மாயிலும் அவருடைய மனைவி ஏலியாவும் குறிப்பிடத்தகுந்தவர்கள். இஸ்மாயில் ஒரு கவிஞர். கவிதை எழுதும் நாள்களில் பித்துப்பிடித்து அலைகிறார். ஹைதராபாத் கவியரங்கிற்குப் போகிற இஸ்மாயில், அதன் பிறகு திரும்பவேயில்லை. தன்னுடைய 97ஆம் வயதில் மரணமடையும் ஏலியா, அந்த நாள்வரைக்கும் கணவரை எதிர்பார்க்கிறார். ஏலியாவுக்கு வாய்த்த முழு வாழ்க்கையுமே நினைத்துப்பார்க்க முடியாத பெரும் சோகத்திற்கு உரியது. சாரா, சிவசங்கரி போன்ற பெண்கள் கைவிட்டுக் கைமாறிச் செல்லும் பண்ட பாத்திரங்கள் போல ஆகிவிட்டார்கள்.

மீஸான் கற்களில் ஓர் அத்தியாயத்திற்குள் முடிந்துவிடும் கம்யூனிஸ்டுகளின் புரட்சி, மஹ்ஷர் பெருவெளியில் விரிவான

அளவில் இடம்பெறுகின்றது. அல்காரா அரண்மனையின் நிலபுலன்கள் அரண்மனை வாரிசுகளின் கண் முன்னாலேயே பறிக்கப்பட்டுவிடுகின்றன. அதன் பிறகு தடம்புரண்ட வாழ்க் கையை வாழ்வதற்கு அல்காரா பிரஜைகள் முயற்சிகள் மேற்கொள் கிறார்கள். காலமாற்றத்தை ஏற்றுக்கொண்டால் வாழலாம் என்னும் நிலையில் நாவல் முடிகின்றது.

புனத்தில் குஞ்ஞப்துல்லாவின் படைப்பு குறித்துப் பிரபல எழுத்தாளர் பால் சக்கரியா குறிப்பிடுவது கவனத்திற்குரியது. "கதை மரபுகளையும் விஞ்ஞான மரபுகளையும் மேனாட்டவர்கள் சுவீகரித்துக்கொண்டது இஸ்லாமியக் கலாச்சாரங்களிலிருந்துதான்; ஆனால், இன்று அதை அவர்கள் இழந்துவிட்டார்கள்." உலக அளவில் பெட்ரோலிய வளம் மிகுந்த முஸ்லிம் நாடுகளும் ஏனைய நாடுகளில் வாழும் முஸ்லிம்களும் இதைக் குறித்து இன்னும் சிந்தித்தபாடில்லை. இராக்கின் மீது போர்தொடுத்து இராக்கின் புராதனச் சின்னங்களை அழித்தொழிக்கின்றது அமெரிக்கா. முஸ்லிம்களின் கணிசமான பிரிவு, இஸ்லாத்தைத் தூய்மைப்படுத்துவதாகச் சொல்லி அதன் கலை மரபுகளையும் சூஃபி ஞானமரபையும் இழிவுபடுத்திப் புறம்தள்ளுகின்றது. இத்தகைய அழிவுப் பாதையிலிருந்து மீள்வதற்கான படைப் பாளுமைகள் எனக் குஞ்ஞப்துல்லா நமக்குத் தெரிகிறார்.

புனத்திலின் இரண்டு நாவல்களையும் ஒருசேர வாசிக்கும் போது, புதிய அனுபவங்கள் உண்டாகின்றன. பல விசித்திரமான மனிதர்கள், பெரிய நிலச்சுவானான பூக்கோயா தங்ஙளை முன்னிறுத்திப் படைக்கப்படுவது நிலச்சுவான்தார் வாழ்க்கை யல்ல, மக்களோடும் மண்ணோடும் கலந்துவிட்ட இஸ்லாமியப் பண்பாட்டின் உணர்வுபூர்வ எழுச்சிதான். இஸ்லாமியத் தொன் மங்களையும் அதன் ஞானமரபுகளையும் மலையாள மண்ணின் வாசனையோடு நுகர முடிகின்றது.

மலையாள நாவல்களைத் தமிழில் வாசிக்கும்போதெல்லாம் எனக்குள் கிளர்ச்சி ஏற்படுவதுண்டு. மொழிபெயர்ப்பு என்கிற உணர்வு கொஞ்சங்கூட எனக்குத் தோன்றுவதில்லை. அந்த அளவிற்கு மிகத்திறமையான மொழிபெயர்ப்பாளர்கள் தமிழில் நிறைந்துள்ளார்கள். ஆனால், மலையாளத்திலுள்ள இஸ்லாமியப் படைப்புகளும் இப்படி இனிய நடையில் மொழி பெயர்க்கப்படலாம் என்று நான் எண்ணிப் பார்த்ததில்லை. குளச்சல் மு. யூசுப், மொழி பெயர்ப்பாளர் என்கிற நிலையைத் தாண்டி இன்னொரு படைப்பாளராகவே தோன்றுகிறார்.

காலச்சுவடு இதழ் 94, அக்டோபர் 2007

எழுத்தும் எதிர்ப்பும்

தஸ்லிமா நஸ்ரீன் அண்மையில் மதவாதிகளால் தாக்கப்பட்டிருக்கிறார். ஹைதராபாத்தில் அவருடைய நூலின் மொழியாக்கம் வெளியிடப்பட்டபோது இந்தத் தாக்குதல் நடந்துள்ளது. தாக்குதல் நடத்தியவர்கள் சாதாரணமானவர்கள் அல்ல. தாக்கிய நபர்களின் அந்தஸ்து சாதாரணத் தொண்டர்களிலிருந்து சட்டமன்ற உறுப்பினர்கள் என்கிற நிலைக்கு உயர்ந்துள்ளது. மதவாதம் தன்னைப் புதுப்பித்துக்கொண்டே வரும்போது, தன் மேம்பாட்டை உணர்த்திக்கொள்வதற்கான அடையாளமாகத் தன் அடியாள்களின் நிலையையும் உயர்த்திக்கொள்ளும் போலும்.

இந்தத் தாக்குதல் எல்லோரையும் அதிர்ச்சிக்கு உள்ளாக்கியுள்ளது. ஆனாலும் ஆறுதலான செய்தி இல்லாமலில்லை. குடியரசுத் துணைத்தலைவராகத் தேர்ந்தெடுக்கப்பட்டிருக்கின்ற ஹமீத் அன்சாரிக்கு, தன் கண்டனத்தைப் பதிவுசெய்வதுதான் முதல் வேலையாக அமைந்துள்ளது. வெற்றிபெற்றபின் நிருபர்களுக்கு மத்தியில் தோன்றிய அவர், வேறெந்தப் பின்விளைவுகளையும் மனத்தில் கருதாது உடனடியாகவே செயல்பட்டிருப்பது நல்ல செய்தி.

'லஜ்ஜா' நாவலை எழுதியது முதற்கொண்டே தஸ்லிமாவுக்குச் சோதனைக்காலம் ஆரம்பமாகி விட்டது. அந்தநாவல் உரியமுறையில் புரிந்துகொள்ளப் படாதது பெரிய சோகம். முஸ்லிம்களின் சில தவறான நடைமுறைகளுக்கு எதிராக அவர் குரல் கொடுத்திருப்பதையும் மதஅடிப்படைவாதிகளால்

பொறுத்துக் கொள்ள முடியாமல் போய்விட்டது. ஒரு பெண்ணின் எதிர்ப்பும் எழுத்துகளும் மதத்தின் 'நியாய சபைக'ளில் ஏற்றுக் கொள்ளப்படுவதில்லை. பரிசீலனைக்குரிய விசயமாகக்கூட அவை கருதப்படமாட்டா. மனிதசக்திக்கு மீறிய காலஓட்டத்தினால்தான் எல்லா மதங்களின் அடிப்படை வாதிகளும் 21ஆம் நூற்றாண்டில் வந்து விழுந்துகிடக்கிறார் களேதவிர, தம் சிந்தனை மரபுகளாலும் நாகரிக உந்துதலினாலும் இங்கு இன்னும் அவர்கள் வந்துசேரவில்லை. அதனால்தான் கலை வெளிப்பாடுகளும் கருத்து வெளிப்பாடுகளும் தொடர்ந்து தாக்குதலுக்கு உள்ளாக்கப் படுகின்றன. தஸ்லிமா நஸ்ரீன்மீதான தாக்குதலில் சம்பந்தப் பட்டவர்கள் இந்த மாறாத உண்மையைத்தான் மீண்டும் உணர்த்தி யுள்ளார்கள். மஜ்லிஸ் இதேஹாதுல் முஸ்லிமின் அமைப்பின் சட்டமன்ற உறுப்பினர்கள் நாகரிகச் சந்தையில் வேறு எதையும் கொள்முதல் செய்பவர்களல்ல. மதவாதிகளிடம் நிரந்தரமாகத் தங்கியிருப்பது கும்பல்ரீதியாகச் செயல்படும் கோழைத்தனமே!

மத அடிப்படைவாதத் தன்மையை அவர்கள் ஆண்டுக்காண்டு புதுப்பித்துக்கொண்டிருப்பது மதத்தின் மீதான பற்றுதலினால் அல்ல; குர் – ஆனின் மீதான மரியாதையினால் அல்ல! இவற்றின் மீதான புரிதலை அவர்கள் வளர்த்துக்கொண்டிருந்தால், தஸ்லிமா நஸ்ரீனுக்கு எதிராக எழுதும் இன்னொரு பேனா அவர்கள் கைக்கு வந்து சேர்ந்திருக்கும். எப்போது மாற்றுக்கருத்துகளை மக்கள் புரிந்துகொள்ளும்படிச் சொல்ல முடியவில்லையோ அப்போதெல்லாம் தாக்குதல் மட்டுமே அடிப்படைவாதிகளுக்குக் கைவந்தகலையாக இருக்கின்றது. புரிந்துகொள்ளும்படிச் சொல்லமுடியாத காரணம் என்ன? மாற்றுக்கருத்துகளை அவர்களால் குர் – ஆனிலிருந்தும் ஹதீஸிலிருந்தும் பெற முடியாமல் போவதே. குர்ஆனையும் ஹதீஸையும் காலங்காலமாக வாசித்துக்கொண்டிருப்பது ஆணாதிக்கம் மட்டுமே! ஆண்கள் நிரம்பிய சபைகளில் ஆண்கள் மாத்திரம் நிகழ்த்தும் மார்க்க உரைகள் ஒரு சிற்றோடை போலவே முஸ்லிம் சமூகத்தை வந்து சேருகின்றது. பல்வேறு தரப்பினருக்கும் இது போதாமையாக இருக்கின்றது.

சமூகத்தின் பிரதிநிதிகளாக மத அடிப்படைவாதிகள் முன்னகர்ந்து வரும்போது, அங்கு தர்க்க நியாயங்களுக்கு இடமிருப்பதில்லை; அவர்கள் ஆண்களாகவே இருப்பது கூடுதல் கெட்ட அம்சம்! தஸ்லிமா நஸ்ரீனின் பெண்ணுரிமைக் கருத்துகள் நான்குகால் பாய்ச்சலைக் கொண்டவை. அவை தவறானவை எனச் சமூகம் கருதினால், அதற்கான காரணமும் சமூகத்தின் நடைமுறைகளுக்கு உள்ளேதான் உள்ளது. இதைச் சமூகம் திருத்திக்கொள்ள முன்வந்திருக்கவேண்டும்.

தஸ்லிமா நஸ்ரீன் மீதான தாக்குதல் நடந்த இந்தக் காலகட்டத்தை ஒருமுறை சிந்தித்துப் பாருங்கள். முஸ்லிம்களின் வாழ்வு நாலா திசைகளிலிருந்தும் பெரும் தாக்குதலுக்கு உள்ளாகியிருக்கின்றது; இவர்களோ தஸ்லிமாவைத் தாக்கிக் கொண்டிருக்கிறார்கள். முஸ்லிம் சமூகத்தை அப்பட்டமாகப் படம்பிடித்துக்காட்டிய சச்சார் குழு அறிக்கை, அதன் தொடர்பாக எழுந்த இட ஒதுக்கீடு சம்பந்தமான பலத்த கூக்குரல், மும்பைக் குண்டுவெடிப்புகளில் ஏராளமான முஸ்லிம்கள் மரணதண்டனை முதல் ஆயுள் தண்டனைவரை பெற்றிருப்பது, இதுபோன்ற தண்டனைகளை எதிர்பார்த்துக்கொண்டிருக்கும் கோவைக் குண்டுவெடிப்புக் குற்றவாளிகள், முஸ்லிம்கள்மீது மட்டுமே திரும்பத் திரும்பக் குத்தப்படும் பயங்கரவாத முத்திரை, இந்தியப் பாதுகாப்புத் துறையும் – மாநிலக் காவல் துறைகளும் முஸ்லிம்கள்மீது மேற்கொள்ளும் என்கவுன்ட்டர்கள், காஷ்மீர்ப் பிரச்சினை, இராக்–இரான்–ஆப்கன்–எல்லாவற்றுக்கும் மேலான நிரந்தர பாலஸ்தீனப் பிரச்சினை, ஆஸ்திரேலியாவில் டாக்டர் ஹனீஃப் நடத்தப்பட்டவிதம் என இவையெல்லாமும் பின்னிப் பிணைந்து முஸ்லிம்களை வதைத்துக்கொண்டிருக்கின்றன. ஒவ்வொரு முஸ்லிமும் உலகப் பயங்கரவாதியாகச் சித்திரிக்கப்பட ஒரு தூசு அல்லது துரும்பு போதும்! ஆனால், இங்குள்ள வர்களும் வேறெங்கு உள்ளவர்களும் மத அடிப்படைவாதப் பிரச்சினைகளில் மட்டுமே இணைகிறார்கள்; போராடுகிறார்கள். மும்பை, கோவைக் குண்டுவெடிப்புகளில் தீர்ப்புகள் வெளிவந்திருக்கும் இச்சமயத்தில், முஸ்லிம்கள் அரசியல் விழிப்புணர்வு பெறவேண்டிய காரணிகள் உள்ளன. அந்த இரண்டு நகரங்களிலுமான குண்டு வெடிப்புகளுக்குப் பின்னாலும் அந்நகரங்களில் பயங்கரமான வன்முறைகள் வெடித்துக் கிளம்பின. அவற்றில் நூற்றுக்கணக்கான முஸ்லிம் பெண்கள் வன்புணர்ச்சிகளுக்கு ஆளாயினர்; முஸ்லிம் மக்களின் சொத்துகள் அழிக்கப்பட்டன; அவர்கள் வேறிடங்களுக்கு விரட்டப்பட்டார்கள். பலர் ஊனமடைந்தனர். இத்தகைய கொடூரங்களுக்கு இன்னும் வழக்குகள் பதிவாகவில்லை; குற்றப் பத்திரிகைகள் இல்லை; விசாரணை இல்லை! நீதி இல்லை. ஆனால், இதற்குப் பின்னர் நடந்தவற்றிற்கு வழக்கு முடிந்து மரண தண்டனை வரை வந்தாகிவிட்டது. மும்பைக் கலவரங்களை விசாரித்து எல்லா உண்மைகளையும் கோரங்களையும் வெளிப்படையாக அறிவித்திருக்கின்றது ஸ்ரீ கிருஷ்ணா கமிஷனின் அறிக்கை. இதற்கெல்லாம் முஸ்லிம்கள் போராடியே தீரவேண்டிய நெருக்கடி இருக்கின்றது; நீதி நியாயங்களைக் கோரிப் பெறும் அவசியம் இருக்கின்றது. இந்தப் போராட்டங்களை முன்னெடுக்க, நீதியின் குரலை முழக்க இன்று இங்கே இஸ்லாமிய அமைப்பு

இல்லை. முஸ்லிம் ஜமாத்தும் தீர்மானங்கள் நிறைவேற்றவில்லை; யாருக்கும் அதைப் பற்றிய அக்கறையில்லை. ஆனால், தஸ்லிமாவை அடித்து விரட்டும் அளவுக்கு வீரம் மண்டிக்கிடக்கின்றது.

மற்றொரு பிரச்சினையில் கவிஞர் ஹெச்.ஜி. ரசூலின் மீது நடவடிக்கை எடுக்கப்பட்டுள்ளது. இஸ்லாத்தில் குடிக் கலாச்சாரம் குறித்த அவருடைய கருத்தரங்கக் கட்டுரைக்காக ஊர்விலக்கம் செய்யப்பட்டிருக்கிறார் ஹெச்.ஜி. ரசூல். அவருடைய கட்டுரை மறுக்கப்படவோ தவறானது என்று சுட்டிக்காட்டவோ நிறைய வாய்ப்புகள் உள்ளன. இதுபோன்ற சந்தர்ப்பங்களைப் பயன்படுத்தி இஸ்லாம் குறித்து இன்னும் ஆழமான ஆய்வுகளை மேற்கொள்ளலாம். ரசூல் சுட்டிக்காட்டுகிற அனைத்தும் தக்க ஆதாரங்கள் கொண்டவை என்று அவர் கூறுகிறார். இதனை மேலும் பரிசீலிக்க வேண்டியது அவசியம். நம்மைச் சூழ்ந்துள்ள திருமண உறவு முறைகள், வணிக உறவுகள், அரசியல் தொடர்புகள் மற்றும் பிற நெருக்கடிகளில் இஸ்லாமியக் கோட்பாட்டின் ஏதாவது ஓர் எல்லையை நாம் மீறிக்கொண்டே இருக்கிறோம். அவை கேள்விக்குள்ளாக்கப்படுவதில்லை. அதை வெளிப்படுத்தும் கலை, இலக்கியச்செயல்பாடுகள் தாக்குதலுக்கு உள்ளாகின்றன. முஸ்லிம்களின் சமூகச்சூழலில் இதுபோன்ற நடவடிக்கைகள் கடும் சேதங்களை உண்டாக்கும். ஆய்வுகளை முன்வைப்போர் எதிரிகளாகப் பாவிக்கப்படுவது கடும் தவறு. பண்டைய யுத்த தந்திரங்களிலேயே மூழ்கிமூழ்கி, பொது எதிர்மையின் அடையாளத்தை மறந்துவிட்ட சமூகமாக முஸ்லிம் சமூகம் ஆகிக்கொண்டிருக்கிறது. தன் நிழலை எதிரியாக்கி அந்நிழலோடேயே சண்டைபோட பயிற்சி கொடுக்கப்படுகின்றது முஸ்லிம் சமூகத்திற்கு! உள் முரண்களுக்கு ஒன்று கூடும் முஸ்லிம்கள், எப்போது வெளியுலகைப் பார்ப்பார்கள்? சுயமான தங்கள் அரசியல் சக்தியை மீட்டெடுக்கும் அவசியத்தை எப்போது உணர்வார்கள்?

காலச்சுவடு இதழ் 93, செப்டம்பர் 2007

தமிழ் முஸ்லிம்களும் உருது முஸ்லிம்களும்

பிரஸாந்த் மோரே எனப்படும் ஜே.பி.பி.மோரே தென்னிந்திய முஸ்லிம்களின் அரசியல் ஈடுபாடு பற்றிய ஆய்வாக இந்நூலை எழுதியுள்ளார். இந்திய முஸ்லிம் வரலாறு என்றால் அது தென்னிந்திய முஸ்லிம்களை மையப்படுத்தாமல், வட இந்திய முஸ்லிம்களின் வரலாற்று நிழலாகவே பார்க்கப் பட்டு வந்துள்ளது. அதிலிருந்து மாறுபட்ட பார்வையை இந்நூல் வழங்க முயற்சி செய்கிறது. முனைவர் பட்டத்திற்கான அவருடைய ஆய்வுதான், 'முஸ்லிம்களின் அரசியல் பரிணாம வளர்ச்சி – தமிழ்நாடு மற்றும் சென்னை 1930 – 1947' எனப்படும் இந்நூல்.

தென்னிந்திய முஸ்லிம்களின் வாழ்க்கை மிக இயல்பாகவும் அரசியல் குறித்த சிந்தனைகளை அலட்சியப்படுத்தியதாகவும் இருந்துள்ளது. முஸ்லிம்கள் அவர்களாகவே எழுச்சிபெற்று அரசியல் அதிகாரத் தைக் கைப்பற்ற முனைந்ததில்லை. இஸ்லாமிய வாழ்க்கை போதும் என்கிற எண்ணம் மேலோங்கியவர்களாக இருந்து வந்துள்ளார்கள். முஸ்லிம்களுக்குள்ளே பலமாக வேரூன்றிய தப்லீக் இயக்கம் இப்போதும் அரசியலை வெறுக்கின்றது. அரசியல் எழுச்சி இஸ்லாமிய உணர்வுகளை மழுங் கடித்துவிடும் என்று அது கற்பிதம் செய்து

கொண்டிருக்கிறது. முஸ்லிம்கள் அரசியல் விழிப்பை அடைய விடாமல் தடுப்பதிலும் அது முனைந்து செயல்பட்டு வருவதைக் காணமுடியும்.

உலகத் தலைவர்களைப் படுகொலை செய்வதைத் தங்களின் ஏகாதிபத்திய உரிமையாகவே கருதும் அமெரிக்க சி.ஐ.ஏ.யினுடைய முன்னாள் அதிகாரி கிரகாம் இ புல்லர் 'இஸ்லாமின் எதிர் காலம்' என்ற தன்னுடைய நூலில் தப்லீக் ஜமாத்தை இவ்வாறு வர்ணிக்கிறார் : "அமைதியான அரசியல் கலப்பில்லாத இயக்கம்". அதேபோல கலிபோர்னியா பல்கலைக் கழக அறிஞரான பார்பரா மெட்காஃப் தெற்காசிய இஸ்லாம் குறித்த தனது ஆய்வில், "அரசியல் கலப்பில்லாத மத அடிப்படை மறுமலர்ச்சிக்கான அமைதியான இயக்கம்" என்று கூறுகிறார். இந்த இரண்டு மேற்கோள்களிலும் "அமைதி" என்ற சொல் "அரசியல் கலப்பில்லாத" என்ற சொற்றொடரும் இணைக்கப்பட்டிருப்பதைக் கூர்ந்து நோக்குவது அவசியம் (ஆதாரம் : த சண்டே இந்தியன் – 11, ஜனவரி, 2009.) அரசியலை எண்ணாத சமூகம் கல்வி வளர்ச்சியையும் இயல்பாகவே கைவிட்டுவிடும். அப்படித்தான் இந்திய முஸ்லிம்களின் நிலை பரிதாபகரமாக இருந்துதுள்ளது; இப்போதும் இதில் தலைகீழ் மாற்றங்கள் எதுவும் உண்டாகிவிடவில்லை. – சச்சார் குழு அறிக்கை சாட்சியாக! இது மாதிரியான ஆய்வுகளை எவரேனும் முயற்சி செய்தால் அவர்களுக்கான முன்னெடுப்புகளை இந்நூல் எடுத்துக் கொடுக்கும்.

ஆசிரியர் எடுத்துக்கொண்டிருக்கிற இந்தக் கால கட்டம், இந்தியாவின் அரசியல் வரலாற்றில் முக்கிய உச்சத்தைக் கொண்டிருப்பது. பிரிட்டிஷாருக்கு எதிரான விடுதலைப் போராட்டங்கள் பேரளவில் நிகழ்ந்து, அவர்களை இந்தியாவிலிருந்து விரட்டியடித்து வெற்றி பெற்ற கட்டமாகும். இந்தச் சமயத்தில் முஸ்லிம்களின் பங்களிப்பு என்னவாக இருந்தது என்பதை ஆய்வு செய்துள்ளது இந்நூல். ஆதலால் அதற்கு முந்திய நிலை என்ன என்பதையும் ஆசிரியர் ஆய்வு செய்திருக்கிறார். அவற்றுள் புதிய தகவல்கள் அடங்கியுள்ளன.

தென்னிந்திய முஸ்லிம்கள் வணிகத்தில் ஈடுபட்டு, சோனகர்களுடனும் இதர பிரிவினருடனும் அவற்றைக் கையாண்டு வாழ்ந்திருப்பது ஒரு வகை. இஸ்லாமிய நடைமுறைகள் மேலெழும்போது இதர சமூகத்தாருடன் கொள்கிற பிணக்குகள் அல்லது இணக்கங்கள் பிறிதொரு வகை. வணிகத்தில் ஈடுபடும்

முஸ்லிம்கள் அரசியல் ஆதரவைப் பெற முனையாமல், வருங்காலம் குறித்த சிந்தனைகளில்லாமல் இருந்தது பெரிய வேடிக்கை. வணிகத்தை மேம்படுத்துபவர்கள் அந்தந்த நாட்டின் அல்லது பகுதியின் தலைநகரங்களிலோ, வியாபார மேம்பாட்டுப் பகுதிகளிலோ தங்கள் நிறுவனங்களை விஸ்தரித்துக் கொள்வதே இயல்பானது. தமிழ் முஸ்லிம்கள் வெளிநாட்டினருடன் தொழில் தொடர்புகளை வைத்துக்கொண்டிருந்தாலும் சென்னையில் வந்து காலூன்றவில்லை. அவர்களுடைய அதிகபட்ச தொடர்பாக இராமநாதபுரம் இராஜாவுடன் அம்மாவட்ட முஸ்லிம்கள் உறவுகளை வைத்துக்கொண்டிருந்தார்கள். கடலூருக்கு அருகிலுள்ள பரங்கிப்பேட்டையைச் சேர்ந்த கப்பல் உரிமையாளர் மஹ்மூது ரெய்னா உள்ளிட்ட கப்பலோட்டிய முஸ்லிம்களும் சென்னையில் வந்து குடியேறவில்லை; இங்கிருந்தபடி வர்த்தகம் புரியவும் இல்லை. *(பக்.29)*

சென்னை ராஜதானியில் மூன்று சதவிகிதம் இருந்த பிராமணர்கள் படுவேகமாக வளர்ச்சியடைந்து கல்வித் துறையிலும் அரசுப் பணிகளிலும் ஆதிக்கம் பெற்றார்கள். இதன் பின்னர்தான் முஸ்லிம்களிடையிலும் நவீன கல்வி குறித்த எண்ணம் தோன்றியது. 1902ஆம் ஆண்டில் தென்னிந்திய முஸ்லிம் கல்விச் சங்கம் ஆரம்பிக்கப்பட்டது. இதனை அடுத்து வந்த சூழல்களில் முஸ்லிம்களின் மேட்டுக்குடிப் பிரிவும் உண்டானது. இவ்வளவு முக்கியச் சூழல்கள் நிகழ்ந்தும் முஸ்லிம்களின் அரசியல் பலமடையவில்லை. பிராமணர் – பிராமணரல்லாதார் போன்ற பிளவுகள் அதைப் பிரதிபலித்த நீதிக்கட்சித் தோற்றம், பின்னர் சுயமரியாதை இயக்கம் ஆகியன தோன்றவும் அதிர்வலைகள் தோன்றின. இவை முஸ்லிம் சமூகத்தை இலேசாக அசைத்தும் பார்க்கின்றன. அதுவரையிலும் உருது முஸ்லிம்களுடன் மார்க்க ரீதியான ஒருங்கிணைப்பைத் தமிழ் முஸ்லிம்களும் கொண்டிருந்தார்கள்.

சுயமரியாதை இயக்கம் திராவிட உணர்வுகளை முன்மொழியும்போது திராவிடத் தன்மைக்கு அப்பாற்பட்ட உருது முஸ்லிம்களிடமிருந்து தமிழ் முஸ்லிம்கள் இனரீதியாகப் பிளவுபடும் தன்மை உண்டானது. ஒருங்கிணைந்த அரசியல் சக்தியாக முஸ்லிம்கள் சென்னை ராஜதானியில் உருவாக முடியாமைக்கு இது காரணமாயிருக்கலாம் என்று தோன்றுகிறது. அகில இந்திய அளவில் கிலாபத் இயக்கமும் இதே காலத்தில் நடந்தது. வட இந்திய முஸ்லிம்கள் பெற்றிருந்த அரசியல் உணர்வின் வீரியத்தைத் தென்னிந்திய முஸ்லிம்கள் பெறவில்லை;

தேக்க நிலையும் இல்லை. வெளிப்புறத் தாக்குதல்களினால் முஸ்லிம்களும் முடங்கவில்லை. ஒருவகையான நிர்ப்பந்தச் சூழல்தான், முஸ்லிம்களின் அரசியல் ஈடுபாடு என யூகிக்கலாம். இந்துக்களுக்கும் முஸ்லிம்களுக்குமான சச்சரவுகள் குறித்து மோரே குறிப்பிடும்போது, இஸ்லாம் தென்னிந்தியாவில் கால் வைத்ததிலிருந்தே இதற்கான காரணங்கள் இருந்திருக்கக் கூடும் என்கிறார் (பக் 105) இதைக் குறித்து மேலும் ஆய்வு செய்தலே நல்லது. இது ஆசிரியர் ஜே.பி.பி.மோரேயின் சொந்தக் கருத்துதான்.

ஆயிரக்கணக்கிற்கும் மேலான குறிப்புகளும் நூற்களும் அவருடைய இந்த ஆராய்ச்சி நூலுக்கு உதவியுள்ளன. முதலில் தென்னிந்தியாவில், குறிப்பாகத் தமிழகத்தில் இஸ்லாம் அதன் ஆரம்பக் காலத்திலேயே உணரப்பட்டது. இங்கு முகலாயர்களின் வருகை தேவைப்படவில்லை. சோனகர்கள் எனப்படும் அரேபிய வணிகர்களின் மூலமே அது நிகழ்ந்தது. முத்துக்கள், ரத்தினங்கள், ஏலக்காய்கள், குதிரைகள் என்ற பரஸ்பர பரிமாற்றங்கள் மூலம் நிகழ்ந்த உன்னதமான வியாபார உறவுகளும் சூஃபிகளின் ஞானப் பிரச்சாரம் – சேவைகளும் இஸ்லாம் பரவுதலுக்கான உந்துசக்திகள். அப்போது வணிகம் சுமூகமான மதமாற்றத்தை ஏற்படுத்தியிருந்தது.

ஆசிரியர் மோரே இந்து – முஸ்லிம் சச்சரவுகளைக் குறிப்பிடும்போது ஆர்.எஸ்.எஸ். தோன்றுவதற்கு முன் மிகச் சிலவற்றையே சொல்கிறார். அவர் பட்டியலிடும் பெரும் பாலான வகுப்பு மோதல்களின் காலகட்டம் ஆர்.எஸ். எஸ்.ஸின்தோற்றத்திற்குப் பின்னர்தான் என்பதைக் கவனத்தில் கொள்வது நல்லது. இந்தியாவில் வகுப்பு மோதல்கள் உக்கிரமாய் வெளிப்பட்டபோது அவற்றின் அலையடிப்புகள் தமிழ்நாட்டிலும் நேர்ந்துள்ளன. இஸ்லாம் இந்திய மண்ணில் நுழைந்தபோது ஒன்றுபட்ட இந்து மதம் கிடையாது. சைவம், வைணவம், சமணம், பௌத்தம் மட்டுமே இருந்தன. இந்து என்ற நாமத்தையே பின்னர் அரேபியர்கள்தான் வழங்கினர். கி.பி. 632இல் முகம்மது நபியின் மறைவுக்குப் பின் கி.பி. 700ஆம் ஆண்டில் நபித் தோழர்களை மிகவும் நெருங்கியிருந்த ஹஸரத் நபி இப்னே சபி என்பவர் குஜராத்தின் பாட்புட் கிராமத்திற்கு வந்து சூஃபித்துவ நெறிமுறையின் கீழ் இஸ்லாத்தைப் பரப்பியுள்ளார். காஷ்மீரும் சூஃபித்துவப் பண்பாட்டில் மலர்ந்ததுதான்.

இருவேறு விதமான கலாச்சாரங்கள் ஒரே மண்ணில் இடம் பெறுகையில் சிறுசிறு சச்சரவுகள் முதல் பெரும்

மோதல்கள் வரை ஏற்படுவது இயற்கையே. அப்படிப்பட்ட மோதல்களுக்கான சான்றுகள் எதுவும் கிடைக்கவில்லை. நம் வாழ்க்கை அனுபவங்களோ அவற்றிற்கிடையே நல்லுறவுகளை மேம்படுத்த வழிவகுக்கின்றன. இந்து, முஸ்லிம் ஒற்றுமையை நடைமுறை வழியாகப் பார்க்காமல் நமது பாரம்பரியப் பண்பாட்டின் பகுதியாகவும் பார்த்திருக்கும் ஹக்கீம் அஜ்மல்கான் (1863 – 1928) போன்ற ஆளுமைகள் நம்மிடையே உள்ளனர். (இந்தியாவும் இஸ்லாமும் – டி.ஞானையா பக்.135) முஸ்லிம்கள் வணிகத்தில் சிறந்து விளங்கியதால், அவர்கள் தம் வணிக நலனின் பொருட்டாக சமய ஒற்றுமையை விரும்புபவர்களாகவும் இருந்து வந்துள்ளனர். சூஃபிகளின் வருகையும் அவர்களின் பணியும் சமூகத்தின் பல்வேறு தரப்பினரிடையே சுமுக நிலைகளை உருவாக்கத் தவறவில்லை.

முகம்மது அலி ஜின்னாவின் பாகிஸ்தான் கோரிக்கைக்குத் தமிழ் முஸ்லிம்களின் ஆதரவு எப்படி இருந்தது? அவர்களும் அதை விரும்பியே இருக்கிறார்கள். எனினும், சிறு தயக்கமும் ஊசலாட்டமும் கூடவே இருந்துள்ளன. இதனோடு இயைந்ததாக பெரியார் திராவிட நாடு கோரிக்கையை எழுப்பியிருந்தார். அவர் அதற்கு முஸ்லிம்களின் ஆதரவை எதிர்பார்த்தது இயல் பானதே. ஆனால், திராவிட நாடு கோரிக்கையை விடவும் பாகிஸ்தானுக்கான கோரிக்கையே முஸ்லிம்களிடம் அதிகம். முஸ்லிம்களின் வாழ்க்கையில் இஸ்லாத்தின் மைய மதிப்பீடு களின் வரலாறு சார்ந்த தொடர்ச்சியே பாகிஸ்தான் கோரிக்கை என்று மோரே கூறுகிறார். இதை. பிரிட்டிஷ்காரர்கள் துரிதப் படுத்தியது வரலாற்று உண்மை. தங்களின் காலனி நாடுகள் வளர்ச்சி பெறுவதை ஏகாதிபத்தியம் விரும்பாது. எதிரும் புதிருமாக இருந்த பெரியாரும் ராஜாஜியும் முஸ்லிம்களின் பாகிஸ்தான் கோரிக்கைக்கு ஆதரவாக இருந்தார்கள் என்பது சுவாரசியமான செய்தி. இந்தியா ராமராஜ்யமாக இருக்கும் என்பது காந்தியடிகளின் விருப்பமாகும். மகாத்மா காந்தியின் இந்தப் பேச்சு முஸ்லிம்களுக்கு அச்சத்தை உண்டாக்கியது. அவர் வரலாற்றை எழுதிய ஸ்டேன்லி ஜோன்ஸ் இந்தக் கருத்தை முன்வைக்கிறார்.

விடுதலைப் போரில் முஸ்லிம்களின் மீது மகாத்மா காந்தி, இராஜாஜி ஆகியோருக்கு மதரீதியான விமர்சனங்கள் இருந்தன. காங்கிரசிற்குள் இருந்த மதன்மோகன் மாளவியா போன்றவர்களின் செயல்பாடுகள் முஸ்லிம்களின் அச்சத்தைப் பெருகிட வைத்தன என்பதை காந்தியின் கூற்றுக்கான பதிலாக

முகம்மது அலி ஜின்னா முன்வைத்தார். காந்தி மேலும் கடுமையான அறிக்கையை வெளியிட இது போன்ற சிக்கல்கள் உதவின. விடுதலைப்போர் ஒருமுகமாக நடைபெற்றாலும் இந்து – முஸ்லிம் என்ற கசப்புப் பிரிவினைகள் பாகிஸ்தான் கோரிக்கையை வலுப்படுத்தின. இதை பிரிட்டிஷார் மேலும் மேலும் ஊதி வளர்த்தார்கள். இந்தியா விடுதலையை நோக்கி முன்னேறமுன்னேற, பிரிட்டிஷார் அதைப் பிரிவினையை நோக்கி நகர்த்தினார்கள். தலைவர்களின் மனக் கசப்புகள் அதற்கு நன்றாக உதவின. ஆனால், இந்துக்களுக்கும் முஸ்லிம்களுக்குமான தனித்தனித் தேசங்களை, பாகிஸ்தானியக் கோரிக்கைக்கும் முன்னரே வைத்தவர் ஆர்.எஸ்.எஸ்.ஸின் கோல் வால்கர்தான். அவருடைய 'சிந்தனைக் கொத்து' நூலில் இதைக் காணலாம்.

பாகிஸ்தான் கோரிக்கை எழுப்பப்பட்டதைப் போலவே, மலபார் முஸ்லிம்களுக்காக மாப்ளஸ்தான் கோரிக்கையும் எழுப்பப்பட்டது. ஜின்னா இதை ஏற்றுக்கொள்ளவில்லை. பெரியார் கோரிய திராவிட நாடு கோரிக்கையையும் ஜின்னா ஏற்றுப் போராடவில்லை. முஸ்லிம்களின் ஆதரவும் இல்லை. தென்னிந்திய முஸ்லிம்களின் அரசியல் பரிணாமம் வகுப்பு மோதல்களையும் கசப்புணர்வுகளையும் விட்டு விலகி இருந்தது குறிப்பிடத்தக்கது. உருது முஸ்லிம்களுடன் இனரீதியான வேறுபாடு இருந்தாலும், அவர்கள் அரசியலில் எதிர்ப்புகளைக் கொள்ளவில்லை. முஸ்லிம்லீக் தலைவராயிருந்த முஹம்மது இஸ்மாயில் சாகிப் உருது முஸ்லிம்களுடன் நல்லுறவை வளர்த்துக்கொண்டார். தமிழ் முஸ்லிம்களுக்கே உரிய நிலப்பரப்பாக இருந்தாலும், உருது முஸ்லிம்களை விட தமிழ் முஸ்லிம்கள் வர்த்தக ரீதியாகப் பெரும் பங்கு வகித்ததும், ஆர்க்காடு நவாப் செல்வாக்கிழந்து பிரிட்டிஷாரை அண்டியிருந்ததும் என உருது முஸ்லிம்களின் ஆதிக்கம் சென்னை ராஜதானியில் எடுபடாமல் போனது. சுயமரியாதை இயக்கம் வீறு பெற்று இருந்ததால் அதனோடு இணைந்த திராவிட உணர்வு தமிழ் முஸ்லிம்களின் ஆதிக்கத்திற்கு வாய்ப்பளித்தது. என்ன இருந்தாலும், இவையெல்லாம் இயல்பான வளர்ச்சிப் போக்குகளாகவே பரிணமித்தன. முரட்டுத்தனமான ஆதிக்க மோதல்களும் கண்ணுக்கு மறைவான அதிகாரத்தை இழப்பதில் பதற்றங்களும் உருது முஸ்லிம்களிடத்தில் நிகழவில்லை.

பிரிவினைக்குப் பின் தமிழ் முஸ்லிம்கள் உள்ளிட்ட தென்னிந்திய முஸ்லிம்களைப் புதியநிலைக்கு அழைத்துச் சென்றதில் காயிதேமில்லத் இஸ்மாயில் சாகிப்பிற்குப் பெரும்

பங்கு உண்டு. சுதந்திரநாளைக் கொண்டாடும்படி அவர் முஸ்லிம் களுக்கு அழைப்பு விடுத்தார். பிரிவினைக் கோரிக்கையின் மிச்சசொச்சங்களைக் கைவிட்டு இந்திய விடுதலைக்கான போராட்ட உணர்வுகளை மட்டும் தக்கவைத்துக் கொண்டு, யூனியன் முஸ்லிம் லீகையும் இஸ்மாயில் சாகிப் வழிநடத்திச் சென்றதன் மூலம் பாகிஸ்தானை மனதளவில் துறந்துவிட இந்திய முஸ்லிம்களுக்கு நல்லதொரு வாய்ப்பு கிடைத்தது.

ஏராளம் ஏராளமான நூல்கள், குறிப்புகள், நேர்காணல்கள், அரசு அறிக்கைகள், நாளிதழ்கள் உள்ளிட்டவை இந்த நூலின் ஆக்கத்திற்கு உதவியுள்ளன. சில மாற்றுக் கருத்துக்களும் உள்ளன. பெரம்பூரிலுள்ள ஜமாலியா மதரசாவின் தோற்றம், முஸ்லிம்களின் கல்வி – பொருளாதார நிலை குறித்த நிறைய தகவல்கள், அரசியல் நிகழ்வுகள் தலைப்பின் உடன்போக்காக வந்துள்ளன. வாசிக்கத் தோதான, நெருடலில்லாத மொழிபெயர்ப்பாக இதனை மொழி பெயர்த்தவர் சு. கிருஷ்ணமூர்த்தி. அரிய பணி அவருடையது.

ஜே.பி.பி. மோரே, *முஸ்லிம்களின் பரிணாம வளர்ச்சி: தமிழ்நாடு மற்றும் சென்னை, 1930 – 1947;* வெளியீடு: அடையாளம் வெளியீடு.

***சமூக விழிப்புணர்வு*, மார்ச் 2009**

பெட்டகத்தைத் திறந்துவிட்டார்கள்

இஸ்லாமியத் தமிழ் இலக்கிய மூன்றாம் மாநில மாநாடு இம்முறை குற்றாலத்தில் நடந்தது. குற்றாலம் என்றாலே நம் ஒவ்வொருவருக்கும் தனி இதயத்துடிப்பு உண்டாகும். பரவச மனநிலை பெரிய அளவில் காலூன்றி நிற்கும். ஆனால், இலக்கியவாதிகள் கூடவே தம் சமூகப் பொறுப் புணர்வையும் சுமந்து சென்றாகவேண்டும். அதே சமயம் மாநாடு என்பதால் கூடிக்கலையும் சந்திப்பு உற்சவம் மட்டும்தான் என்றாகிவிடக்கூடாது.

உலக அமைதியையும் சமாதான சகவாழ்வையும் உளப்பூர்வமாக விரும்பும் முஸ்லிம்களின் சர்வ தேசியக் கடமைகள் தாளமுடியாத சுமையாக ஒவ்வொருவரின் முதுகிலும் ஏறிநிற்கின்றன. அவற்றைச் சுமந்துகொண்டு நடக்க முடியவில்லை; ஆனால் நடந்துதான் தீரவேண்டும்! இதற்கிடையில் முஸ்லிம்களுக்கு மத்தியிலேயே சரியான இஸ்லாத்தைக் கண்டெடுக்கும் போட்டி ஒருபுறம்! அடுத்ததாக, இஸ்லாமிய வாழ்வியலின் தாத்பரியங் களைப் பல்வேறு கோணங்களிலும் படைக்கும் படைப்பாளிகள் மறுபுறம்! எது பழுது, எது பாம்பு என்று கண்டறிவதில் உண்டாகும் தயக்கங்கள், காலவிரயங்களும் தவிர்க்க முடியாதபடி முஸ்லிம்களைச் சூழ்ந்து மருட்டுவதும் தொடர்கிறது.

இந்நிலையில், குற்றாலத்திற்குச் செல்வதில் உற்சாக மனநிலையுடனேயே சென்றோம். அதற்கான

முக்கிய காரணம் இம்முறை இஸ்லாமிய இலக்கியக் கழகம் தன் விவாதப் பொருள்களை விரிவாக்கிக் கொண்டிருந்ததே! அது தன் மூன்றுநாள் நிகழ்ச்சி நிரலில் இரண்டு நாள்களைப் படைப்பிலக்கியப் பயிலரங்கிற்கு ஒதுக்கிவைத்தது. இஸ்லாமியச் சமூகத்திற்கு வெளியேயிருந்தும் காத்திரமான படைப்பாளிகளை அழைத்துவந்து பயிலரங்கில் பங்குபெறச் செய்தது. பிரபஞ்சன், ச.தமிழ்ச்செல்வன், எஸ்.ராமகிருஷ்ணன், பாரதி கிருஷ்ணகுமார் ஆகியோர் இந்தப் பயிலரங்கைப் பெருமதிப்புடையதாக்கினர். அவரவர் பாணியில் இலக்கியம் சார்ந்தும் சமூகம் சார்ந்தும் பல பார்வைகளை முன்வைத்தனர்.

செதுக்கப்பட்ட சதுரப்பெட்டிக்குள், பத்திரமாகப் பாதுகாத்துப் பூட்டி வைக்கப்பட்டிருந்த இஸ்லாமிய இலக்கியக் கோட்பாட்டின் மீது புதிய வெளிச்சம் பரவியது. அவற்றைச் சூழவிருந்த இரும்புவிலங்குகள் மழையில் மண்கட்டியைப்போல பொதுமிப்போய் உதிர்ந்துபோகும் நிலைக்கு வந்துவிட்டன.

தமிழ்நாட்டில் இஸ்லாமிய இலக்கிய அமைப்புகள் பல உள்ளன. அவை நடத்தும் மாநாடுகள், கருத்தரங்குகள், கவியரங்கங்கள் தொடர்ந்து நடைபெற்றும் வருகின்றன! பேசப்பட்ட படைப்புகளே மீண்டும் பேசப்படுவதும் வாசிக்கப்பட்ட கவிதைகளே மீண்டும் வாசிக்கப்படுவதுமாய் இருந்தன! இஸ்லாமியச் சமயநெறியும் நபிகள் நாயகத்தின் வாழ்க்கையும் பிணைந்த பண்டைய இலக்கியக் கருவூலங்களே எப்போதும் இஸ்லாமிய அமைப்புகளின் பாடுபொருள்களாக இருந்துவந்திருக்கின்றன. புதிய கற்பனைகள், புதிய உத்திகள், புதிய கருக்கள் சார்ந்து எழுந்த நவீன இலக்கியங்கள் இஸ்லாமிய இலக்கிய அமைப்புகளின் ஒவ்வாமையாகின. புதிய தலைமுறைக்கான வாசல்கள் பூட்டப்பட்டிருந்தன; பழைய கருத்துகள் வெளியேறும் வழிகளும் இல்லாதிருந்தன. இருட்டறையில் பரவிய நெடியைச் சுவாசித்திருக்க வேண்டிய அவலம்! அதிலிருந்தும் வெளியேறி புதிய நடைமுறையை ஏற்றுக்கொண்டதால் குற்றாலம் படைப்பிலக்கியப் பயிலரங்கை உற்சாகமாக வரவேற்றுப் பங்கெடுக்கச் சென்றோம்! இஸ்லாமிய இலக்கியக் கழகம் தன் இதயத்தைச் சற்று அகலமாகத் திறந்தபோது, அதனைப் பயன்படுத்திப் பங்கேற்பது இதர படைப்பாளிகளின் கடமையாகவும் இருந்தது. இந்தத் தருணத்திற்காக நாங்கள் காத்திருந்தோம்; பங்கேற்றோம்!

இன்று இஸ்லாமிய இதழ்கள் பல தினுசுகளிலிருந்தும் வருகின்றன. முன்பு இஸ்லாமிய இதழ்களில் பங்கேற்ற படைப்

பாளிகள் பலர் இருந்தனர். பலர் காலமாகிவிட்டார்கள்; இருப்பவர்களோ எழுதுவதில்லை. அதே சமயத்தில் இஸ்லாமிய இதழ்களில் அல்லாமல், பொதுத் தளத்திலிருந்து எழுதும் ஏராளமான முஸ்லிம் எழுத்தாளர்கள் வந்துள்ளனர். முஸ்லிம்களின் வாழ்வியல் பற்றிப் பலப்பல கதை, கவிதை, நாவல்கள் என ஒரு வெள்ளமே போய்க்கொண்டு இருக்கின்றது. எழுதப்பட்டதும் அநேகம், எழுதப்படாததும் அநேகம்! தடுத்தாலும் தடுக்காவிட்டாலும் இந்த வெள்ளம் பாய்ந்துகொண்டே இருக்கும்! இஸ்லாமிய இலக்கிய அமைப்புகள் எத்தனை காலத்திற்கு இந்த வெள்ளத்தின்மீது பரிசல் ஓட்டாமல் கரையிலேயே நின்றுகொண்டிருக்க முடியும்? இதனைக் காலத்தே முன்னுணர்ந்து, இனியும் தாமதித்தால் இஸ்லாமியப் பதிவுகளை நிலைநிறுத்த முடியாது என்று தன் சிறகுகளை விரித்துக் கொண்டது இஸ்லாமிய இலக்கியக் கழகம்! இதனைக் குற்றாலப் பயிலரங்கில் கலந்துகொண்டவர்கள் உணர்ந்தார்கள். இப்போதைய நிலையில் இதனை ஓர் அசைவு என்று சொல்வதைவிட ஒரு பாய்ச்சல் என்று வர்ணிக்கலாம்.

எடுத்தவுடனேயே பதினாறு அடி பாய்ச்சல் சாத்தியமாக வில்லை. அதனை தோப்பில் முகம்மது மீரான் சுட்டிக்காட்டாமலும் போகவில்லை. இஸ்லாமியச் சமூகத்தின் மீது எப்படி மாற்றுச் சமுதாயம் சார்ந்தும் சாராமலும் இருக்கின்ற படைப்பாளிகள் பரிவும் மரியாதையும் கொண்டிருக்கிறார்களோ, போலவே இஸ்லாமியச் சமூகத்தைச் சார்ந்த படைப்பாளிகளுக்கும் அவை உண்டு. இதில் எவர்க்கும் சந்தேகங்கள் வேண்டாம். ஆனால் படைப்பு மனநிலை உக்கிரமானது; ஒருவகை பித்தேறி நிற்பது; அதன் வெளிப்பாடுகள் கவனத்தில் கொள்ளப்படுவதே நல்லது; சிறப்பு! புறக்கணிப்பு தேவையில்லாதது.

இந்தியாவில் தலித்துகளுக்கு நிகரான வாழ்க்கைச் சூழலின் ‘ஏறத்தாழ’ நிலையில்தான் முஸ்லிம்களும் வாழ்கிறார்கள். ‘மதச் சார்பின்மை’ அரச அதிகாரங்களும் மதச்சார்பு ஊடகங்களும் தலித்துகளை ஒடுக்குவதைப் போலவே முஸ்லிம்களையும் ஒடுக்குகின்றன. இதைத் தலித்துகளால் முழுமையாகப் பதிவு செய்யமுடிகிறது தலித் இலக்கியங்களாக! தங்கள் வாழ்வின் ஒவ்வோர் அவலமும் இந்த அதிகாரபீடமும் வர்ணாஸ்ரமும் தந்த மானக்கேடான விஷயங்களே என்பதை உணர்ந்து எழுதுகிறார்கள். அதுவே அவர்களின் கை வாளாகவும் மாறுகின்றது. அவலங்களைச் சுட்டி எதிர்த்துப் போராடும் மனவலிமையைக் கொடுக்கின்றது. முஸ்லிம் சமுதாயத்திற்கு இந்த வரம் அமையவில்லை.

அரசியல் பொருளாதாரச் சூழல்கள் நம்மைச் சூறையாடும் போது அதுபற்றி நாம் எழுத முனையும்போது பலவிதமான மாயத்திரைகள் முஸ்லிம்களைப் போர்த்திநிற்கின்றன. கற்பு, ஒழுக்கம், நன்னெறி என்பனவற்றை மீறிவிடலாகாது என்ற அச்சம் உண்டாகின்றது. ஒரு முஸ்லிம், இஸ்லாமிய வாழ்க்கையை வாழ முடியாமல் போவதன் காரணத்தை அவருடைய அரசியல் பொருளாதாரச் சூழலிலிருந்தே கண்டறிய முடியும்! அதனைத் துல்லியப்படுத்தினால்தான் இஸ்லாமிய வாழ்வியலின் எதிரி யார் அல்லது எது என்பதை அடையாளம் காணமுடியும்! அதன் மூலமே சூழ்ந்துள்ள எதிர்மறையான சூழல்களின் மீது போர் தொடுக்க முடியும்! அவ்வாறே அமைதியும் சமாதானமும் அன்பும் நிலவும் உலகைப் படைக்கமுடியும்! அந்த நிலை உருவானால் தம் வேதநூலுக்கு ஒப்பான வாழ்வை முஸ்லிம் சமுதாயம் வாழ்கிறதா என்பதைப் பரிசீலிக்க முடியும்! ஆகவே, இன்குலாப், ரசூல், சல்மா போன்றவர்களின் குரல்களும் இங்கே ஒலித்தால் இன்னும் நல்லது.

இஸ்லாமிய இலக்கியக் கழகம் மிகச் சரியான பாதையைத் தேர்ந்திருக்கிறது என்று மகிழ்கிறோம். இது பயணம்தானே! ஒரே நடையில் ஒரே திசையில் எல்லா ஊர்களையும் ஒரே சமயத்தில் அடைந்துவிட முடியாது; இப்போது உணர்ந்து கொண்டிருக்கிறோம்! புதிய நிர்வாகத்தின் நாளங்களுக்குள் நாமும் குருதி பாய்ச்சுவோம்!

பயணம் தொடர்கிறது! தொட வேண்டிய எல்லைகளும் இருக்கவே செய்கின்றன என்ற புரிதலோடு!

_தாமரை_, நவம்பர் 2011

www.ingramcontent.com/pod-product-compliance
Lightning Source LLC
LaVergne TN
LVHW042303051026
849519LV00012B/2152
* 9 7 8 9 3 5 2 4 4 0 8 3 2 *